વિશ્વ વિખ્યાત અમર સાહિત્ય

# લિયો ટૉલસ્ટૉયની સર્વશ્રેષ્ઠ વાર્તાઓ

AF529361

રેણુ સરન

ડાયમંડ બુક્સ

www.diamondbook.in

પ્રકાશક : ડાયમંડ પૉકેટ બુક્સ (પ્રા.) લિ.
X-30. ઓખલા ઇંડસ્ટ્રિયલ એરિયા, ફેઝ-II,
નવી દિલ્હી-110020
ફોન : 011-40712200
ઇ-મેઇલ : sales@dpb.in
વેબસાઇટ : www.diamondbooks.in

---

લિયો ટૉલસ્ટૉયની સર્વશ્રેષ્ઠ વાર્તાઓ

BY : *Renu Saran*

# ભૂમિકા

રશિયન કથા સાહિત્યના મહાન લેખક, ચિંતક, વિચારક તથા દાર્શનિક સંત લિયો ટૉલ્સ્ટોયના જન્મ ઈ.સ. ૧૯૨૮માં રશિયાના એક અભિજાત કુળમાં થયો હતો. યાસ્તયા પલ્યાના પર તેમની જમીનદારી હતી. પર તેમની જમીનદારી હતી. ત્યાં જ તેમણે ગરીબોના બાળકો માટે એક સ્કુલની સ્થાપના કરી. ટૉલ્સ્ટોયે પોતાના જીવનના ઘણા વર્ષો બાળકોના શિક્ષણ-દિક્ષા તથા સાહિત્ય માટે પ્રદાન કર્યા. તે વિશ્વના તે ચુનદા લેખકોમાંથી એક છે, જેની વાર્તાઓ વાચકોને નવી દિશા, મનોરંજન અને સીખ આપે છે.

ડાયમંડ પોકેટ બુકસે પોતાના વાચકોને સ્વસ્થ અને મનોરંજક સાહિત્યસુલભ કરાવવાની દિશામાં એકવીસ શ્રેષ્ઠ વાર્તાઓની શ્રેણી શરું કરી છે. આ ક્રમમાં આપણે રવીન્દ્રનાથ ટાગોર, બંકિમચંદ્ર ચેટર્જી શરદ ચંદ્ર ચટ્ટોપાધ્યાય, મુન્શી પ્રેમચંદ જેવા મુખ્ય કથાકારોની વાર્તાઓ પ્રકાશિત કરી છે. તેને મળેલી સફળતા જોતા અમે વિશ્વના બહુચર્ચિત કથાકારોની રચનાઓને જન સામાન્ય વાચકો સુધી પહોંચાડવાનો પ્રયાસ કર્યો છે. આ ક્રમમાં વિલિયમ, શેક્સપીયર, ટૉલ્સ્ટોય, મૈક્સિમ ગોર્ક, મોંપાસા, ઓ હેનરી જેવા કથાકારોની શ્રેષ્ઠ એકવીસ વાર્તાઓનું સંકલન પણ કર્યું છે.

ટૉલ્સ્ટોયની શૈક્ષિક પત્રિકા 'યાસ્નયા પલ્યાના' નું પ્રકાશન પણ કર્યું. ઈ.સ. ૧૮૭૨માં 'અક્ષર માલા' નામના પુસ્તકનું નિર્માણ બાળકો માટે કર્યું. બાળકોના પ્રારંભિક સ્તર માટે આટલા મહાન લેખક દ્વારા રચિત આ પ્રથમ પુસ્તક હતું. ટૉલ્સ્ટોય બાળસાહિત્યના ઉત્થાનમાં પોતાની એક મહત્ત્વપૂર્ણ ભૂમિકા નિભાવી હતી. યુદ્ધ અને શાંતિ તથા 'અન્ના કરેનિયા' તેમની બે નવલકથા વિશ્વપ્રસિદ્ધ છે. 'સામાજીક કુરીતિયાં', 'મેરી મુક્તિકી કહાની', 'હમારે જમાને કે ગુલામી', 'હમ ક્યા કરે', 'ઈશા કી સિખાવન', 'સ્ત્રી ઔર પુરુષ', 'ધર્મ ઔર સદાચાર', 'જીવન સાધન', 'બુરાઈ કૈસે મિટે' વગેરેનું સંકલન ચિંતક, વિચારક અને દાર્શનિકના રુંપમાં આપણી સમક્ષ પ્રસ્તુત થાય છે. તેમના વિચારો તથા લેખો આપણને નૈતિકતાની આદર્શ શીખ આપી.

પોતાની વાર્તાઓ, નવલકથાઓ, નાટકો, નિબંધો તથા લેખોનાં ટૉલ્સ્ટોયે અવાજ, કર્મ, વિજ્ઞાન, કળા તથા જીવનના પાસાઓને ગંભીરતા, મૌલિકતા તથા માર્મિકતાની સાથે વાચકોની સમક્ષ પ્રસ્તુત કર્યો છે.

પ્રસ્તુત સંકલનમાં ટૉલ્સ્ટોયની ૨૧ વાર્તાઓને લેવામાં આવી છે. એમાંથી દરેક વાર્તા દરેક વર્ગનાં વાચકની સમક્ષ નૈતિક શિક્ષા અને આદર્શનો માર્ગ પ્રસ્તુત કરે છે. આશા જ નહીં પૂર્ણ વિશ્વાસ છે કે આ પુસ્તકો વાચકોનાં ઉચ્ચ ચરિત્ર નિર્માણમાં જરૂર સહાયક બનશે.

**— રેણુ સરન**

# અનુક્રમણિકા

# મરેલાં હાડકાં

આપણે જ્યારે કોઈના નવા ઘરમાં પ્રવેશ કરીએ છીએ તો સૌપ્રથમ આપણે તે ભવનના માલિક વિશે જાણકારી પ્રાપ્ત કરતા હતા ત્યારપછી આપણા માંથી એક વ્યક્તિ વાંચવા-લખવાના હેતુથી સ્થાન સાફ કરવા બેસી જતા હતા અને બીજી વ્યક્તિ ભવનનાં એક ખુણામાંથી બીજા ખુણામાં જઈને દરેક માણસ અલગ-અલગ પ્રશ્ન પૂછતો હતો અને પછી બધી વાતો આવીને વિસ્તાર પૂર્વક લેખકને બતાવી દેતો હતો.

આ રીતે કાર્ય કરતા જ્યારે અમે બધા સૌથી નીચેના તળિયાના એક રુંપમાં પહોંચ્યા તો એક વિદ્યાર્થી માલિકને શોધવા ચાલ્યો ગયો અને હું તે રુંમમાં રહેનારી વ્યક્તિઓ સાથે વાતચીત કરવા લાગ્યા ત્યાં રહેવાની વ્યવસ્થા કઈ આ રીતે કરવામાં આવી હતી. તે ચૌદ વર્ગ ફૂટ ચોરસ ઓરડામાં વરસે એક છંટની સગડી બનેલી હતી. આ સગડી ની નજીકથી ચાર પડદા એ સિતારાના રુંપમાં ખેંચાયેલા હતા. જેના કારણે ઓરડામાં ચાર અલગ-અલગ ખંડ બની ગયા હતા. પ્રથમ ખંડમાં રસ્તો હતો. એમાં ચાર ખાટલા પડ્યા હતા. અને ત્યાં એક વૃદ્ધ વ્યક્તિ એક સ્ત્રી સાજે બીરાજેલો હતો. એ તરફથી જ એક લાંબો એવો ખંડ સીધો ચાલ્યો ગયો હતો. જેમાં મકાનનો માલિક પોતે રહેતો હતો. આ ભવનનો માલિક એક નવજુવાન વ્યક્તિ હતો, જેનો રંગ હળદર જેવો પીળો પડી ગયો હતો અને જેણે એક સજ્જન પુરુંષની જેમ ભુરા રંગનો કોટ પહેરી રાખ્યો હતો. પ્રથમ ખંડની ડાબી બાજુ એક બીજો ખંડ હતો. જેમાં એક વ્યક્તિ સુતેલો હતો. જેનો પિંક કલરનો બ્લાઉઝ આગળથી ઢીલો અને પાછળથી ચુસ્ત દુરસ્ત હતો. ચોથા ખંડ પરદા પાછળ હતો. અને તેનો રસ્તો ભવનના માલિકના ખંડમાંથી થઈને જતો હતો.

તે વિદ્યાર્થી ભવનના માલિકના ખંડમાં ચાલ્યો ગયો અને પ્રથમ ખંડમાં રોકાઈને એ બુઢ્ઢા વ્યક્તિ અને તે સ્ત્રી સાથે વાતો કરવા લાગ્યો તે બુઢ્ઢો છાપવાનું કામ કરતો હતો. પરંતુ હવે તેનું પેટ પાળવાનું કોઈ સાધન ઉપલબ્ધ નથી અને તે સ્ત્રી કોઈ રસોયાની પત્ની હતી.

ત્રીજા ખંડમાં પહોંચી મેં બ્લાઉઝ પહેરેલી જે સ્ત્રી હતી તેને સુતેલા વ્યક્તિ વિશે પૂછ્યું. તેણે બતાવ્યું કે તે એક મહેમાન છે. એના પર મેં તેને પ્રશ્ન પૂછ્યો, "તું કોણ છે?"

"હું મોસ્કોની રહેવાળી એક ખેડૂત સ્ત્રી છું" તે સ્ત્રીએ બતાવ્યું.

"તારું કામ શું છે ? મેં ફરી પૂછ્યું.

આ પ્રશ્ન પર તે હસવા લાગી અને કંઈ ન બોલી. એ જાણીને કે કદાચ તે મારો સવાર સમજી નથી મેં ફરીથી પ્રશ્ન કર્યો.

"તારો ગુજારો કેવી રીતે થાય છે ?"

"હું સહાયમાં બેસું છું" તેણે બતાવ્યું.

પરંતુ તેની વાત મારી સમજણથી ઉપર હતી. હું કંઈ પણ ન સમજ્યો અને બોલ્યો – "તું તારું પેટ કેવી રીતે પાળે છે ?"

પછી પણ તે કોઈ પણ જવાબ આપ્યા વગર હરન ચોથા ખંડમાંથી પણ, જ્યાં અમે હજી સુધી ગયા ન હતા ત્યાંથી સ્ત્રીઓના હસવાનો અવાજ આવી રહ્યો હતો.

મકાન માલિક પોતાના ઓરડામાંથી બહાર આવીને અમારી પાસે આવીને ઉભો રહ્યો. તેના હાવભાવથી પ્રગટ થતું હતું કે તેણે મારા પૂછેલા પ્રશ્ન અને સ્ત્રીએ આપેલા જવાબ સાંભળ્યા હતા. તેણે તે સ્ત્રી તરફ ઘુરકીને જોયું અને પછી મને સંબોધિત કરવા કહેવા લાગ્યો - "આ વેશ્યા છે" સ્પષ્ટ રીતે ખ્યાલ આવતો હતો કે મનમાં ને મનમાં તેને આ વાત બતાવતા આનંદ આવતો હતો. કે તે સરકારી કર્મચારી દ્વારા ઉપયોગ થનારા 'વેશ્યા' શબ્દને સારી રીતે જાણતો હતો. અને તેનું ઉચ્ચારણ પણ સારી રીતે કરી શકતો હતો. આ વાત કહેતા કહેતા તેના હોઠ પર અભિમાન પૂર્ણ સંતોષનું એક અદૃશ્ય હાસ્ય થિરકી ઉઠતું. ત્યાર પછી તે એ સ્ત્રી તરફ ઘુમ્યો અને જેવું એણે બોલવાનું ચાલુ કર્યું. તેના મુખની મુદ્રા જ બદલાઈ ગઈ. એક વિચિત્ર ઘૃણા સુચક સ્વરમાં જેમ કોઈ કુતરાને ધુત્કારે છે - તે સ્ત્રીની તરફ જોયા વગર જ જલ્દી જલ્દી બોલ્યો. "સરાપમાં બેસું છું. અરી, જો સરાપમાં બેસે છે તો સ્પષ્ટ રીતે કેમ બતાવતી નથી કે વેશ્યા છે ?" તેણે પોતાના આ શબ્દનો ફરી એકવાર પ્રયોગ કર્યો અને મને કહ્યું -

"જુઓ ને, એને પોતાને ખબર નથી કે તે પોતાને શું બતાવે."

તેના વાતચીત કરવાના અદાજ ઉપર મને ઘણો ગુસ્સો આવ્યો અને હું કહેવા લાગ્યો - "તેની ઈજ્જત ઉછાળવાનો તમને કોઈ અધિકાર નથી. જો આપણે બધા સદાચારની સાથે જીવન વ્યતીત કરીએ તો કોઈપણ વેશ્યા ન બની શકે."

"હાં તેનો એ જ ઉપાય છે" મકાન માલિક ઉપર છલ્લા મનથી હસતા કહ્યું. આપણું કામ તેને ધિક્કારવાનું નહીં પરંતુ તેના પ રદયા કરવાનું છે એમાં એનો શો દોષ.

મને કંઈ જ યાદ નથી કે ન જાણે મેં તે સમયે શું-શું કહી નાખ્યું. પરંતુ એટલું જરૂર જાણું છું કે સ્ત્રિઓથી ભરેલા ભવનના નૌજવાન માલિકના પ્રત્યે, તે સ્ત્રિઓની વેશ્યા કહીને ઘૃણાસૂચક સ્વરમાં વાતચીત ઉપર જે છત સુધી પહોંચી શકતો ન હતો. ચળકતા ઉદાસ ચેહરાવાળી એક યુવતીના વિખરાયેલા વાંકડિયા વાળ અને સુજેલી નાની-નાની આંખો દેખાઈ. તેના પળ પર પછી જ એકબીજી તરફ ત્રીજી યુવતીનુ માથું દેખાયું. સ્પષ્ટ આભાસ થતો હતો કે ત્રણેય સ્ત્રી પોતાના ખાટલામાંથી ઉભી થઈ ગઈ છે. અને ગરદન ને ઉપર ઉંચકાવી શાંત ભાવથી શ્વાસ રોકીને અમારા તરફ ધ્યાનપૂર્વક જોઈ રહી છે.

થોડા સમય માટે ઘોર સન્નાટો છવાયેલો રહ્યો. વિદ્યાર્થી જે અત્યાર સુધી હસી રહ્યો હતો. ગંભીર મુદ્રામાં થઈ ગયો. મકાન માલિકે શરમથી પોતાની નજર નીચી કરી લીધી અને સ્ત્રી શ્વાસ રોકીને મારું મોં તાકી રહી હતી. મને પોતાના પ્રત્યે તેના કરતા પણ વધારે શરમ મહેસુસ થઈ રહી હતી. મને જરાપણ આશા ન હતી કે મારી સાધારણ વાતની તેના પર આટલ ઉંડી અસર થશે આ તો એવું થયું જેમ કે કોઈ દેવાત્માના અડી લેવા માત્રથી સ્મશાનમાં વિખરાયેલા હાડકામાં ચેતના આવી ભરાઈ હોય અને તે હલવા ડોલવા લાગી હોય.

મારા મુખમાંથી તો એમ જ સંયોગો વશ પ્રેમ અને સહાનુભૂતિનો એક શબ્દ નીકળી ગયો પરંતુ તેની એવી અસર પડી જાણે તેમના મૃત શરીર પુનઃજીવિત થવા માટે આ શબ્દની રાહ જોઈ રહ્યા હતા. તે મારી તરફ ઉત્કંઠા ભરી નજરથી જોઈ રહી હતી. અને વિચારી રહી હતી કે હવે આગળ શું થશે. એવું મહેસુસ થતું હતું કે જેમકે તે એ જ રાહ જોતી હોય કે હું તે શબ્દ કહું અને તે કામ કરું, જેનાથી મરેલા હાડકામાં ફરી માંસ ચઢી જાય અને ફરીથી જીવિત થઈ ઉઠે પરંતુ મેં અનુભવ કર્યો કે જે વાત હું શરું કરી ચુક્યો હતો, તેને આગળ વધારવા માટે મારી પાસે કોઈ શબ્દ ન હતા. અને ન કોઈ કામ. મારા અંતરઆત્માએ જવાબ આપ્યો કે હુ ખોટું બોલ્યો છું. હું પોતે આ લોકો જેવો જ છું. કારણ એ હતુ કે મારી પાસેકંઈ પણ કહેવા માટે શબ્દ જ ન હતા.

# કેટલી જમીન

બે બહેનો હતી. મોટી છોકરીના લગ્ન કસ્બામાં એક સોદાગર સાથે થયા હતા. તથા નાનીના ગામડામાં ખેડૂતના ઘરે પરણાવી હતી.

મોટીબેન એક દિવસ નાની બહેનને મળવા આવી કામ-કાજ માંથી પરવારી બંને બહેનો બેઠી તો વાતોનો દોર ચાલ્યો. મોટી વાળી એ પોતાના શહેરનાં જીવનના વખાણ કર્યા. - "જુઓ કેવી સુખ-સુવિધામાં અમે રહીએ છીએ. નવા-નવાં ફેન્સી કપડા અને એશો-આરામનો સામાના સ્વાદ પ્રમાણે ખાવા-પીવાની વસ્તુઓ અને પછી નાટક-થિયેટર, બાગ-બગીચા."

નાની બહેન પર તેની વાતોની અસર ન થઈ. તે ખરાબ માની ગઈ. પરંતુ કંઈ જાહેર થવા ન દીધું. તેણે પણ સોદાગરની જિંદગીને હેચ બતાવી અને ખેડૂત એટલે કે પોતાના પતિનો પક્ષ લીધો અને કહેવા લાગી -

"હું તો મારી જિંદગીને તારી સાથે આદન-પ્રદાન પણ ન કરું. અમે સીધા-સાદા અને સુકાયેલા જેવા રહીએ છીએ તો શું. ઓછા માં ઓછું અમારે ચિંતા કે ફિકર તો નથી તમે લોકો સજેલા-ધજેલા રહો છો, તમારે ત્યાં આવક ખુબ જ છે, પરંતુ એક દિવસ તે બધું હવા પણ થઈ શકે છે જીજી. તમે કહેવત તો સાંભળી હશે. હાનિ-લાભ બે જોડિયા ભાઈ છે. મોટેભાગે એવું થાય છે કે આજે જે વ્યક્તિ અમિર દેખાય છે, કાલે એ જ ટુકડા-ટુકડાનો મોહતાજ બની જાય છે. પરંતુ અમારા ગામડાનાં જીવનમાં આવી કોઈ સમસ્યા નથી ખેડૂતની જિંદગી ફુલી-ફળી અને ચિકણી નથી દેખાતી તો શું, ઉમર તો ખાસ્સી લાંબી હોય છે અને મહેનત કરવાથી શારીરિક સ્વાસ્થ્ય પણ સારું રહે છે. ભલે અમારી પાસે માલ હોય કે ન હોય એનાથી અમને કોઈ ફર્ક નથી પડતો, પરંતુ ખાવાનો અભાવ ક્યારેય નથી થતો ?

મોટી બહેને ટોણો મારતા કહ્યું. "બસ-બસ, પેટ તો બળદ અને કુતરાનું પણ ભરાય છે. પરંતુ તેનું શું કોઈ જિંદગી હોય છે ? તું જીવનના સુખ -સાહયબી અને આનંદ શું જાણો ? તારો પતિ ભલે ગમે તેટલી મહેનત કરે, જે હાલતમાં તું જીવન પસાર કરી રહી છો એ જ હાલતમાં મરીશ ! એ જ ચારે બાજુ ગોબર, ભુસો માટી ! અને આ જ તારા બાળકોનું ભવિષ્ય છે.

નાની બહેન બોલી - "તો એમાં શું થયું ! હાં અમારું કામ ચિકણું-ચોપડલું નથી પરંતુ અમારે કોઈની આગળ ઝૂકવાની જરૂર નહીં પડે. શહેરમાં તું ખબર નહીં કેટલી લાલચોથી ઘેરાયેલી રહે છે. આજ નહીં તો કાલની શું ખર છે. કાલે તારા પતિ ને પાપનો

લોભ - જુગાર, દારું અને બીજી બુરાઈઓ માં ફસાવી શકે છે. ત્યારે ઘડી ભરમાં બધું સમાપ્ત થઈ જાય છે. શું આવી વાતો ઘણીવાર બનતી નથી.

મકાનનો માલિક દીના છાપરાની નીચે પડ્યો રહીને બંને બહેનોની એ વાત સાંભળી રહ્યો હતો. તેણે વિચાર્યું કે વાતતો સત્ય અને સાચી છે. બચપણથી ધરતીમાંની સેવામાં સેવામાં આપણે એટલા મનથી લાગેલા રહીએ છીએ કે કોઈ વ્યર્થની વાતે અમારા હૃદયમાં નથી રહી શકતી. બસ, એક જ મજબુરી છે કે અમારી પાસે જમીન છે. પુરતી નથી. વધારે હોત તો અમે કોઈની પરવાહ ને કરું ચાહે મરતો શેતાન જ કેમ ન હોય.

બંનેમાં ફરી આમ-તેમની ઘરની પરિવારવાળાની બધી વાતચીત થઈ છેવટે અલગ થઈ બંને આરામ કરવા લાગી.

પરંતુ ક્યાંય ખુણામાં શૈતાન દુબકા બેઠો હતો. તેણે બધું સાંભળ્યું. તે ખુશ હતો કે ખેડૂતની પત્નીએ ગામનાં વખાણ કરી પોતાના માણસને ડીંગ પર ચઢાવી દીધો. જુઓ ને. કહેતો હતો કે જમીન વધારે હોય તો શેતાન પણ આવી જાય તો ચિંતા નહીં.

શૈતાને મનમાં કહ્યું કે સારું મહાશય, આ ફેંસલો સાચો. હું તને ઘણી જમીન આપીશ. અને જોઈશ કે એનાથી તું મારા ચંગુલમાં આવે છે કે નહીં.

ગામની નજીક જ જમીનદારીની માલિકણની કોઠી હતી. લગભગ ત્રણસો એકર તેમની જમીન હતી. તેને પોતાનાં આસામીઓ સાથે ઘણા સારા સંબંધ હતાં પરંતુ તેમણે એક કારિન્દા રાખ્યો. જે પહેલા ફોજમાં હતો. તેણે આવીને લોકો પર દંડ ઠોકવાનો શરું કરી દીધો.

દીનાનો આ જ હાલ હતો. કે તે ખુબ જ તનતોડ કામ કરતો પરંતુ ક્યારેક તેનો બળદ જમીનદારીની ચરીમાં પહોંચી જતો. ક્યારેક ગાય બગીચામાં ચરતી મળી આવતી. બીજુ નહીં તો તેના રાખેલા ઘાસમાં વાછરડો-વાછરડી જઈને મોં મારતા દરેક વખતે દીનાને દંડ ભરવો પડતો તે દંડ પણ પોતાની મરજી પ્રમાણે વસુલ કરતો હતો તે બબડતો અને ચિઢાયેલો ઘરે પહોંચતો અને પોતાની બધી ખીજ પરિવારવાળા થર ઉતારતો. આખી મૌસમ કારિન્દાના કારણે તેણે ત્રાસ ભોગવવો પડ્યો. શિયાળામાં પાનખર આવતા તે ખુશ થતો કે ચાલો. હવે જાનવરો ને અંદર જ બંધ કરીને રાખવા પડશે ઢોર ત્યારે બાહર ચરી શકતા નહતા. અને તેમને ઘરમાં રાખીને ખવડાવવા પડતા હતા. પરંતુચ ાલો. દીનાને દંડની ચિંતામાંથી તો મુક્તિ મળી જાતી હતી.

બીજા શિયાળામાં ગામમાં સમાચાર ફેલાયા કે માલિકણી પોતાની જમીન વેચી રહી છે અને મુન્શી ઈકરાન અલી સાથે સોદાની વાતચીત ચાલી રહી છે. ખેડૂત સાંભળીને સાવધ થઈ ગયા. તેમણે વિચાર્યું કે મુંશીજીની જમીન હશે તો તે જમીનદારના કારિન્દા કરતા પણ વધારે સખ્તાઈ કરશે અને દંડ પણ વધારી દેશે અને આપણે ગુજારો તો આ જમીન પર જ છે.

આવું વિચારીને ખેડૂત માલિકણની પાસે ગયા કહ્યું કે મુન્શીજી ને જમીન ન આપો. અમે તેનાથી વધારે કીંમત પર તમારી જમીન ખરીદવા માટે તૈયાર છીએ. માલિકણ ખેડૂતોની વાતો પર વિચાર કરી તેમને જમીન વેચવા માટે સહમત થઈ ગઈ ત્યારે ખેડૂતો એ કોશિશ પણ મળીને ગામની પંચાયત તરફથી તે બધી જમીન લઈ શકાય જેથી તે જમીન બધાની રહે છે. વાર એ વિષય પર વિચાર કરવા માટે પંચાયત મળી પરંતુ ફેસલો ન થઈ શક્યો. ખરેખર માં શેતાનની કરતુત હતી. તેણે વચ્ચે ફુટ નાખી દીધી. બસ, ત્યારે તે મળીને એક નિર્ણય પર ન ટકી શકે. એ નક્કી એવું કરવામાં આવ્યું કે અલગ-અલગ ભાગમાં તે જમીન લેવામાં આવે. દરેક કોઈ પોતાની ત્રેવડ (પોતાની આર્થિક સ્થિતિ) હિસાબે લેઈ લે. માલિકણ પહેલાની જેમ આ રીતે જમીન આપવા સહમત થઈ ગઈ.

એટલામાં દીનાને ખબર પડી કે એક પાડોશી એકઠી પચાસ એકર ભૂમિ લઈ રહ્યો છે અને જમીન દારણી પણ સહમત થઈ ગઈ છે કે અડધી રકમ અત્યારે રોકડી લઈ લે. બાકી વર્ષ પછી ચુકતા થઈ જશે.

દીનાએ પોતાની પત્નીને કહ્યું કે બધા જમીન ખરીદી રહ્યા છે. આપણે પણ વીસ કે ત્રીસ એકર જમીન લઈ લેવી જોઈએ. આમ પણ જીવવું દુભર થઈ ગયું છે અને તે કારિન્દા દંડ ઉપર દંડ કરીને આપણને બરબાદ કરી જ નાખશે.

પતિ-પત્ની બંનેએ મળીને વિચાર્યું કે કઈ તરકીબથી જમીન ખરીદવામાં આવે સો કલદાર તો તેમની પાસે બચેલા રાખ્યા હતા. એક તેમણે પોતાનો ઉપરલાયક વાછરડો વેચી નાંખ્યો. થોડો માલ બંધક રાખ્યો. પોતાના મોટા પુત્ર મજુરી પર લગાવી તેની નોકરીમાંથી થોડા રુંપિયા એડવાન્સ લીધા. 'બાકી વધેલા પોતાના સાળા પાસેથી ઉધાર લઈ લીધા. આ રીતે કોઈ અડધી રકમ એકઠી કરી લીધી.

આ બધુ કરીને દીનાએ એક ચાલીસ એકર ભૂમિનો ટુકડો ટુકડો પસંદ કરી લીધો. જેનાં ભાગમાં કેટલા ઝાડ પણ ઉભા હતા. માલિકણ પાસે તે ટુકડાનો સોદા માટે પહોંચ્યો. સોદો પટી ગયો અને ત્યાં જો ત્યાં જ તેણે રોકડા બાનાના પણ પકડાવી દીધા પછી તાલુકે જઈને વાંચન-લખાણ પાકા કરાવી દીધા.

હવે દીનાની પાસે પોતાની માલિકીની જમીન હતી. તેણે બીજ ખરિદ્યા અને પોતાની આ જમીન પર વાવણી શરું કરી દીધી. આ રીતે તે પોતે જમીનદાર બની ગયો. પોતાની જમીન ખેડવી અને વાવવી. પોતાની જમીન પર ચારો ઉગાડવો. ફળ અને ઝાડ લગાવવા. ઈંધણ પણ ત્યાંથી જ મળી જતું હતું અને ઢોરોને ચરાવવા માટે પણ બહાર જવું પડતું નહતું. હવે તે પોતાના ખેતર તરફ જતો અને લહેરાતી પાકને નીરખતો, કે લીલા ઘાસની ચારા પર નજર ફેલાવતો તેનું મન હર્ષથી ભરાઈ જતું હતું. આ વીંછી ઘાસ ઉગતા છોડ અને ખિલતા ફૂલ એવું લાગતું હતું. સૌથી વધારે આગળ

વધીને પહેલા જ્યારે તે ત્યાંથી પસાર થતો તો આ જમીન બિલકુલ એવી લાગતી હતી. જેવી બીજી જમીન પરંતુ હવે વાત બીજી થઈ ગઈ હતી.

આ રીતે દીના ઘણો ખુશ હતો. તેના સંતોષની કોઈ સીમા નહતી. જો બસ પડોશીઓ તરફથી પણ તેને પુરું ચૈન મળી જતું. થતું એવું હતું કે ક્યારેક-ક્યારેક તેના ખેતરમાં પાડોશીનાંઢોર આવી ચરી જતા હતા. દીનાએ પાડોશીઓને ઘણા વિનયથી સમજાવ્યા.આ વાતની તેમના પર કોઈ અસર નથી. ત્યારબાદ બીજુ તો ઠીક તોફાની છોકરા ગામની ગાયો ને ભર દિવસે તેની જમીનમાં છોડવા લાગ્યા. રાત્રિના બળદ ખેતરને નુકસાન પહોંચાડતા. પરંતુ દીનાએ તેમને વારે-વારે ખેતરોમાંથી કાઢ્યા અને વારે વારે તેમના માલિકોને માફ કર્યા. ઘણા સમય સુધી તેણે ધીરજ રાખી. અને કોઈના વિરુદ્ધ કાર્યવાહી ન કરી. પરંતુ કયાં સુધી ? આખરે તેની ધીરજ ખુટી ગઈ અને તેણે અદાલતમાં દરખાસ્ત મુકી. મનમાં તો જાણતો હતો કે મુસીબતનું અસલી કારણ તો એ છે કે બીજા લોકો પાસે જમીન ઓછી છે. જાણી જોઈને દીના ને સતાવવાની ઇચ્છા કોઈની નથી. પરંતુ તેણે વિચાર્યું કે આ રીતે હું નરમ બનીશ તો તે લોકોની હિંમત વધી જશે અને મારી પાસે જેટલું છે તે બધું બરબાદ કરી દેશે ના તેમને એક પાઠ તો જરૂર ભણાવવો જ જોઈએ.

બસ તેણે મનમાં નક્કી કરી લીધું. એક પાઠ ભણાવ્યો બીજો ભણાવ્યો. પરિણામ એ આવ્યું કે બે-ત્રણ ખેડૂતો પર અદાલતમાં દંડ થઈ ગયો. આ વાત પર આજુ-બાજુનાં પાડોશીઓ દીના સાથે કીન્નાખોરી રાખવા લાગ્યા. હવે તો ક્યારેક જાણી જોઈને પણ તંગ કરવા માટે તેના ખેતરમાં ઢોરોને છોડી દેતા. જો કોઈ માણસ ને ઘરમાં ઈંધણની જરૂર હોય તો તે રાતના દીનાના ખેતરમાં જઈ ઘુસતા અને શીશમનું ઝાડ કાપી લાવતા. એકવાર તો એક માણસે પુરા સાત સીસમના ઝાડ કાપી નાંખ્યા. દીના સવારે ખેતરોમાં ફરતા જોયું તો ઝાડ કપાયેલા પડ્યા હતા. તે ધરતીમાંથી કાપેલા અને તેની જગ્યાએ ઉભા ઠુઠા જાણે દીનાને ચીઢવી રહ્યા છે. આ બધુ જોઈને તેનો ચહેરો ગુસ્સાથી તમતમી ઉઠ્યો.

તેણે વિચાર્યું કે જો દુષ્ટે એક અહીં તો દુર બીજું ઝાડ કાપ્યું હોત તો વાંધો ન હતો. પરંતુ કમબખ્તે આજુ-બાજુ ઝાડ કાપીને બાગને ખંડેર બનાવી દીધો. જો ખબર પડી જાય તોતેના ખબર લીધા વગર છોડું નહીં. તેણે જાણવા માટે માથું ખંજવાળ્યું કે આ કરતુત કોનું હોઈ શકે છે. છેવટે નક્કી કર્યું કે હોય ન હોય આ ધન્નુ ની કરતુત લાગે છે. બીજું કોઈ આવું ન કરી શકે. આવું વિચારી તે ધુન્નુ તરફ ગયો કદાચ કોઈ સબુત મળે. પરંતુ ત્યાં કોઈ સબૂત ન મળ્યું. જેનાથી દીના તેને દોષીત ઠેરવી શકે. ધુન્નુ સાથે મુલાકાત થઈ. એકબીજાને કહ્યું બોલા-ચાલી થઈ અને બોલાચાલી સિવાય કોઈ પરિણામ ન આવ્યું. પરંતુ તેનું મન કહેતું હતું કે કામ ધુન્નુનું એ જ કર્યું હશે અને તરત જ ધૂન્નું વિરુદ્ધ ફરિયાદ

લખાવી દીધી. ધુન્નુ પકડાઈ ગયું અને અદાલતમાં રજુ કર્યો કેસ ચાલુ રહ્યો. ક્યારેક આ અદાલતમાં ક્યારેક બીજી અદાલતમાં થોડા દિવસો સુધી આ જ પ્રક્રિયા ચાલતી રહી. છેવટે એક સમય એ પણ આવ્યો કે ધુન્નુ છુટી ગયો. કારણ કે તેના વિરુદ્ધ કોઈ ખાસ સબુત કે ગવાહ ન મળી શક્યા. દીના આ વાત પર સમસમી ઉઠ્યો અને પોતાનો ગુસ્સો મેજિસ્ટ્રેટ પર ઉતારવા લાગ્યો.

આ રીતે દીનાને પોતાના પાડોશીઓ અને ઓફિસરો સાથે મન-મોટાવ થવા લાગ્યો, ત્યાં સુધી કે તેના ઘરમાં પણ આગ લગાડવાની વાતો સંભાળવા લાગી. જોકે દીના પાસે હવે જમીન વધારે હતી. અને જમીનદારોમાં ગણતરી હતી. પરંતુ ગામમાં અને પંચોનાં પહેલાની જેમ તેનું માન સન્માન રહ્યું ન હતું.

આ બધાની વચ્ચે અફવા ઉડી કે કેટલાક લોકો ગામ છોડી-છોડીને ક્યાંય જઈ રહ્યા છે.

દીનાએ વિચાર્યું મારે તો મારી જમીન છોડવાની જરૂર જ નથી. પરંતુ જો થોડા લોકો ગામ છોડીને ચાલ્યા જશે તો, ગામમાં ભીડ તો ઓછી થશે જ હું તેમની જમીન પોતે જ લઈ લઈશ. ત્યારે વધારે સારું રહેશે. હવે તો થોડી તંગી હોય એવું લાગે છે.

એક દિવસ દીના ઘરની બાહર છાપરા નીચે બેઠો હતો કે એર પરદેશી જેવો ખેડૂત ત્યાંથી પસાર થતો તેના ઘરે ઉતર્યો ત્યાં તે આખી રાત રોકાયો અને ભોજન પણ દીનાને ત્યાં જ કર્યું. દીનાએ તેની સાથે વાતચીત કરીકે ભાઈ ક્યાંથી આવી રહ્યા છો ? તેણે કહ્યું કે દરિયા સંતજાજ પાસેથી આવી રહ્યો છું. ત્યાં ઘણું કામ છે. પછી એકમાં બીજી વાત નીકળી અને આગતું કે બતાવ્યું કે એ તરફ નવી વસ્તી વસી રહી છે. તેના પોતાના ગામના કેટલાય લોકો ત્યાં પહોંચ્યા છે. તે સોસાયટીમાં જોડાઈ ગયા છે. અને ત્યાં દરેકને વીસ એકર જમીન મફત મળી રહી છે. જમીન એવી ઉપજાઉ અને ઉમદા છે કે તેના પર ઘઉં નો પહેલો પાક થયો તો માણસ કરતા. ઉંચી તેના છોડ ગયા અને એટલા દબદાર કે એક જ કાટમાં એક ખૂણે બની જાય. એક માણસ પાસે ખાવા દાણો ન હતો. ખાલી હાથ ત્યાં પહોંચ્યો. અત્યારે તેની પાસે બે ગાય છ બળદ અને ભરેલું ખલિયાન છે.

દીનાના હૃદયમાં પણ અભિલાશાનું કિરાણ ઉત્પન્ન થયું. તેણે વિચાર્યું હું અહિયા તંગ અને સાંકડી જગ્યામાં પડ્યો રહી શું કરી રહ્યો છે. જ્યારે બીજી જગ્યાએ મારી ઉન્નતિના દરવાજા ખુલ્લા પડ્યા છે. અહીંની જમીન ઘર-બાર વેંચીને રોકડા કરીને ત્યાં કેમ ન ચાલ્યો જાઉં અને નવેસરથી શરુંઆત કરી જોઉં અહીંયા તો લોકોની ખીચ-પીચ થઈ જાય છે. તેને તકલીફ થાય છે. જેના કારણે ઉન્નતિમાં વિઘ્ન ઉત્પન્ન થાય છે. પરતુ પહેલા જાતે ત્યાં જઈને જાણી લેવું જોઈએ કે મામલો શું છે.

વરસાદ પછી તે તૈયારી કરીને ચાલી નીકળ્યો પહેલા રેલવેમાં મુસાફરી કરી પછી

સેંકડો માઈલ બળદગાડામાં કે પગપાળા મુસાફરી કરી સતલજને પાર વાળી જગ્યાએ પહોંચ્યો ને ત્યાં જોયું કે તે વ્યક્તિએ જે કહ્યું હતું તે સત્ય છે. અહીંયા બધાની પાસે ખુબ જમીન છે. દરેકને સરકાર પાસેથી વીસ-વીસ એકર જમીન મળેલી છે. અને જે ઇચ્છે તે ખરીદી શકે છે અને ખુલી એ છે કે કોડી ના દામમાં જેટલી ઇચ્છો તેટલી જમીન લઈ પણ શકાતી હતી.

બધી જરૂરી જાણકારી મેળવી દીના શિયાળા પહેલા પહેલા પોતાના ઘરે આવી ગયો. આવીને દેશ છોડવાની વાત વિચારવા લાગ્યો. નફા સાથે તેણે પોતાની બધી જમીન વેચી નાંખી. ઘર-મકાન, ઢોર-ઢાંખર બધાની રોકડ બનાવી લીધી અને પંચાયતમાંથી રાજીનામું આપી દીધું અને બધા પરિવારવાળા સાથે લઈને સતલજ-પાર માટે રવાના થઈ ગયો.

દીના પરિવારની સાથે તે જગ્યાએ પહોંચ્યો. જતા જ એક મોટા ભાગની પંચાયતમાં જોડાવાની અરજી કરી દીધી. પંચોનું તેણે ખુબ સ્વાગત કર્યું અને મિજબાનીઓ આપી. જમીનનો પટ્ટો તો તેને સહજમાં મળી ગયો. ભળતી-સળતી જમીનમાંથી તેના અને તેના બાળકોના ઉપયોગ માટે પાંચ ભાગ એટલે કે સો એકર જમીન તેને આપવામાં આવી. તે બધી એક સાથે ન હતી. ટુકડા ઘણી જગ્યાએ હતા. એ સિવાય તેના પંચાયતી ચારગાહ પણ તેના માટે ખુલ્લો કરી દેવામાં આવ્યો. દીનાએ જરૂરી મકાન પોતાના માટે ઉભુ કર્યું અને ઢોર ખરીદી લીધા. શામલાત જમીનમાંથી જ હવે તેને એટલું મળી ગયું કે પહેલા કરતા ત્રણ ગણું અને જમીન ઉપજાઉ હતી. તે પહેલા કરતા ઘણો ખુશહાલ થઈ ગયો તેની પાસે એક ચરવા માટે ખુલ્લુ મેદાન-નું-મેદાન પડ્યું હતું. અને જેટલા ઇચ્છે તેટલા ઢોર રાખી શકતો હતો.

પહેલા તો ત્યાં જમાવવા અને મકાન બનાવવાનો તેને રસ રહ્યો તે પોતાનાથી ખુશ હતો અને પોતાના પરગર્વ થઈ રહ્યો હતો. પરંતુ જ્યારે તે આ ખુશાલીનો આદી થઈ ગયો તો તેને મહેસુસ થવા લાગ્યુ કે અહીં પણ જમીન પુરતી નથી. હજી વધારે હોત તો સારું થાત. પહેલા વરસે ઘઉં વાવ્યા અને જમીને સારો પાક આપ્યો તે ફરી ઘઉં જ વાવવા ઇચ્છતો હતો પરંતુ તેના માટે વધારે પડતર જમીન પૂરતી નહતી. જે એકવાર આવી ચુકી હતી, ને એ તરફ એક સાથે બીજી વાર ઘઉં આપતી નહતી. એક કે બે વર્ષ એમાંથી ઘઉં લઈ શકતા હતા. પછી જરૂરી હતુ કે ધરતીને આરામ આપવામાં આવે.

ઘણા બધા લોકો આવી જમીન ઇચ્છતા હતા, પરંતુ બધા માટે આવે ક્યાંથી ? તેનાથી બરબાદી અને ખેંચતાણા થતી હતી. જે સંપન્ન હતા તે ઘઉં ઉગાડવા માટે જમીન ઇચ્છતા હતા. જે ગરીબ હતા. તે જેમ તેમ કરી જમીનમાંથી પૈસા વસુલ કરવા ઇચ્છતા હતા. જેથી ટેક્સ વગેરે ચુકવી શકે. દીના ઘઉં વાવવા ઇચ્છતો હતો. એના માટે તેણે એક વર્ષ માટે ભાડા પર જમીન લીધી. ઘઉં વાવ્યા અને પાક ઘણો ઉતર્યો. પરંતુ જમીન

ગામથી દુર પડતી હતી. અને માલ માઈલો દુરથી ગાડી ભરીને લાવવો પડતો હતો. થોડા દિવસો પછી દીનાએ જોયુ કે કેટલાક મોટા-મોટા લોકો અલગ ફોર્મ નાખીને રહે છે. અને ઘણા પૈસા કમાઈ રહ્યા છે. તેણે વિચાર્યું કે હું એકઠી જમીન કાયમી લઈ લઉં અને ત્યાંથ ઘર વસાવીને રહું તો વાત જ બીજી બની જાય.

આ રીતે એકઠી અને કાયમી જમીન ખરિધ્યાનો સવાલ તેના મનમાં ઉઠવા લાગ્યો.

ત્રણ વર્ષ આ રીતે પસાર થયા. જમીન ભાડે લેતો અને ઘઉં વાવતો મૌસમ-સારી રીતે પસાર થઈ ગઈ. આવક સારી થઈ અને દીના પાસે માલ પણ જમા થવા લાગ્યો. તે ધન આ રીતે સંતોષ સાથે વધારી. શકાય તેમ હતું. પરંતુ દર વર્ષે બીજા પાસેથી જમીન ભાડે લેવી, અને તેના માટેના પ્રયત્ન અને માથાનાં દુઃખાવા જેવા કામથી તે થાકી ગયો. જ્યાં જમીન સારી હોય ત્યાં દોડી જતો એનાથી તેણે ખુબ જ સાવધ અને હોંશિયાર રહેવું પડતું અને ન રહે તો જમીન મળવી અસંભવ હતું.

આ એક હેરાન કરવાવાળી વાત હતી. જેનાથી ત્રીજા વર્ષે એવું થયું કે દીનાએ એક મહાજનના જાસામાં થોડી જમીન ભાડે આપનાર પાસેથી ભાડે લીધી. જમીન ખેડી હું તૈયાર થઈ ચુકી હતી. કે એકબીજા સાથે હુંસાતુસીં થઈ ગઈ અને ખેડૂત લોકો ઝઘડો લઈને અદાલત પહોંચ્યા. અદાલતથી મામલો બગડી ગયો અને કરેલી મહેનત પરપાણી ફરી ગયું.

દીનાએ વિચાર્યું જો ક્યાંય જમીન મારી માલિકીની હોત તો હું આઝાદ હોત અને આ પચડો ન થાત વધારે બખેડો ન વધતો.

એ દિવસથી જ તે જમીન માટે નજર રાખવા માંડ્યો. છેવટે એક ખેડૂત મળ્યો. જેણે એક હજાર એકર જમીન ખરીદી હતી. પરંતુ પાછળ તેની હાલત બરાબર ન રહી. હવે તે મુસીબતમાં પડીને તેને રસ્તી આપવા તૈયાર હતો. દીનાએ તેની સાથે વાતચીત શરું કરી અને સોદો કરવાનું શરું કર્યું. માણસ પરેશાન હતો. આ કારણે જ દીના તેની સાથે ભાવ-તાલમાં રસાકસી પણ કરી રહ્યો હતો. છેવટે તેણે કિંમત એક હજાર રુંપિયા નક્કી કરી. થોડા રોકડા આપી દીધા બીજા પછી સોદો પાક્કો થઈ જ ગયો હતો કે એક સોદાગર પોતાના ઘોડાના દાણાપાણી માટે તેના ઘર આગળ ઊભો રહ્યો. તેણે દીના સાથે વાતચીત શરું કરી સોદાગરે કહ્યું - હું નર્મદા નદી પેલે પારથી આવી રહ્યો છું તે પંદરસો એકર ઉમદા જમીન કુલ પાંચસો રુંપિયામાં મેં પોતે ખરીદી હતી. સાંધળીને દીના પ્રસન્નચિત્ત થઈ ઉઠ્યો અને સવાર પુછ્યા. સોદાગરે કહ્યું - “વાત એ છે કે ઓફિસર ચૌધરી સાથે મેળ-મુલાકાત કરવાની આવડત જોઈએ. સો થી વધારે રુંપિયા તો મેં રેશમી કપડા અને ગાલીચ ને આપવામાં ખર્ચ કર્યો હશે. પછી દારું ફળ સુંકામેવાનાં ટોપલા, ચા-સેટ વગેરેના ઉપહાર અલગ પરિણામ એ છે કે કેટલાય એકર જમીન મને આનાના ભાવે પડી.” કહીને સોદાગરે પોતાના બધા દસ્તાવેજ દીનાના મોં સામે ધરી દીધા.

પછી કહ્યું : "જમીન અને નદીનાં કિનારે છે. અને બધા જ એકર એકઠા જ છે. ઉપજાવ એટલી કે પુછવું જ શું.

દીનાએ આના પર ઉત્સુત્કતા પૂર્વક સોદાગરને સવાલ પર સવાલ કર્યા તેણે બતાવ્યું "ત્યાં એટલી જમીન છે કે એટલી જમીન, તું મહિનાઓ સુધી. પગપાળા ચાલો તો પણ પૂરી ન થાય. ત્યાંનાં લોકો એટલે સીધા સાધા છે જેમ કે ઘેટા અને જમીન તો મફતના ભાવે લઈ શકો છો.

દીનાએ વિચાર્યું, એ ઠીક રહેશે, ભલા હું હવે એક હજાર એકર ભૂમી ઈને કેમ ફતાઉ !

જો ત્યાં જઈને એટલા રુંપિયા જમીનમાં લગાવું તો અહીંયાથી કેટલાય ગણી વધારે જમીન મને મળી જશે.

દીનાએ સોદાગર ને પુછપરછ કરી કે એ જગ્યાએ કેવી રીતે જમાવી શકાય. સોદાગરે તેને બધું વિસ્તાર પૂર્વક બતાવી દીધું તે ચાલ્યો ગયો તો દીનાએ પણ પોતાની તૈયારી શરું કરી દીધી. પત્નીને કહ્યું કે ઘરની દેખભાળ કરજે અને પોતે એક માણસને લઈને સોદાગરના બતાવેલા સ્થાન તરફ રવાના થયો. રસ્તામાં એક શહેરમાં રોકાઈને, ત્યાંથી ચા ના ડબ્બા અને દારું. આ પ્રકારની ઉપહારની ચીજો જે સોદાગરે બતાવી હતી, લઈ લીધી.

પછી બંને વધતા ગયા, વધતા ગયા, ચાલતા ચાલતા છેવટે સાતમા દિવસે ત્યાં પહોંચ્યા. જ્યાંથી કોલ લોકોની વસ્તી શરું થતી હતી. દરિયાની પાસે જમીન જ જમીન હતી. બધી ખાલી તે લોકો તેનો ઉપયોગ કરતા ન હતા. કપડા કે સિરકીનાં તંબુમાં રહેતા હતા, શિકાર કરતા ઢોર પાળતા અને એમ જ મૌજ કરતા હતા. ન રોટલી બનાવવાનું જાણતા હતા. ન અનાજ ઉગાડવાનું સીખતા હતા. દુધમાંથી છાશ, મઠ્ઠો પનીર બનાવતા હતા. અને તેની એક રીતે દારું પણ તૈયાર કરી લેતા હતા. આ બધા કામ સ્ત્રીઓ કર્યા કરતી હતી. પુરુંષો માત્ર ખાવા-પીવા અને ફુરસદના સમયમાં વાંસળી વગાડવા લાગેલા રહેતા હતા. તે લોકો શારીરિક રીતે મજબુત અને સ્વસ્થ હતા. અને કામધામના નામ પર કંઈપણ કર્યા વગર મસ્ત રહેતા હતા. પોતાના સિવાય તેમને કોઈ પણ વાતનો અનુભવ ન હતો. વાંચવા-લખવાનું તો તે જાણતા ન હતા અને હિન્દીનું પણ જ્ઞાન ન હતું.

તેમનો સ્વભાવ બિલકુલ સીધો સાદો હતો જોતા પરથી જ 'તે ભોળા-ભલાં લાગતા. દીનાને જોતા જ તે પોતાના તંબુમાંથી નીકળી આવ્યા અને તેની ચારેબાજુ ભીડ કરીને ઉભા રહી ગયા. તેમાંથી એક દુભાગિયા મારફતે દીનાએ બતાવ્યું કે હું જમીન ખરીદવા આવ્યો છું તે બધા ઘણાં ખુશ થયા હોય એવે લાગતું હતું. ઘણા આદર ભાવ સાથે તે તેને સારામાં સારા તંબુમાં લઈ ગયા. અહિંયા જ શેતરંજી પર પાથરેલા. ગાદલામાં બેસાડ્યો અને પોતે નીચે તેને ઘેરીને બેસી ગયા.

ત્યાર પછી દીનાને ચા અને દારુંથી મહેમાનગતી નિભાવી. તેની તેની મહેમાન ગતિમાં વધી-વધીને મિજબાની થઈ. દીના એ પણ ગાડીમાંથી પોતાની પાસેની ભેટની ચીજો કાઢી અને બધાને થોડી થોડી ચા વહેંચી કોલ લોકો ઘણા ખુશ હતા. તેમણે એકબીજા સાથે આ અજાણ્યાની બાબતે બધી ચર્ચા કરી. પછી દુભાષિયાને કહ્યું કે મહેમાનને બધુ સમજાવી દો.

દુભાઢિયાએ કહ્યું કે લોકો કહેવા ઇચ્છે છે કે અમે બધા તમારા આગમન પર પ્રસન્ન છીએ. અમારે ત્યાં નો કાયદો છે કે મહેમાન માટે જે આપણાથી બને તે કરીએ. તમારી કૃપાના અમે આભારી છીએ બતાવો કે અમારી પાસે કઈ એવી ચીજ છે. તે તમને સૌથી વધારે પસંદ છે. જેથી અમે તેનાથી તમારું સ્વાગત કરીએ.

દીનાએ જવાબ આપ્યો કે જે ચીજ જોઈને હું ઘણો ખુશ છું. તે તમારી જમીન છે. અમારે ત્યાં જમીનનો અભાવ છે. અને તે એટલી ઉપજાઉ પણ નથી હોતી, પરંતુ અહીંયા તેનો કોઈ પાર નથી અને ઉપજાઉ પણ ઘણી છે. મેં તો મારી આંખોથી અહીંયા જેવી ભૂમી બીજી જોઈ નથી.

દુભાષિયાએ દીનાની વાત પોતાના લોકોને સમજાવી દીધી. થોડી વાર તે એકબીજા સાથે ચર્ચા-વિચારણા કરતા રહ્યા. દીના તેની વાતને ન સમજી શક્યો કે તે શું કહી રહ્યા છે. પરંતુ તેમના ચહેરા પર છલકાતા ખુશીના ભાવ ને વાંચી લીધા હતા. લાગી રહ્યું હતુ કે તે ઘણા ખુશ છે. ઘણુ હસી રહ્યા છે અને મોટે મોટેથી બોલી રહ્યા છે. છેવટે તે ચુપ થઈ ગયા અને દીનાની તરફ જોવા લાગ્યા.

ફરી એકબીજા સાથે વાતો કરવા લાગ્યા. ખબર પડી કે તેમને થોડી દુવિધા છે. દીનાએ પુછ્યુ કે આ લોકો હવે કઈ બાબતે અટક્યા છે. દુભાષિયા એ બતાવ્યું કે એમાનાં કેટલાકનો મત છે કે સરદાર સાથે જમીન આપવા અંગે પુછી લેવું જોઈએ. તેમની ગેરહાજરીમાં કોઈ પણ નિર્ણય લેવો ઉચિત નથી. બીજાનો ખ્યાલ છે કે આ વાતમાં સરદારના પાછા ફરી જવાની રાહ જોવાની જરૂર નથી. જરા એવી તો બાબત છે.

આ વિવાદ ચાલી રહ્યો હતો કે ત્યાં એક માણસ મોટી એવી ભારેખમ ટોપી પહેરી ત્યાં હાજર થયો. બધા શાંત ભાવ સાથે તેના સન્માનમાં ઉભા થઈ ગયા. દુભાષિયા એ કહ્યું કે આ અમારા સરદાર છે.

દીનાએ તરત જ પોતાના સામાનમાંથી એક રમનદાર લબાદા કાઢ્યો અને ચાનો એક મોટો ડબ્બો અને બીજી પણ ચીજો સરદારને ભેટ આપી. સરદારે ભેટ સ્વીકારી અને પોતાના આસન પર બેસી ગયો. બેસતા જ કોલ લોકોએ તેને કંઈક કહેવાનું શરું કર્યું. સરદાર થોડીવાર સાંધળતો રહ્યો. પછી તેમને શાંત રહેવાનો ઈશારો કર્યો. પછી દીનાની તરફ મોં કરીને હિન્દુસ્તાની ભાષામાં કહ્યું.

“આ ભાઈઓએ જે કહ્યું, ઠીક છે જે જમીન તને પસંદ આવે લઈ લે. અમારા ત્યાં જમીનનો અભાવ નથી.

દીનાએ વિચાર્યું કે હું ઇચ્છું એટલે જમીન કેવી રીતે લઈ શકું. પાક્કું કરવા માટે દસ્તાવેજ વગરે તો પણ જોઈએ. નહીંતો જેમ આજે તેમણે કહ્યું કે આ તારી છે. પાછળી એમ લઈ પણ શકે છે.

જવાબમાં તેણે કહ્યું - "તમારી દયા માટે હું આભારી છું. તમારી પાસે ઘણી જમીન છે. અને મારે થોડી જ જોઈએ. પરંતુ મને ભરોસો હોવો જોઈએ કે મારો પોતાનો નાનકડો ટુકડો કયો છે. અને એ કે એ મારો જ છે. શું એવું ન બની શકે કે જમીનને માપી લેવામાં આવે અને એટલો જ ટુકડો મને સોંપવામાં આવે ? મરવુ-જીવવું ઈશ્વરના હાથમાં છે. અને સંસારમાં આ જ ચક્ર ગતિમાન છે. તમે દયાવાન લોકો મને આ આપો છો. પરંતુ બની શકે છે કે પાછળથી તમારા બાળકો અને પાછી લઈ લેવા ઇચ્છે ત્યારે ? "

સરદારે કહ્યું - "તારી વાત ઠીક છે જમીન તારા હવાલે કરી દેવામાં આવશે."

દીનાએ કહ્યું - "સાંભળ્યું છે અહીંયા એક સોદાગર આવ્યો હતો. તેને પણ તમે જમીન આપી હતી. અને એ બાબતે કાગળ પાક્કો કરી દીધો હતો. એવું જ હું ઇચ્છું છું કાગળ પાક્કા થઈ જાય. સરદાર સમજી ગયો.

બોલ્યો - "હાં, જરૂર આ તો સરળતાથી થઈ શકે છે. અમારે ત્યાં એક મુન્શી છે. તાલુકાએ જઈને લખાણ પાક્કુ કરી લેવામાં આવશે અને રજિસ્ટર થઈ જશે."

દીનાએ પુછ્યું - "કિંમતનો દર શું થશે"

"અમારો દરતો એક જ છે. એક દિવસના એક હજાર રુંપિયા દીના સમજ્યો નહીં બોલ્યો, દિવસનો દિવસનો હિસાબ કેવી રીતે થાય છે. એ બતાવો કેટલા એકર.

સરદારે કહ્યું - "આ બધું ગણવું-ગણવું અમારાથી નથી થતુ થતું અમે તો દિવસના હિસાબે વેચીએ છીએ. જેટલી જમીન એક દિવસમાં તું પગપાળા ચાલીને માપી લે, એ તારી અને કિંમત એટલી જ દિવસનાં એક હજાર."

દીના આશ્ચર્યમાં પડી ગયો કહ્યું - એક દિવસમાં તો હું ઘણીબધી જમીનને ઘેરીને જઈ શકું છું.

સરદાર હસ્યો બોલ્યો - હાં કેમ નહીં બસ. તે તારી. પરંતુ એક શર્ત જો તું એ દિવસે જ એ જગ્યાએ ન આવી ગયો. જ્યાંથી નીકળ્યો હતો. તો કિંમત જપ્ત સમજવા માં આવશે."

"પરંતુ મને ખબર કેવી રીતે પડે કે હું ક્યાં સ્થાનેથી ચાલ્યો હતો."

"કેમ અમે બધા સાથે ચાલીશું અને જ્યાં રોકાવાનું કહીશ ત્યાં રોકાશું. એ જગ્યાએથી શરું કરવી અને ત્યાં જ પાછું ફરવું સાથે પાવડો લઈ લેજે. જ્યાં જરૂરી નીશાન લગાવી દેજે. દરેક વળાંક પર એક ખાડો કર્યો અને તેના પર ઘાસને જરા ઉંચું ચિહ્ન કર્યું. પાછળ અમે લોકો ચાલીશું અને હળથી એ નીશાનથી બીજા નિશાન સુધી હદબંધી ખેંચી દઈશું હવે દિવસ આખામાં ઇચ્છે તેટલું મોટું ચક્કર તું લગાવી શકે છે. પરંતુ સૂર્યાસ્ત પહેલા જ્યાંથી નીકળ્યા હતા. ત્યાં આવી પહોંચજે. જેટલી જમીન તું માપી લઈશ તે તારી થઈ જશે."

દીના ખુબ પ્રસન્ન થયો. નક્કી થયું કે બીજા દિવસે સવારે જ ચાલવાનું શરું કરી દેવામાં આવશે. પછી કંઈક આમ-તેમની વાતચીત પછી ખાવા-પીવાનું થયું. એવું કરતા કરતાં રાત થઈ ગઈ. દીના માટે તેમણે ખુબ જ આરામદાયક પીંછાની પથારી કરી દીધી અને તે લોકો રાતભર માટે વિદાઈ થઈ ગયા. કહીને ગયા કે સવાર થતા જ પહેલા જ તે આવી ગયા, જેથી સુર્યોદય પહેલા તે આવી જાય જેથી સૂર્યોદય પહેલા જ મુકામ પર પહોંચી શકે.

દીના પોતાના પીંછાની પથારીમાં સુઈ તો રહ્યો. પરંતુ તેને નિંદર ન આવી રહી-રહીને તે જમીન વીશે વિચારવા લાગ્યો હતો.

"ચાલીને હું કેટલી જમીન માપી લઈશ. કંઈ ઠેકાણું છે. એક દિવસમાં હું પીસ્તાલીસ માઈલ તો સરળતાથી કરી જ લઈશ. દિવસ આજકાલ લાંબા હોય છે અને પાંત્રીસ માઈ-કેટલી જમીન એમાં આવી જશે. એમાં હલકા પ્રકારની તો વેચી દઈશ. કે ભાડા પર આપી દઈશ. પરંતુ જે પસંદગીની ઉમદા હશે ત્યાં મારું કાર્ય કરીશ. બે ડઝન બળદ તો હમણાં પૂરતા રહેશે, બે માણસો પણ લગાવવા પડશે. કોઈ દોઢસો એકરમાં તો ખેતી કરીશ. બાકી ચરામણ માટે.

દીના રાત પડ્યા રહી. જમીન-આસમાનની ગણતરી કરતો રહ્યો. મોડી રાતે થોડી નિંદર આવી. આંખ લાગી હશે કે એક સ્વપ્ન દેખાયું. તે એ જ ડેરામાં છે કે કોઈની બહારથી ખિલખિલાટ હસવાનો અવાજ આવ્યો. આશ્ચર્ય થયું કે તે કોણ હોઈ શકે છે. ઉઠીને બહાર આવીને જોયુ તે કોલ લોકોનો એ સરદાર જ બહાર બેસીને ઠહાકામારી હસી રહ્યો છે. હસતા હસતા તે પોતાનું પેટ પકડી લે છે. પાસે જઈને દીના એ પૂછ્યું - "તમે આવી રીતે કેમ હસી રહ્યા છો ?" પરંતુ હજી પુછી શક્યો ન હતો કે જુએ છે તો ત્યાં સરદાર છે જ નહીં પરંતુ તે સોદાગર બેઠા છે જે હમણાં થોડા દિવસ પહેલા જ તેને પોતાના દેશમાં મળ્યો હતો અને તેણે આ જમીનની વાત બતાવી હતી.

ત્યારે દીના તેને પુછવા ગયો કે તું અહીં ક્યારે અને કેવી રીતે આવ્યો ? પરંતુ જોયું તો તે સોદાગર નહીં, પરંતુ તે જૂનો ખેડૂત છે. જેણે ઘણા સમય પહેલા સતલ જ પાર ની જમીનના ખબર આપ્યા હતા. પરંતુ ફરી તે જુએ છે તો તે ખેડૂત પણ નથી. પરંતુ શેતાન પોતે છે. જેના ન્હોર છે. અને શીંગડા છે. ત્યાં બેઠો બેઠો ઠુઠા મારીને હસી રહ્યો છે. સામે તેની એક માણસ પડ્યો છે. ઉઘાડા પગે શરીર પર એક માત્ર ધોતી કુરતો જમીન પર તે માણસ ઉંધા મોં એ બેહાલ પડ્યો છે. દીનાએ સ્વપ્નમાં જ ધ્યાનથી જોયું કે તે પડેલો માણસ કોણ છે. અને કેવો છે ? જુએ છે કે તે માણસ બીજો કોઈ નહીં. દીના પોતે જ છે. અને તેનો જીવ નીકળી ચુક્યો છે. એ ડરનો માર્યો ગભરાઈ ગયો. એટલામાં આંખ ખુલી ગઈ.

ઉઠીને વિચાર્યું સ્વપ્નમાં માણસને જાણે કેવી કેવી નકામી વાતો જોવા મળે છે. આહ ! એ વિચારીને મોં ફેરવીને બહાર નજર કરીને જોયું તો સવાર થવાનું હતું. વિચાર્યું સમય થઈ ગયો. હવે તેને જગાડી દેવો જોઈએ. ચાલવામાં મોહ થાય ઠીક નહીં.

તે ઉભો થઈ ગયો અને ગાડીમાં સુતેલા પોતાના માણસને જગાડ્યો. કહ્યું કે ગાડી

તૈયાર કરો. પોતે કોલ લોકોને બોલાવવા ચાલી નીકળ્યો.

જઈને કહ્યું - સવાર થઈ ગયું છે. જમીન માપવા માટે નીકળવું જોઈએ." કોલ લોકો બધા એકઠા થઈ ગયા. સરદાર પણ આવી ગયા નીકળતા પહેલા તેમણે ચાની તૈયારી કરી દીવાને આ માટે પુછ્યું પરંતુ ચામાં મોડું થઈ જશે. એવું વિચારવા તેણે કહ્યું - "જો હવે જવું હોય તો આપણે નીકળવું જોઈએ. ઘણું મોડું થઈ ગયું."

કોલ તૈયાર થયા અને બધા નીકળી પડ્યા. થોડા ઘોડા ઉપર થોડા ગાડીમાં દીના નોકરની સાથે પોતાની નાની બદલીમાં સવાર થયો પાવડો તેણે પોતાની સાથે રાખી લીધો હતો. ખુલ્લા મેદાનમાં જ્યારે પહોંચ્યા. સવાર થઈ રહ્યું હતું. પાસે એક ઉંચી ટેકરી હતી. પાર ખુલ્લું છવાયેલું મેદાન ટેકરી પર પહોંચીને ગાડી-ઘોડાથી બધા ઉતરી ગયા અને એક જગ્યાએ ભેગા થઈ ગયા. સરદારે પછી આગળ જાણે કેટલાય દુર સુધી ફેલાયેલા મેદાનની તરફ હાથ ઉઠાવી. દીનાને કહ્યું કે જુએ છે ? જ્યાં સુધી તારી નજર જાય છે. ત્યાં સુધી અમારા લોકોની જમીન છે. એમાંથી તને ગમે તેટલી લઈ લે.

દીનાની આંખોમાં અમુક ઉભરાઈ. ભૂમી એકદમ અછૂતી પડી હતી. બસ હથેળીની જેમ નરમ અને મુલાયમ. કાળી એવી કે બિનીંલા અને જ્યાં ક્યાંય થોડું નિચાણ હતું. ત્યાં છાતી છાતી જેટલી હરિયાળી છવાયેલી હતી.

સરદારે પોતાના માથેથી રુંવાંદાર ટોપી ઉતારી અને જમીન પર મુકી દીધી કહ્યું આ નિશાન રહ્યું. અહીંથી જ ચાલવાનું શરું કરો. અને અહીં જ પાછા આવી જવાનું. જેટલી જમીન ચાલીને પાર કરીશ તે તારી.

દીનાએ પણ રુંપિયા કાઢ્યા અને ટોપી પર ગણીને મુકી દીધા. પછી તેણે પહેરેલો પોતાનો કોટ ઉતારી નાખ્યો અને ધોતી નીં ની ગાંઠને પૂર્ણ રીતે કસી લીધી. અંગોછામાં રોટલી મુકી, બાંયો ચઢાવી. પાણીની વ્યવસ્થા કરી. માણસ પાસેથી પાવડો લીધી. અને ચાલવા માટે તૈયાર ઉભો થયો. થોડીવાર માટે વિચારતો રહ્યો કે કંઈ તરફ ચાલવું યોગ્ય રહેશે. જોવાથી તો બધી તરફ લાલચ થતી હતી.

તેણે નક્કી કર્યું કે આગળ જોયું જશે. પહેલા તો સામે સૂર્ય દિશામાં જ ચાલ્યા કરું. એક વાર પૂર્વની જેમ મોં કરીને ઉભો થઈ ગયો. આળસ ખાઈને શરીરની સુસ્તી દુર કરી અને જમીનના કિનારે સુર્યનું મુખ ચમકવાની રાહ જોવા લાગ્યો.

વિચારવા લાગ્યો કે મારે સમય નષ્ટ ન કરવો જોઈએ. અને ઠંડી ઠંડીમાં જ રસ્તો સારો પાર થઈ શકે છે. સૂર્યની પહેલી કિરણનું તેના તરફ આવવુ કે દીનાએ ખભા પર પાવડો મુકી. ખુલ્લા મેદાન તરફ પગલા ભરતો ચાલવા લાગ્યો.

શરુંઆતમાં તે ન ધીમે ચાલ્યો ન ઝડપથી હજારેક ગજ ચાલ્યા પછી તે રોકાયો. ત્યાં એક ખાડો કર્યો અને ઘાસની ઉંચી નીશાની કરી જેથી સરળતાથી દેખાઈ શકે. પછી આગળ વધવાનું શરું કર્યું. તેના શરીમાં સ્ફૂર્તિ આવી ગઈ. તેણે ચાલવાનું ઝડપી કર્યું. થોડીવાર પછી બીજો ખાડો ખોદ્યો.

હવે પાછળની તરફ વળીને જોયું. સુરજનો તડકામાં ટેકરી ચોખ્ખી દેખાતી હતી. તેના

પર લોકો ઉભા હતા અને ગાડીના પૈડાનાં આરા સ્પષ્ટ દેખાતા હતા. કોઈ અંદાજે ત્રણ માઈલ તો આવી ગયો હતો. તડકો ઝડપથી વધતો જતો હતો. શરીર પરથી જેકેટ ઉતારી તેણે ખભા પર નાખી દીધું અને ફરી ચાલવા લાગ્યો. હવે વધારે ગરમી થવા લાગી. તેણે સળગતા સૂર્યની તરફ જોયું. સમય થઈ ગયો હતો કે કંઈક ખાવા પીવા વિશે પણ વિચારવું પડે.

એક પહર વિતીગયો પરંતુ દિવસમાં ચાર પ્રહર હોય છે. અહં. હજી શું પાછું ફરવું ! હજી શું ઉતાવળ છે. પરંતુ જુતા ઉતારી નાંખું. એવું વિચારી તેણે જુતા ઉતારીને ધોતીમાં ખોસી દીધા અને આગળ વધવા લાગ્યો. હવે ચાલવું સરળ હતું.

વિચાર્યું, "હજી ત્રણ માઈલ વધારે ચાલીશ ત્યારે બીજી દીશા લઈશ. કેવી ઉમદા જગ્યા છે. તેને હાથમાંથી જવા દેવી મુર્ખામી છે. પરંતુ શું અજબ વાત છે. જેટલા આગળ વધો એટલી જમીન એકથી એક ચઢીયાતી મળે છે.

થોડીવાર તે સીધો ચાલ્યો પાછળ ફરીને જોયું તો ટેકરી મુશ્કેલીથી દેખાતી હતી. પછી પાછળ વળીને જોયુ તો ટેકરી મુશ્કેલીથી દેખાતી હતી. અને તેના પરના માણસો કીડી જેવા લાગતા હતા અને અને ત્યાં તડકામાં ખબર નહીં શું કંઈ ચાલતું દેખાતું હતું.

દીના એ વિચાર્યું, "ઓહ, હું આ તરફ ઘણો આગળ વધી ગયો છું. હવે પાછું ફરવું જોઈએ." પરસેવો ખુબ વળતો હતો અને તરસ પણ લાગી હતી.

અહીં રોકાઈને તેણે ખાડો કર્યો. તેના ઉપર ઘાસનો ઢગલો નિશાની તરીકે મુકી દીધો. ત્યાર પછી પાણી પીને સીધો ડાબી તરફ વળી ગયો ચાલવા જ લાગ્યો, ચાલવા જ લાગ્યો. ઘાસ ઉંચુ હતું અને ગરમી વધી રહી હતી. તેને હવે થાક અનુભવવા લાગ્યો. તેણે સુરજની તરફ જોયું. માથા પર બપોર થઈ ગઈ હતી.

વિચાર્યું : થોડઢો આરામ લેવો જોઈએ. ત્યાં બેસી ગયો. રોટલી અંગોછા માંથી કાઢી ખાધી અને થોડું પાણી પીધું. સુતો નહીં ક્યાંય નીંદર આવી ન જાય. આ રીતે થોડીવાર આરામ કરી પછી આગળની તરફ વધવા લાગ્યો.

પહેલા તો ચાલવું સરળ થયું. ખાવાથી તેનામાં દમદાર ચુસ્તી સ્ફુર્તિ આવી ગઈ હતી. પરંતુ ગરમી તીખી થવા લાગી. અને તેની આંખોમાં ઉંઘ જેવું લાગવા માંડ્યું. પરંતુ તેને કોઈ પરવાહ ન કરી અને તે ચાલતો જ ગયો ચાલતો જ ગયો. વિચાર્યું તકલીફ તો ઘડી બે ઘડીની છે. આરામ જીંદગીભરનો થઈ જશે.

આ રીતે પણ તેણે લાંબી સફર નક્કી કરી રસ્તો માપ્યો તે ડાબી તરફ વળવાનો જ હતો કે આગળની જમીન ઉપજાઉં દેખાણી તેણે વિચાર્યું. આ ટુકડાને છોડવો તો મુર્ખતા જ ગણાશે. અહીંયા સની ની વાડી એવી ઉગશે કે શું કહેવાનું ! એવું વિચારી તેણે એ ટુકડાને પણ માપી નાખ્યો. અને પાર કરીને ખાડાનું નિશાન બનાવી દીધું પછી બીજી તરફ વળ્યો. જે ટેકરી તરફ જોયું તો તાપનાં લીધે હવા ધ્રુજતી હોય એવું લાગ્યું. આ ધ્રુજારીનાં ધુંધળાપણમાં તે ટેકરીની જગ્યા મુશ્કેલીથી દેખાતી હતી.

દીનાએ વિચાર્યું ક્ષેત્રની આ બે બાજુઓ મેં વધારે માપી નાખી છે. હવે આ તરફ

થોડી ઓછી જ રહેવા દઉં. તે ઝડપથી ત્રીજા તરફ વધ્યો. તેણે સુરજ જોયો. સુરજ લગભગ એ તૃતિયાંસ પોતાનું ચક્કર કાપી ચુક્યો હતો. દીના પોતાના પાછી ફરવાની ત્રીજી દિશામાં બે માઈલ મુશ્કેલીથી પસાર કરી શક્યો હતો. મુકામથી હજી દસમાઈલ દુર હતો. તેણે વિચાર્યું. છોડો જવા દો મારી એ જમીનની એક બાજુ નાની રહી જાય તો નાની ચાલશે. પરંતુ હવે સીધી રેખામાં મારે પાછું ચાલવું જ પડશે. જો આવી રીતે ક્યાંય દુર ચાલ્યો ગયો તો બાજી ગઈ. અરે, આટલી જમીન શું થોડી છે ?

એવું વિચારી દીનાએ ત્યાં ત્રીજો ખાડો કરી નીશાન નાખી દીધુ અને ટેકરી તરફ મોં કરી એ જ સીધમાં ચાલી નીકળ્યો.

નાકની સીધ બાંધીને તે ટેકરી તરફ ચાલવા લાગ્યો. પરંતુ હવે ચાલવામાં મુશ્કેલી થતી હતી. તડકો તેનું બધું નીચોડી ચુક્યું હતું. ઉઘાડા પગમાં જગ્યાએ જગ્યાએ છાલા અને ચીરા પડી ગયા હતા અને ટાંગો પણ જવાબ આપી રહી હતી જરા આરામ કરવા માટે તેને તિવ્ર ઇચ્છા થઈ. પરંતુ તે કેવી રીતે બની શકે છે ? સુરજ છુપાય તે પહેલા તેને પાછા પહોંચવાનું હતું. અને સુરજ કોઈની રાહ જોઈને બેસતો નથી. તે પળ-પળ નીચે ઢળી રહ્યો હતો.

તેણે મનમાં વિચાર્યું કે આ મારાથી ભુલ થઈ ગઈ. જો આટલા પગ પહોળા કેમ કર્યો ? જો હું સમયસર ત્યાં ન પહોંચી શક્યો તો ?

તેણે ફરી ટેકરી તરફ જોયું. ફરી સૂરજની તરફ મુકામથી તે ઘણો દુર હતો અને સુરજ ધરતીની તરફ મુકામથી હજી તે દુર હતો અને સુરજ ધરતી પાસે ઝુકી રહ્યો હતો.

દીના જીવ તોડીને દોડવા લાગ્યો. ચાલવામાં શ્વાસ ફુલતી અને મુશ્કેલી થતી હતી. પરંતુ ઝડપી ઝડપી ડગલાથી તે આગળ વધતો જતો હતો. વધતો ચાલ્યો. પરંતુ જગ્યા હજી ઘણી દુર બનેલી હતી. એ જોઈને તેણે દોડ લગાવવી શરું કરી દીધ. ખંભા પરથી જેકેટ ફેંકી દીધું. જુતાં દુર હટાવ્યા. ટોપી અલગ કરી. બસ સાથમેં ટેકાના રુંપમાં તે હલકો પાવડો રહેવા દીધો.

રહી રહીને વિચારી રહ્યો હતો કે હું શું કરું ? મેં ક્ષમતા કરતાં વધારે ચીજ પડાવવાની ઇચ્છા રાખી. એમાં બનેલું ઠામ બગડી રહ્યું છે. હવે સુરજના છુપતા પહેલા હું ત્યાં કેવી રીતે પહોંચીશ ?

આ વિચાર અને ડરથી તે વધારે હાંફવા લાગ્યો. તે પરસેવામાં તરબતર થઈ ગયો હતો, ધોતીયુ ભીનું થઈને ચોંટી રહ્યું હતું અને મોં સુકાઈ ગયું હતું. છતાં પણ તે ભાગતો જ જતો હતો. તેનો શ્વાસ લુહારની ધમણની જેમ ચાલવા લાગ્યો. હૃદયની અંદર હથોડા પડતા હોય એમ ધડકવા લાગ્યું. આંતર પગ પણે લાચાર થઈ જઈ રહ્યા હતા. દીનાને ભય લાગ્યો કે આ થાકના કારણે ક્યાંય પડીને ઢગલો ન થઈ જાય.

હાલ આ હતા. પરંતુ તે નરોકાઈ શક્યો. આટલું ભાગીને પણ જો હવે હું રોકાઈશ તો તે બધા લોકો મારા પર હસસે અને મૂર્ખ બનાવશે. એટલે તેણે દોડવાનું ન છોડ્યું.

દોડતો જ ગયો હતો. આગળ કોઈ લોકોનો અવાજ સંભળાતો હોય તેવું અનુભવ્યું. તે તેને જોર જોરથી કહીને બોલાવતા હતા. આ અવાજોથી તેનું મન સળગી ઊઠ્યુ. પોતાની છેલ્લી તાકાત સમેટીને તે દોડ્યો.

સુરજ ધરતી તરફ જઈ રહ્યો હતો. ત્રાંસી રોશનીના કારણે તે ઘણો મોટો અને લોહી જેવો લાલ દેખાઈ રહ્યો હતો. તે હવે ડુબ્યો હવે ડુબ્યો સૂરજ ઘણો નીચે પહોંચી ગયો હતો. પરંતુ દિના પર જગ્યાની ઘણી નજીક આવી ગયો હતો. ટેકરી પર હાથ હલાવી-હલાવીને કોલ લોકો પ્રોત્સાહન આપતા સામે દેખાતા હતા. હવે તો જમીન પર રાખેલી સરકારની તે ટોપી પણ દેખાવા લાગી. જેના પર તેની રકમ પણ રાખેલી હતી. ત્યાં બેઠેલો સરદાર પણ દેખાયો. તે પેટ પકડીને હસી રહ્યો હતો.

દીનાને હવે પોતાનું સ્વપ્ન યાદ આવ્યું.

તેણે વિચાર્યું જમીન તો ઘણી માપી નાખે છે. પરુતં શું ઈશ્વર મને તે ભોગવવા માટે બચવા દેશે. મારો જીવતો નીકળતો હોય તેવો દેખાય છે. હું મુકામ સુધી પહોંચી શકીશ નહીં.

દીનાએ આશાભરી નજરથી સુરજ તરફ જોયું. સુરજ ધરતીને અડી ચુક્યો હતો. થોડો હિસ્સો ડુબી ચુક્યો પણ હતો. તે પોતાની વધેલી ઘટેલી. શક્તિથી આગળ વધ્યો. કમર ઝુકાવી ભાગ્યો જેમ કે પગ સાથ આપતા ન હોય ટેકરી પર પહોંચતા પહોંચતા અંધારું થઈ ગયું હતું.

તેણે ઉપર જોયું - સુરજ છુપાઈ ચુક્યો હતો. તેના મોંમાંથી એક ચીસ નીકળી ગઈ "ઓહ મારી બધી મહેનત વ્યર્થ ગઈ." એવું વિચારીને તે અટકવાનો થયો. પરંતુ તેને સંભળાયું કે કૌલ લોકો હજી તેને બોલાવી રહ્યા છે. તેને એકાએક યાદ આવ્યું કે તે લોકો ઉંચાઈ પર ઉભા છે. અને તેમને હજી સુરજ દેખાતો હશે. સુરજ છુપાર્યા નથી. જો કે તેમને નથી દેખાતો. પરંતુ તેમને સુરજ હજી દેખાતો હશે. એવું વિચારી તેણે લાંબો શ્વાસ ખેંચ્યો અને ટેકરી પર આંખો બંધ કરીને દોડ્યો. ટોચ પર હજી તડકો હતો. નજીક પહોંચ્યો તો સામે ટોપી દેખાણી બરાબર સરદાર બેસીને પેટ પકડીને હસી રહ્યો હતો. દીનાને ફરી પોતાનું સ્વપ્ન યાદ આવ્યું અને તેનાં મોંમાંથી ચીસ નીકળી પડી. પગે જવાબ આપી દીધો તે મોંના બળ પર આગળ પ્યો અને તેનો હાથ ટોપી સુધી જઈ પહોંચ્યો.

"સરસ ! સરસ" સરદારે કહ્યું, "જુઓ, તેણે કેટલી જમીન લઈ લીધી."

દીનાનો નોકર દોડીને આવ્યો અને તેણે માલિકને ઉઠાવવાનો પ્રયત્ન કર્યો પરંતુ જુએ છે કે માલિકના મોંમાંથી લોહી નીકળી રહ્યું છે.

દીના મરી ચુક્યો હતો. કોલ લોકો દયાથી અને વ્યંગથી હસવા લાગ્યા.

નોકરે પાવડો લીધો અને પોતાના માલિક દીના માટે છ ફુટ જમીન ખોદીને કબર બનાવી અને એમાં દીને સુવડાવી દીધો.

# કોહકાફનો બંદી

એક હતો સાહેબ જેનું નામ હતું ઝીલિન. તે ફોજમાં ઓફિસર હતો અને કાકેશિયામાં ફરજ પર હતો.

એક દિવસ તેને ઘરેથી પત્ર મળ્યો. બુઢી માં એ લખ્યું હતું, “બેટા હવે તો હું ખુબ જ ઘરડી થઈ ગઈ છું. મરતા પહેલા બસ એકવાર મારા આંખનાં તારાને જોવા ઈચ્છું છું. આવી જા બેટા, તારી માં પાસેથી વિદાલ લઈ લે. મને દફનાવી ફરીથી ફોજમાં નોકરી કરવા ચાલ્યો જજે. મેં વહુ જોઈ રાખી છે. સમજદાર છે, સુંદર છે, અને આપણી જાગીર પણ છે તેની. તને પસંદ આવી જાયતો, તો લગ્ન પણ થઈ જાય. પછી તારે ફોજમાં પાછા જવાની જરૂર પણ ન પડે.

ઝીલિન વિચારમાં પડી ગયો. માં ખરેખર ખુબ જ વૃદ્ધ થઈ ગઈ હતી, જીંદગીનો કોઈ ભરોસો નહી, ફરી મળવાનું થાય કે ન થાય. કેમ ન ચાલ્યો જાઉં, અને જો છોકરી સારી હોય તો લગ્ન પણ કરી શકાય છે.

ત્યારે તે કર્નલ પાસે ગયો. તેમની રજા લીધી. સાથી ઓફિસરો પાસેથી વિદાઈ લીધી પોતાના સિપાહીઓને ચાર બાલ્ટિઓ વોડકાની આપી અને જવા માટે તૈયાર થયો.

કાકેશિયામાં ત્યારે લડાઈ ચાલી રહી હતી. રાત હોય કે દિવસ રસ્તાં ઉપર ચાલવું ખતરાથી ઓછું ન હતું. કોઈ રશિયન પગપાળા કે ઘોડા પર જ કિલાથી થોડે દુર નીકળી જતા તો, તાતાર તેને મારી નાખતા અથવા પકડીને પહાડો પર લઈ જતા. તેથી એ કાયદો હતો કે અઠવાડિયામાં બે વાર એક કિલ્લાથી બીજા કિલ્લા સુધી એક સાથે કાફલો જતો હતો. આગળ પાછળ સિપાહી ચાલતા હતા અને વચ્ચે લોકો.

ગરમીઓના દિવસો હતા સવારના તડકામાં કિલાની બહાર કાફલો ભેગો થઈ ગયા, ગારદના સિપાહી આવ્યા અને બધા ચાલી નીકળ્યા. ઝીલિન ઘોડા પર જઈ રહ્યો હતો.

અછાર માઈલનો રસ્તો હતો. કાફલો ધીરે ધીરે વધતો જતો હતો. ક્યારેક સિપાહી રોકાઈ જતા ક્યારેક કાફલામાં કોઈની ગાડીનું પૈડું ઉતરી જતું કે ઘોડો અડી જતો અને બધાએ રાહ જોઈને બેસી રહેવું પડતું.

બપોર થઈ ચુકી હતી. પરંતુ કાફલો અડધો રસ્તો જ હજી સુધી પાર કરી ચુક્યો હતો, ત્યાં જ તેમને બ્યુગલ સંભળાયું. કાફલો કરી રોકાઈ ગયો ઝીલિન વિચારવા લાગ્યો, “શા માટે હું એકલો જ નીકળી ન જાઉં, ગારદ વિના જ ? મારો ઘોડો તેજ છે, જો તાતારોનો સામનો પણ થઈ તો ભાગી નીકળીશ જાઉં કે ન જાઉં ?”

એમ જ ઉભો ઉભો તે વિચારી રહ્યો હતો, ત્યારે જ ઘોડા પર સવાર એક બીજો

ઓફિસર કસ્તીલિન ત્યાં આવ્યો તેની પાસે બંદુક હતી તે બોલ્યો -

"ચલો, ઝીલિન, એકલા જ જઈએ, મારાથી હવે રહેવાતું નથી. ભુખ લાગી છે. ઉપરથી આ ગરમી. હું તો પરસેવાથી તરબતર થઈ ગયો." કસ્તીલિન ખાસો ભારેખમ હતો, ગરમીના કારણે તેનું મોં લાલ થઈ ગયું હતું અને પરસેવો પણ થઈ રહ્યો હતો. ઝીલિન થોડીવાર વિચારતો રહ્યો, પછી બોલ્યો –

"બંદુકમાં ગોળિયો તો છે ?"

"છે"

તો ચાલો જઈએ પરંતુ એક વાત છે. રસ્તામાં અલગ--લગ ન થવું. સાથે-સાથે ચાલવું પડશે."

બસ એ બંને આગળ વધ્યા. વાતો કરતા આમ-તેમ નજર નાખતા તે સ્તેપીમાં જઈ રહ્યા હતા. ચારે બાજુ દુર-દુર સુધી દેખાતું હતું. છેવટે તેમણે સ્તેપી પાર કરી લીધી, આગળનો રસ્તો બે પહાડોની વચ્ચેથી જતો હતો. ઝીલિન બોલ્યો - "પહાડી પર ચઢીને જોઈ લેવું જોઈએ. નહીં તો અચાનક ક્યાંય પહાડની પાછળથી નીકળીને આવશે, ખબર પણ નહીં પડે" પરંતુ કસ્તીલિને કહ્યું -

"જોવાનું શું, ચાલો જઈએ"

ઝીલિને તેનું કહેવાનું ન માન્યુ અને ઘોડાને ડાબી તરફ પહાડી પર ચઢાવી દીધો, ઘોડો શિકારી હતો (ઝીલિને સો રુંબલ માં વછેરું ખરીયુ ખરીદ્યુ હતુ. અને પોતે જ તેને ઉછેર્યો હતો.) હવા સાથે વાતો કરતો તે પહાડી પર ચઢી ગયો ઉપર ચઢતા જ ઝીલિને કહ્યું. જોયુ કે તેની બિલકુલ સામે ચારેક વીઘા દુર ઘોડે સવાર તાતાર ઉભા છે, કોઈ ગીસ લોકો હશે. તેમને જોતા જ તે પાછળ વળ્યો. તાતારોએ તેને જોઈ લીધો. તેના તરફ ઘોડા દોડાવ્યા અને બંદુક કાવા લાગ્યા. ઝીલિન ઘોડાને ઢાળ ઢોર સડસડાટ દોડાવવા લાગ્યો. તેણે કસ્તીલિનને બુમ પાડી કહ્યું - "બંદુક કાઢો !" મનમાં જ પોતાના ઘોડાને પ્રાર્થના કરી રહ્યો હતો.

"લઈ ની ભાઈ, ક્યાંય ઠોકર ન લેતો, પડી ગયા તો કામ તમામ સમજો"

કસ્તીલિન રાહ જોવાને બદલે તાતારોને જોતા જ જીવ છોડીને કિલાની તરફ દોડ્યો. તે ક્યારેક આ બગલથી ક્યારેક તે બગલથી ઘોડા પર કોડા વરસાવતો જઈ રહ્યો હતો. ધૂળના વાદળમાં બસ ઘોડાની પુંછડી હલતી દેખાતી હતી.

ઝીલિને જોયું કે મામલો ગરબડ છે. બંદુક ચાલી ગઈ. એક તલવારથી તે શું કરી લેશે. તેણે ઘોડાને પાછો ગારદની તરફ ફેરવ્યો - વિચારતો હતો નિકળી જશે. પરંતુ જોયું શું એ તરફથી રસ્તો કાપવા છ ઘોડેસવાર દોડતા આવી રહ્યા હતા. તેનો ઘોડો તે જ હતો. પરંતુ તેના ઘોડા વધારે તેજ હતા અને ઉપરથી તે તેનો રસ્તો પણ કાપી રહ્યા હતા. ઝીલિન ઘોડાને રોકવા ઇચ્છતો હતો, બીજી તરફ વાળવાની ઇચ્છા થઈ. પરંતુ ઘોડો એટલી ઝડપથી દોડીને જઈ રહ્યો હતો કે તને રોકી શકાય તેમ ન

હતો. તે સીધો તાતારોની તરફ આગળ વધતો જઈ રહ્યો હતો. ઝીલિને જોયુ કે સજ્જ ઘોડા પર સવાર લાલ દાઢી વાળા તાતાર તેની પાસે આવી રહ્યા છે. તે મોટે મોટેથી ચીસો પાડી રહ્યો હતો. બંદુક પણ તાકેલી હતી.

ઝીલિન મનમાં જ વિચારી રહ્યો હતો, હું માંગુ છું. તમે કમબખ્તના જો જીવતો પકડી લેવા માં આવે. ખાડામાં નાખી દઈશ, કોડા મ્મારીશ ના જીવતાં જીવ હું તમારે હાથમાં હું આવવાનો નથી. ઝીલિન હતો તો ઠીંગણો. એવો પરંતુ ઘણો સાહસિક તેણે તલવાર કાઢી અને તેણે ઘોડાને સીધા જ લાલ તાતારની તરફ આગળ વધાર્યો વિચારી રહ્યો હતો.

ફાંનો ઘોડા કચડા નાંખીશ, અથવા તલવારથી માથુ ઉડાવી દઈશ.'' એક ઘોડા જેટલું જ અંતર રહી ગયું. ત્યારે પાછળથી કોઈએ ગોળી મારી દીધી, ગોળી ઘોડાને લાગી. ઘોડે ધડામ દઈને જમીન પર પડ્યો. ઝીલિનનો પત્ર તેની નીચે દબાઈ ગયો. ઝીલિન ઉઠવા ઇચ્છતો હતો. પરંતુ તાતાર તેના ઉપર ચઢી ગયા. તેનો હાથ મરોડી પાછળથી મરોડી રહ્યાં હતાં. ઝીલિને એકઝટાકાથી તેમનો ઉતારી ફુંક્યો, પરંતુ ત્યારે બીજા ત્રણ તાતાર ઘોડાથી ઉતરી આવ્યા. બંદુકોને કુંદાથી જાણે માથા પર મારવા લાગ્યા. ઝીલિનની આંખો આગળ અંધારું છવાઈ ગયું. પગ ડગમગવા લાગ્યા. તાતારોએ તેને પકડી લીધો. જીનો પર લાગેલા ફાલતું તંગ ઉતાર્યા. તેના હાથ પાછળ મરોડી. તાંતારી ગાંઠ બાંધી દીધી અને ઢસડતા કાઠીની તરફ લઈ ચાલ્યા. કોઈએ તેની ટોપી ઉતારી લીધી. ઘુંટણ સુધી ઉંચા બુટ ખેંચી લીધા, બધા ખીસા ફંફોસી પૈસા, ઘડિયાળ જે કંઈ મળ્યું. કાઢી લીધું. કપડા ફાડી નાખ્યા. ઝીલિને પોતાના ઘોડા પર નજર કરી, તે બિચારો જે બળ પર પડ્યો હતો, એ જ બળ પર પડેલો હતો. બસ હવામાં ટાંગો ઉછાળી રહ્યો હતો. પરંતુ ટાપ, જમીન પર પડી રહ્યા નહતા. માથામાં ઘા હતો અને ઘામાંથી લોહીની ધાર ફુટી રહી હતી. ચારે બાજુ હાથ જેટલી માટી લોહીથી રંગાયેલી હતી.

એકતાતાર ઘોડાની પાસે જઈને કાઠી ઉતારવા લાગ્યા. ઘોડો હવામાં ટાંગો ઉછાળી રહ્યો હતો. તાતારે છરો કાઢ્યો અને તેની ગરદન કાપી નાંખી. ગરદનમાંથી સુ નો અવાજ નીકળ્યો. ઘોડો તરફડ્યો અને તેના પ્રાણ પખેરું ઉડી ગયા.

તાતારો એ કાઠી ઉતારી લીધી. સાંજ ઉતારી લીધો. લાલ દાઢીવાળા તાતારે ઘોડા પર સવાર થઈ ગયો. બીજાઓએ ઝીલિનને ઉઠાવી તેની કાઠી પર બેસાડી દીધો તે પડે નહીં, તેથી તેની કમર પેટી ખેંચીને તાતાર સાથે બાંધી દીધી. અને પછી તે પહાડોમાં લઈ ચાલ્યા.

હવે ઝીલિન તાતારની પાછળ બેસીને ધક્કા ખાઈ રહ્યો હતો તેનો ચહેરો તાતારની પીઠ સાથે અથડાતો હતો. તેની આંખ સામે બસ તાતારની પહોળી પીઠ હતી, ગર્દનની ફુલો નસો કે ટોપીની નીચેથી વળેલી. ટાંડ જ દેખાતી હતી. ઝીલિનનું

માથું ફુટેલું હતું, આંખો ઉપર લોહી જામી ગયું હતું. ન તો તે ઘોડા પર સારી રીતે બેસી શકતો હતો, ન લોહી લુછી શકતો હતો. હાથ એટલા કસીને બાંધવામાં આવ્યા હતા કે, તેમાં પીડા થતી હતી.

ઘણીવાર સુધી તે ચાલતા રહ્યા. એક પહાડી પરથી બીજી પહાડી. ચઢતા-ઉતરતા. એક નદી પાંઝ પર હલકરી પાર કરી. સડક પર પહોંચ્યા અને સાંકડી ઘાટીમાં થઈને હલકરી પાર

ઝીલિન રસ્તો વાદ કરવા ઇચ્છતો હતો. કે કઈ તરફથી જઈ રહ્યા છે. પરંતુ આંખો પર ખુન લાદેલું હતું અને માથુ પણ ઘુમાવી શક્યો ન હતો.

અંધારા જેવું થવા લાગ્યું. તેમણે એક નદી પાર કરી. પછી પથરાળ પહાડી પર ચઢવા લાગ્યા. ધુમાડાની ગંધ આવી અને કુતરા ભસવા લાગ્યા. તે લોકો ગામમાં પહોંચી ગયો તાતાર ઘોડા પરથી ઉતરી ગયાં. તેમના બાળકો ભેગા થઈ ગયા. તેમણી ઝીલિન ને ઘેરી લીધો ખુશીથી ચીખતા-ચિલ્લાતા તે ઝીલિનને કાંકરા મારવા લાગ્યા.

તાતારે બાળકોને ભગાડી દીધા, ઝીલિનને ઘોડા પરથી ઉતાર્યો અને નોકરને બુમ પાડી. એક નગાઈ કાકેશિયા (દ્વાહફાક) માં હેનારી એક જાતિ. આ લોકોની ભાષા તાતારો સાથે હળતી મળતી છે.) આવ્યો - ગાલોના હાડકા ઉપસેલા, કુર્તા જેવું પહેરી, કુર્તા ફાટેલો હતો. આખી છાતી ઉઘાડી હતી. તાતારે તેને કંઈક કહ્યું. નોકર બેડી લાવ્યો, બાવળની લાકડીના બે કુંદા, તેના પર લોખંડની કડી લાગેલી હતા, એ કડામાં કુંદા અને તાળા લગાવેલા.

ઝીલિનના હાથ ખોલીને પગમાં બેડી ચઢાવી દીધી. અને કોઠરીમાં લઈ ગયા, તે કોઠરીમાં ધકેલીને બહારથી દરવાજો બંધ કરી દીધો. ઝીલિન પર છાણ પડ્યું. અંધારામાં ફંફોળી તેણે નરમ જગ્યા શોધી અને સુઈ ગયો.

એ રાતે ઝીલિન સુઈ ન શક્યો. રાતો ટુંકી હતી. તેણે તીરાડમાંથી અજવાળું થતું જોયું છે. ઉઠીને તિરાડ પાસે ગયો. ખોદીને તીરાડ મોટી કરી અને જોવા લાગ્યો.

તીરાડમાંથી સડક દેખાતી હતી. જે પહાડીની નીચે ચાલી જતી હતી. જમણી બાજુ તાતારોના ઘર હતા. તેની પાસે બે ઝાડ ઉગી રહ્યા હતા. ઉમરામાં કાળો કુતરો સુઈ રહ્યો હતો. બકરી બચ્ચાઓ સાથે ફરી રહી હતી. તે બધા પુંછડી હલાવી રહ્યા હતા. ઝીલિને જોયુ કે ઢાળ પરથી જુવાન તાતાર સ્ત્રીઓ ચઢીને આવી રહી હતી. તે રંગબેરંગી ખુલ્લી કામઝ અને સલવાર પહેરેલા હતા. પગથી ઘુંટણ સુધી ઉંચા બુટ હતા. માથુ કફતાનથી ઢાંકેલું હતું. માથા પર ટીનનો ઘડો હતો. પાણીથી ભરેલો. ચાલતા-ચાલતા તેની નજર લસક રહી હતી. માથુ મુંડેલો છોકરી તેની આંગળી પકડીને જઈ રહ્યા હતા. છોકરાએ બસ કુર્તો જ પહેરી રાખ્યો હતો. પાણી ઉઠાવી તાતાર સ્ત્રી ઘરમાં ચાલી ગઈ. ઘરમાંથી તાતાર નીકળ્યો એ જ કાલવાળો, દાઢીવાળો તેણે રેશમી અંગરખો પહેરી રાખ્યો હતો. કમરબંધ પર ચાંદીનાં કામવાળું ખંજર લટકી

રહ્યું હતું. મોજા વગર જ તેણે જુતા પહેરી રાખ્યા હતા. માથા પર ઉંચી ટોપી હતી. કાળી ન વરુંની ચામડીની પાઈલ વળેલી. બાહર નીકળીને તેણે આળસમરડી પોતાની લાલ દાઢી પસવારી. થોડીવાર ઉભો રહ્યો. પણ નોકરને કંઈક કહ્યું અને ક્યાંક ચાલી નીકળ્યો.

બે છોકરા ઘોડા પર સવાર નદીની તરફ ગયા. પછી થોડા વધારે માથા મુંડેલ છોકરા ઘરોમાંથી બહાર નીકળ્યા. બધાએ માત્ર કુરતા પહેરેલા, ઉઘાડા પગે હતા. તે બધા એક ટોળામાં ભેગા થઈ ગયા. પછી કોઠરી પાસે ગયા. તીરાડમાં તણખલા નાખવા લાગ્યા. ઝીલિને જોરથી બુમ પાડી, બાળકો ચીખ્યા અને ભાગી ગયા. બસ તેમના ઉઘાડા ઘુંટણ જ ચમકતા રહ્યા.

ઝીલિનને તરસ લાગી હતી. ગળુ સુકાઈ રહ્યું હતું. તે મનમાં જ કહી રહ્યો હતો કે કોઈ ખબર લેવા આવી જાય. ત્યાં જ તેણે કોઠરી ખુલવાનો અવાજ સંભળાયો. લાલ તાતાર આવ્યો અને તેની સાથે એક કાળો તાતાર પણ તેનાથી થોડા નાના કદનો આંખો કાળી-કાળી, લાલ ગાલ, નાની એવી દાઢી. ચહેરા પરથી ખુશમિજાજ લાગતો હતો. હસતો જઈ રહ્યો હતો. તેણે પણ સારા કપડા પહેરી રાખ્યા હતા. વાદળી અંગરખો, જેના પર દોરીઓ લાગેલી હતી. કમર પર ચાદીનાં કામવાળું ખંજર લટકી રહ્યું હતું. પગમાં પાતળા ચામડાંની લાલ જુતિઓ પહેરી રાખી હતી. જરીનાં કામવાળી અને તેના ઉપર જાડા જુતા માથા પર સફેદ ભેડની ઉંચી ટોપી.

લાલ તાતાર અંદર આવ્યો, કંઈક બોલ્યો, જાણે નારાજ થઈ રહ્યો હોય અને દિવાલનો સહારો લઈને ઉભો રહી ગયો. ખંજર હલાવતો અને ભ્રમર સંકોચી, ખુંખાર ભેડિયાની જેમ ઝીલિનને જોવા લાગ્યો કાળો તાતાર ઘણો તેજ હતો. લપકતો ચાલતો હતો. ઝીલિનની પાસે આવી ગયો. ઉભડક થઈ બેસી ગયો. જીલિનનો ખભો થપથપાવવા લાગ્યો અને જલ્દી-જલ્દી પોતાની ભાષામાં બોલવા લાગ્યો. સાથે આંખ મારતો જતો જીભથી ચ-ચ કરે અને વચ્ચે વચ્ચે બોલતો જાય. "અચ્ચા ઉરુંસ ! અચ્ચા ઉરુંસ" (તાતર રશિયન ને 'ઉરુંસ' કહેતા હતા અને એમના માટે દરેક રશિયનનું નામ 'ઈવાન' હતું )

ઝીલિન કંઈ સમજ્યો નહીં - "પાણી આપો પાણી"

કાળો હસતો જતો હતો "અચ્છા ઉરુંસ" પોતાની બોલીમાં બોલ્યે જતો હતો, ઝીલિન ને હોઠ અને હાથોથી દેખાડ્યું કે તેને તરસ લાગી છે.

કાળો તાતાર સમજી ગયો, હસી પડ્યો. દરવાજા તરફ જોયુ અને કોઈને બુમ પાડી "પહીનાં"

એક છોકરી ભાગતી આવી. દુબળી-પાતળી કોઈ તેર વર્ષની શકલ-સુરતથી બિલકુલ કાળા તાતાર જેવી. તેની બેટી જ હશે. તેની આંખો પણ કાળી અને ચમકદાર હતી અને ચહેરો સુંદર લાંબી વાદળી કામ જ પહેરેલી હતી. પહોળી બાંયોવાળી

અને કમર બંધ વગર કમી જ ના દામન છાતી અને હાથ પર લાલ કિનારી લાગેલી હતી. સલવાર પહેરેલું હતું. પગમાં પાતળી જુતિઓ અને તેના પર ઉંચી એડીની બીજા જાડા જુતા ગળામાં પચાસ કોપેકના રશિયન સિક્કાઓનો હાર માથુ ખુલ્લું હતું. કાળો ચોટલો અને ચોટલામાં ચિબિન ગુંથેલી હતી. રિબન પર પતરિઓ અને ચાંદીનો રુંબલ લગલો હતો.

બાપે તેને કંઈક કહ્યું. તે દોડી ને ગઈ. અને પાછી ફરી આવી. જસતનો સુરાહી લાવી. ઝીલિનને પાણી આપ્યું. અને પોતે પણ સામે બેસી ગઈ. અને આંખો ફાડીને જોવા લાગી કે કેવી રીતે ઝીલિન પાણી પી રહ્યો છે. જાણે તે કોઈ જાનવર હોય.

ઝીલિને તેને સુરાહી પાછી આપી. તે જંગલી બકરીની જેમ ઉછળીને પાછળ હટી. તેનો બાપ હણ હસી પડ્યો. પછી તેને ક્યાંક મોકલી દીધી. તેણે સુરાહી ઉઠાવી અને દોડીને ભાગી ગઈ. ગોળ પાટા પર ફીકી રોટલી લાવી, ફરી બેસી ગઈ. પોટલું બની ગઈ. એકીટશે ઝીલિન ને જોવા લાગી.

તાતાર ચાલ્યા ગયા. દરવાજો બંધ કરતા ગયા.

થોડીવાર પછી નગાઈ આવ્યો, બોલ્યો - "એં માલિક, ઓ-ઓ"

તેને રશિયન પણ આવડતી ન હતી. પરંતુ ઝીલિન સમજી ગયો કે ક્યાંક જવાનું કહી રહ્યો છે. ઝીલિન બેડી પહેરી ચાલી નીકળ્યો, લંગડાતો જાય. પગ મુકાતો નહતો. - એક તરફ વળી-વળી જતો હતો. ઝીલિન નગાઈની પાછળ-પાછળ બહાર નીકળ્યો. જોયું દસેક ઘરોનું ગામ છે અને મીનારવાળી મસ્જિદ. એક ઘર પાસે ત્રણ ઘોડા ઉભા હતા. - જીન કસેલા છોકરાઓએ લગામ પકડી. રાખી હતી. એ ઘરમાંથી તાતાર નીકળ્યો. હાથ હલાવવા લાગતો કે ઝીલિન આ તરફ આવે. હસતો જઈ રહ્યો હતો અને પોતાની બરેલીમાં કંઈક બોલી રહ્યો હતો. પછી દરવાજામાં ઘુસી ગયો. ઝીલિન ઘરની અંદર ગયો. બેઠક સારી હતી. દીવાલો પર ચીકલી માટીથી લીંપણ કરેલું હતું. સામેની દીલાવના આલામાં રંગબેરંગી તકિયાઓનો ઢગલો લાગેલો હતો. આજુબાજુ કિંમતી શેતરંજીઓ ટાંગેલી હતી. શેતરંજી પર બંદુક, પિસ્તોલ બધા પર ચાંદીનું કામ. એક દીવાલમાં ફર્શની પાસે જ સગડી બનેલી હતી. ફર્શ પણ માટીનું હતું. ફર્શ પણ માટીનું હતું. બિલકુલ સાફ સામેના બધા ખુણામાં પાથરણા બિછાવેલા હતા. તેના પર શેતરંજી અને તેના પર તકિયા શેતરંજી પર પાતળી જુતિઓ પહેરી તાતાર બેઠા હતા. કાળી લાલ અને ત્રણ મહેમાન ત્રણેયની. પીઠ પાછળ. મસનદ તકિયા હતા. તેની સામે ગોળ થાળીમાં બાજરાની ટિકીઓ રાખી હતી અને એક પ્યાલામાં પીગળેલું માખણ સુરાહીમાં તાતારોની બિયર રાખેલી હતી. બુજા તે હાથથી ખાઈ રહ્યા હતા. આંગળી માખણવાળી હતી.

કાળો તાતાર ઉભો થઈ ગયો. ઝીલિનને એક તરફ બેસા ડવાનુંકહ્યું. શેતરંજી પર નહીં ખોલી ફર્શ પર. ફરીથી તે શેતરંજી પર જઈને બેઠો. મહેમાનોને ટિકિઓ

અને બુજા આપવા લાગ્યો. નોકરે ઝીલિનને તેની જગ્યા પર બેસાડી દીધો. જાતે ઉપરના જુતા ઉતારી, તેને દરવાજા પાસે રાખ્યા, જ્યાં બીજાના જૂતા પણ રાખેલા હતા. અને માલિકોની સાથે બેસી ગયો. તેમને ખાતા જોઈ, અને તાળ ટપકાતો જાય.

તાતારોએ ટિકિયા ખાઈ લીધી. એક સ્ત્રી આવી. છોકરી જેવી જ. સલવાર કમીજ પહેરેલી. માથાય કસાળા બાંધેલી હતી. તે માખણ અને ટીકિયા લઈ ગઈ. છોકરી ચિલપચી અને પાતળી ટોટીવાળી સુશહી લાવી. તાતાર હાથ ધોવા લાગ્યા. ફરી ઘુંટણનાં બળ ઉપર બેસી ગયા. હાથ જોડ્યા, ચારે બાજુ પછી બધા મેહમાનો માંથી એક તાતાર ઝીલિનની તરફ વળ્યો અને રશિયનમાં બોલવા લાગ્યો.

“તને કાંઝી મહમ્મદે પકડ્યો છે.” લાલ તાતર તરફ ઈશારો કર્યો” અને અબ્દુલ મુરાદ તારો માલિક છે.

ઝીલિન ચુપચાપ બેસી રહ્યો. અબ્દુલ મુરાદ બોલવા લાગ્યો. વારે વારે ઝીલિન તરફ જોતો જાય અને હસતો જાય. - “ઉરુંસ સિપાહી.” અચ્ચા ઉરુંસ” દુભાષિયો બોલ્યો - “તે કહે છે. તું તારા ઘરે ચિઠ્ઠિ મોકલ જેથી તારા બદલામાં પૈસા મોકલે. જ્યારે પૈસા આવી જશે. તો તે તને છોડી દેશે.”

ઝીલિન થોડીવાર વિચારતો રહ્યો. પછી બોલ્યો -

“કેટલા પૈસા જોઈએ છે ?”

તાતાર વાતો કરવા લાગ્યા, દુભાષિયા બોલ્યા -

“ત્રણ હજાર સિક્કા”

“ના, એટલા ન આપી શકું ” ઝીલિને જવાબ આપ્યો.

અબ્દુલ ઉછળીને ઉભો થઈ ગયો. હાથ હલાવવા લાગ્યો અને ઝીલિનને કંઈક કહેવા લાગ્યો - વિચારી રહ્યો હતો કે તે સમજી જશે

દુભાષિયાએ બતાવ્યું - “કેટલા આપીશ તું ?” ઝીલિને વિચાર્યું પછી બોલ્યો -

“પાંચ સો રુંબલ” બધા તાતાર એક સાથે જલ્દી-જલ્દી બોલવા લાગ્યા.

અબ્દુલ લાલ તાતાર પર બુમો પાડવા લાગ્યો. એવા જોરઝોરથી બોલવા લાગ્યો કે મોં માંથી થુક નીકળવા લાગ્યું. બાલ તાતાર બસ આંખો સંકોચતો જાય. અને જીભથી ચચ કરતો જાય.

તે ચુપ થઈ ગયો તો દુભાષિયા એ કહ્યું -

“માલિક માટે ૫૦૦ રુંબલ ઓછા છે.” તેણે પોતે તારા માટે ૨૦૦ આપ્યા છે. કાજી મોહમ્મદ તેનો કર્જદાર હતો. તેણે તને કર્જના બદલે આપ્યો છે. ત્રણ હજારથી ઓછા રુંબલથી કામ નહીં થાય. નહીં લખે તો તને ખાડામાં બેસાડી દેવામાં આવશે, કોરડાથી સજા મળશે.”

ઝીલિન મનમાં જ વિચારવા લાગ્યો - “આનાથી આગળ ઝુંકવાથી તો ખરાબ જ થશે.”

તે ઉઠીને ઉભો થયો અને કહેવા લાગ્યો.

"તું તેને કહી દે જો મને ડરાવવા ઈચ્છતા હોય તો, હું એક કોપેક પણ નહીં આપું અને ઘરે લખીશ પણ નહીં, હું તમારા લોકોથી નતો ડર્યો છું ન ડરીશ."

દુભાષિયાએ તેની વાત બતાવી દીધી. પછી એક સાથે બોલવા લાગ્યા. ઘણી વાર સુધી કચ કચ કરતા રહ્યા, પછી કાળો તાતાર ઉઠ્યો. ઝીલિન પાસે આવ્યો, કહેવા લાગ્યો -

'ઉરુંસ જિગીત, જિગીત ઉરુંસ !"

જિગીત નો તેની બોલીમાં અર્થ છે. ઘણું સારું છે. તાતાર પોતે હસતો જતો હતો. તેણે દુભાષિયાને કંકઈ કહ્યું અને તે બોલ્યો -

"ચાલ, એક હજાર આપી દે."

ઝીલિન પોતાની વાત પર અડી ગયો - "૫૦૦ રુંબલથી વધારે નહીં આપું, જો મારી નાખશો તો કંઈજ નહીં પામો."

તાતારો એકબીજા સાથે વાત કરી, નોકરને ક્યાંક મોકલ્યો અને પોતે ક્યારેક ઝીલિન અને ક્યારેક દરવાજા તરફ તાકવા લાગ્યો. નોકર આવ્યો. તેની પાછળ જાડો એવો માણસ ચાલ્યો આવી રહ્યો હતો. ઉઘાડા પગે ફાટેલા કપડા તેના પગમાં પણ બેઠી હતી.

ઝીલિન જોઈને દંગ થઈ ગયો. કસ્તીલિનને ઓળખી ગયો. તેને પણ પકડી લીધો હતો. બંનેને બાજુ-બાજુમાં બેસાડી દીધા. તે બંને એકબીજાને પોતાની વાતો બતાવવા લાગ્યા. તાતાર ચુપચાપ તેમને જોતા રહ્યા. ઝીલિને તેની સાથે જે કંઈ થયું બતાવ્યું. કસ્તીલિને કહ્યું કે તેનો ઘોડો અડિ ગયો, બંદુક પણ ચાલી નહીં અને બસ આ અબ્દુલે જ મને પકડ્યો હતો.

અબ્દુલ ઉભો થઈ ગયો, કસ્તીલિન ની તરફ ઈશારો કરી-કરીને કંઈક કહેવા લાગ્યો. દુભાષિયાએ બતાવ્યું કે તે એક જ માલિકના છે. જે પહેલા પૈસા આપશે તે પહેલા છુટી જશે ઝીલિનને કહેવા લાગ્યો. -

'જો, તું, ગુસ્સો કરે છે અને તારો સાથી ઠંડો મિજાજનો છે. તેણે ઘરે લખી દીધું છે. પાંચ હજાર સિક્કા મોકલશે. હવે તેને ખાવાનું પણ સારું મળશે અને તંગ પણ નહીં કરીએ."

ઝીલિને જવાબ આપ્યો.

"સાથી ગમે તે કરે, બની શકે કે તે અમીર હોય, પરંતુ હું અમીર નથી. જે મેં કહી દીધું એ જ થશે. મન થાય તો મારી નાખો. તમારા હાથમાં કંઈ જ નહીં આવે પરંતુ હું ૫૦૦ થી વધારે નહીં લખું.

બધા ચુપ રહ્યા પછી અબ્દુલ ઝટકાતી ઉઠ્યો, સંદુકચી લીધી તેમાંથી કલમ કાઢી.

કાગળનો ટુકડો અને શાહી. ઝીલિનને બધું જ આપ્યું અને તેના ખભા પર હાથ માર્યો હુકમ કર્યો - "લખ" રાજી થઈ ગયો. પાંચસો પર.

'રોકાઈ જા !" ઝીલિને દુભાષિયાને કહ્યું, "તું તેને કહી દે કે અમને ખાવાનું સારું આપે અને ઢંગનાં જુતા-કપડા પણ અમને સાથે રાખે - એમ જ અમે સારી રીતે રહીશું અને અમારી બેડીઓ પણ ઉતારી દે." કહીને તે માલિકની તરફ જોઈને હસતો જતો હતો. માલિક પણ હસી રહ્યો હતો. તેણે બધી વાત સાંભળી અને બોલ્યો.

"કપડા ઘણા સારા આપીશ - ચોંગા, પણ અને ઉંચા બુટ પણ એવા કે પહેરીને લગ્ન કરી શકો. એક સાથે રહેવા ઇચ્છો છો તો રહો કોઠરીમાં પરંતુ બેડી નંદી ઉતારી શકાય - ભાગી જશે. રાત્રે માત્ર ઉતારી દેશુ" ઉઠ્યો અને ઝીલિનનો ખભો પથ થપાવ્યો - "તેરા અચ્છા, મેરા અચ્છા"

ઝીલિને ચિઠ્ઠિ લખી પરંતુ સરનામુ બરોબર લખ્યું નહીં. મનમાં જ વિચાર્યું "ભાગી જઈશ."

ઝીલિન અને કસ્તીલિનને એક કોઠરીમાં લઈ જવામાં આવ્યા. તેના માટે કરબી લઈ આવ્યા. બે જુના ચોંગા અને ઘુંટણ સુધી ઉંચા બુટ સિપાહીઓના માર્યા ગયેલા સિપાહિઓના ઉતાર્યા હશે. રાત્રે તેમની બેડીઓ ઉતારી તેમને કોઠરીમાં બંધ કરી દીધા.

ઝીલિન અને તેનો સાથી મહિનો આખો એમ જ રહ્યા. માલિક જ્યારે જોતો હસતો - "તું ઈવાન અચ્છા, હમ અબ્દુલ અચ્છા !" ખાવાનું તો જેવું તેવું જ આપતો હતો - માત્ર બાજરાની ફીકી રોટલીઓ અને તે પણ ક્યારેક કાચી, ક્યારેક પાકેલી.

કસ્તાલિને ફરી એક વાર ઘરે ચિઠ્ઠિ લખી. બસ રાહ જોતો હતો કે ક્યારે પૈસા આવે. આખો આખો દિવસ કોઠરીમાં બેસીને દિવસો ગણતો હતો કે ક્યારે પત્ર આવશે. તે સુતો રહેતો હતો. ઝીલિન જાણતો હતો કે તેની ચિઠ્ઠિ ઘર સુધી નહીં પહોંચે અને બીજી ચિઠ્ઠિ તેણે લખી નહીં તે વિચારો હતો - "માંની પાસે એટલા પૈસા ક્યાંથી આવશે ? આમ પણ હું મોકલું છું. તેમાંથી જ તેનો ગુજારો થાય છે. ૫૦૦ રુંબલ ભેગા કરવા માટે તો તેને કંગાળ થવું પડશે - જાતે જ ગમે તેમ કરી નિકળી આવશી. પોતે દરેક સમયે એ તાકમાં રહેતો હતો કે કેવીરીતે ભાગી શકાય છે.

ગામમાં સીટી વગાડતો ફરતો રહેતો કે બેઠો બેઠો કંઈક બનાવતો રહેતો - ક્યારેક ચિકણી માટીમાંથી ઢીંગલી બનાવી દેતો, ક્યારકે વેલાની ડાળમાંથી કોઈ ચીજ ઝીલિન આવા કામમાં હોંશિયાર હતો.

એક દિવસ તેણે ઢીંગલી બનાવી. નાનું-એવું નાક, હાથ અને પગ પળ. તાતારો જેવી જ કમીજ અને છત પર તેને સુકવવા રાખી દીધી. તાતારની છોકરી પાણી લેવા ગઈ. માલિકની બેટી દીના એ ઢીંગલી જોઈ લીધી. બીજી છોકરીઓને બોલાવી બધાએ ઝાંઝરી ઉતારી રાખી દીધી. ઢીંગલી જોતી જાય અને હસતી જાય.

ઝીલિને ઢીંગલી ઉતારી તેના તરફ ધરી તે હસતી જાય પરંતુ લેવાની હિંમત ન કરે. ઢીંગલી ત્યાં મુકીને તે કોઠરીમાં ચાલ્યો ગયો. છાનો માનો જોવા લાગ્યો, હવે શું થશે ?

દીના દોડતી દોડતી આવી. આમ તેમ જોયું. ઢીંગલી ઉઠાવી અને ભાગી ગઈ.

બીજા દિવસે સવારે તેણે જોયું દીના ઢીંગલી ઉઠાવી દરવાજા પર આવી. ઢીંગલીને તેણે લાલ ચિથરાથી સજાવી હતી. અને બાળકની જેમ ગોદમાં હીંચકાવી રહી હતી. પોતાની બોલીમાં હાલરડુ સંભળાવી રહી હતી. એક ડોશી બાહર નીકળી અને તેને વઢવા લાગી - ઢીંગલી છીનવીને તોડી નાંખી અને દીનાને કંઈક કામ કરવા મોકલી દીધી.

ઝીલિને બીજી ઢીંગલી બનાવી. પહેલા કરતાં પણ સારી દીનાને આપી દીધી. એક દિવસ સુરાહી લઈને આવી. તેને પામે સુકી દીધી. બેસીને તેના તરફ જોવા લાગી. સુરાહી તરફ ઈશારા કરતી જાય અને હસતી જાય.

'આટલી ખુશ કેમ થઈ રહી છે ?'' ઝીલિને વિચાર્યું. સુરાહી ઉઠાવી અને પીવા લાગ્યો. તેણે વિચાર્યું પાણી હશે. પરંતુ તેમાં દુધ હતું.

ઝીલિને દુધ પી લીધુ અને બોલ્યો - ''આહા ! ઘણું સારું !'' કેટલી ખુશ થઈ દીના.

''અચ્ચા ઈવાન, અચ્ચા !'' ઉછળીને તાળિઓ વગાડવા લાગી. સુરાહી છીનવી અને ભાગી ગઈ.

ત્યારથી તે રોજ તેના માટે છાના-માના દુધ લાવવા લાગી. તાતાર બકરીના દુધનું પનીર બનાવી. તેની મોટી રોટલી બનાવટ છત ઉપર સુકવેલા છે. ક્યારેક ક્યારેક દીના આવી રોટા પણ છાની માની લાવતી હતી. એક વાર માલિકના ઘરે ઘેટુ કપાયું, દીના હાથમાં છુપાવી માંસના ટુકડા લાવી. બસ ફેંકી દેતી અને ભાગી જતી.

એક દિવસ ખુબ જ વાદળ ગરજ્યા. એક કલાક મુસળધાર વરસાદ થતો રહ્યો. બધી નદિઓ છલકાવા લાગી. જ્યાં લગડો હતો. ત્યાં ત્રણ-ત્રણ ફુટ પાણી થઈ ગયું. પથ્થર વહેવા લાગ્યા. દરેક જગ્યાએ પાણીની ધાર વહેતી હતી. પહાડોમાં ખુબ શોર થઈ રહ્યો હતો. જ્યારે વરસાદ રોકાયો, તો ગામમાં જગ્યાએ જગ્યાએ પાણી વહી રહ્યું હતું. ઝીલિને માલિક પાસે ચાકુ માંગી લીધું. લાકડીઓ છોલી કાપી ધુરી, ગોળ પાટા અને ચક્કા બનાવ્યા ચક્કાઓ પર પાંખ લગાવી દીધી અને પૈડાની બંને બાજુ, ઢીંગલી બનાવી દીધી.

છોકરીઓ ચીથરા લાવી, તેણે ઢીંગલીને કપડા પહેરાવી દીધા. એક પુરુષ બની ગયો. એક સ્ત્રી તેને બરોબર જોડ્યા અને પૈડા પાણીની ધાર પર મુકી દીધા. પૈડા ઘુમે અને ઢીંગલી ઉછળે.

આખુ ગામ ભેગું થઈ ગયું. છોકરા-છોકરીઓ, સ્ત્રીઓ અને તાતાર પણ, ચીંભથી ચટખારા કરતાં જાય.

"વાહ ઉરુંસ, વાહ ઈવાન"

અબ્દુલ પાસે રશિયન ઘડિયાળ હતી. ખરાબ થઈ ગઈ હતી. તેણે ઝીલિનને બોલાવ્યો. ઘડિયાળ દેખાડી અને ચ ચ કરવા લાગ્યો. ઝીલિન બોલ્યો - "લાવ ઠિક કરી દઉં"

ઘડીયાળ લઈને ચાકુથી ખોલી નાખી એક એક ભાગ અલગ કર્યો અને ફરી જોડી દીધો અને આપી દીધી. ઘડિયાળ ચાલવા લાગી. માલિક ખુશ થઈ ગયો. પોતાનો જુનો ફાટેલો અંગરખો લાવીને તેને આપી દીધો. શું કરે લઈ લીધો. બીજુ કંઈ નહીં તો રાત્રે ઓઢવાના કામમાં તો આવે.

ત્યારથી ઝીલિન મશહુર થઈ ગયો કે તે સારો કારીગાર છે. દુરના ગામમાંથી પણ લોકો આવવા લાગ્યા. કોઈ બંદુક કે પિસ્તોલનો ઘોડો ઠીક કરાવવા આવે. કોઈ પોતાની ઘડીયાળ ઠીક કરાવવા માલિકે તેને ઓજાર લાવી દીધા - ચિમટી, બરમા, રેતી.

એક વખત એક તાતાર બીમાર પડી ગયો. ઝીલિન ને બોલાવવામાં આવ્યો - "ચાલ ઈલાજ કર !" ઝીલિને કંઈ જ ખબર ન હતી કે કેવી રીતે ઈલાજ કરવામાં આવે. ગયો, તાતારને જોયો અને મનમાં જ વિચાર્યું - "કોણ જાણે પોતાની જાતે જ ઠીક થઈ જાય." કોઠરીના ચાલ્યો ગયો થોડું પાણી લીધું તેમાં રેતી ભેળવી દીધી. તાતારોની સામે પાણી પર મંત્ર વાંચી લીધો અને બીમારને પીવડાવી દીધો તેના સારા નસીબે તાતાર ઠીક થઈ ગયો.

ઝીલિનને તેમની બોલી પણ થોડી થોડી સમજવા લાગ્યો જે તાતાર તેના કંઈક આદી થઈ ગયા હતા જ્યારે તેની જરૂર પડે બુમ પાડતા - "ઈવાન, ઈવાન" કંઈક એવા પણ હતાં કે ત્રાસી નજરોથી એવી રીતે જોતા જાણે જાનવર હોય.

લાલ તાતર ને ઝીલિન ફુટી આંખે પણ ગમતો ન હતો. તેને જોતા જ તે મો મચકોડતો કે ગાળો આપતો એક બીજો ડોસો હતો તેમને ત્યાં તે ગામમાં રહેતો ન હતો પહાડમાં નીચેથી ક્યાંક થી આવતો હતો. તે મસ્જિદમાં નમાજ પઢવા જ્યારે જતો. ત્યારે ઝીલિન તેને જોતો. કદ તેનું નાનું હતું. ટોપી પર સફેદ દુપટ્ટો બાંધેલો હતો. દાઢી અને મુછો. બિલકુલ સફેદ હતી. ચેહરો આખો કરચલી વાળો હતો અને ઈંટ જેવો લાલ નાક તેનું બાજ જેવું હતું અને આંખો સુરમઈ કઠોરતા ભરેલી મોં માં માત્ર બે દાંત રહી ગયા હતા તે પોતાની પાઘડી પહેરી. ઘોડીનો સહારો લઈ ચાલતો હતો અને ખુંખાર ભેડિયાની જેમ આમ-તેમ ઘૂરતો જતો. ઝીલિનને જોતા જ ગર્જવા લાગતો અને મોં મચકોડતો.

એક દિવસ ઝીલિન પહાડી ઉતરીને જોવા ગયો કે ડોસો ક્યાં રહે છે. પગદંડી પર નીચે ઉતરી જોયું, પથ્થરોની વાડની પાછળ બાગ છે. બાગમાં ચેરી અને બીજા ફળનાં ઝાડ લાગેલા છે. અને વચ્ચે સપાટ છતવાળુ મકાન. વધારે નજીક ગયો. મધમાખીના મધપૂડા રાખેલા હતા. અને મધમાખીઓ ઉડી રહી હતી. ગણ-ગણી રહી હતી. ડોસો ઘુંટણીયા ભેર ઉભો રહી મધપૂડા પાસે કંઈક કરી રહ્યો છે. ઝીલિને ઉચકીને જોવાની ઈચ્છા રાખી. બેઠી નો અવાજ થયો. ડોસાએ પલટીને જોયુ અને ચીસ પાડી. કમરમાંથી પિસ્તોલ કાઢી અને ઝીલિન પર ગોળી ચલાવી દીધી. ઝીલિન મુશ્કેલીથી પથ્થરની પાછળ ઝૂકી શક્યો.

ડોસાએ આવીને માલિકને ફરિયાદ કરી. માલિકે ઝીલિનને બોલાવ્યો. હસતા હસતા પુછ્યું - "તું શા માટે ગયો હતો તેના ઘરે ?"

"મેં તેનું કંઈ જ બગાડ્યું નથી. હું તો માત્ર જોવા ઈચ્છતો હતો કે તે કેવી રીતે રહે છે.

માલિકે ડોસાને બતાવ્યું. ડોસો ગુસ્સાથી લાલ પીળો થતો જાય. બડબડતો જાય અણીવાળા દાંડ બાહર નીકળી આવ્યા. ઝીલિન તરફ હાથ ઝટકતો જાય.

ઝીલિન આખી વાત તો ન સમજી શક્યો. પરંતુ એટલું સમજી ગયો કે ડોસો માલિકને કહી રહ્યો હતો કે રશિયનોને મારી નાખો ગામમાં ન રાખો પછી ડોસો ચાલ્યો ગો.'

ઝીલિન માલિકને પુછવા લાગ્યો - "કોણ છે આ ડોસો ?"

માલિકે બતાવ્યું કે - "એ ઘણો મોટો માણસ છે. ઘણો શૂરવીર હતો. એણે ઘણાબધા રશિયનોને મારી નાખ્યા. ખૂબ શ્રીમંત હતો ત્રણ પત્નીઓ હતી. અને આઠ પુત્ર બધા એક જ ગામડામાં રહેતા હતા. રશિયન આવ્યા. તેમણે ગામને તબાહ કરી નાખ્યું, સાત પુત્રોને મારી નાખ્યા એક પુત્ર બચી ગયો તે રશિયનનો સાથે ભળી ગયો. ડોસાએ પણ જઈને પોતાની જાતને રશિયનોને સોંપી દીધી. ત્રણ માહના તેમની પાસે રહ્યો. ત્યાં તેણે પોતાના પુત્રને શોધી કાઢ્યો. તેને મારી નાખ્યો અને ભાગી ગયો. ત્યારથી તેણે લડવાનું છોડી દીધું. મક્કા ગયો હજ કરવા એટલે પાઘડી પહેરે છે. જે મક્કામાં જાય છે તને હાજી કહે છે. અને તે પાઘડી પહેરે છે. એને તમે રશિયન સારા નથી લાગતા. એ મને કહે છે હું તને મારી નાખું. પરંતુ હું તનેમારી ન શકું. મેં તારા બદલામાં પૈસા લીધા છે. અને તૂં તો ઈવાન મને સારો લાગવા માંડ્યો છે. તને મારવાનું તો શું હું તને છોડીશ પણ નહીં પરંતુ મેં વચન આપ્યું છે." તે હસવા લાગ્યો અને રશિયનમાં બોલ્યો - "તૂ ઈવાન અચ્ચા, હમ હબ્દુલ અચ્ચા"

આ રીતે એક મહિનો વીતી ગયો. ઝીલિન ગામમાં ફરતો રહેતો હતો. કંઈક બનાવતો રહેતો. રાત પડતી. ગામમાં સન્નાટો છવાઈ જતો તો તે કોઠરીમાં જમીન ખોદવા લાગતો પથ્થરના કારણે ખોદવું મુશ્કેલ હતું. પરંતુ તે રેતીથી પથ્થર રગડતો

હતો અને હવે દિવાલ નીચે એટલું મોટુ કાણુ કરી દીધું હતું કે તેમાંથી નીકળી શકાય તેવું હતું. તે વિચારતો રહેતો - "હવે બસ કોઈ રીતે આ જગ્યાનું બરોબર ઠેકાણું મળી જાય કે કંઈ બાજુ જવું જોઈએ. પરંતુ તાતર કંઈ બતાવતા નથી. છેવટે, તેણે મોકો જોયો. જ્યારે માલિક ક્યાંય ગયો હતો બપોરે ગામની બહાર પહાડી પર જવા લાગ્યો - ત્યાંથી બધી જગ્યા જોવા ઇચ્છતો હતો. માલિક જ્યારે ઘરેથી જઈ રહ્યો હતો તો પોતાના પુત્રને કહી ગયો હતો કે ઝીલિન પર નજર રાખે. છોકરો ઝીલિનની પાછળ દોડ્યો બુમ પાડી. "ના જા એ તરફ ! અબ્બા એ મનાઈ કરી છે. નહીં તો હું હમણા લોકોને બોલાવી લઈશ."

ઝીલિન તેને મનાવવા લાગ્યો બોલ્યો - હું દુર નહીં જાઉં, બસ તે પહાડી પર મારે એક ઔષધિ શોધવી છે. તમારા લોકોના ઈલાજ માટે ચાલ મારી સાથે, બેડી પહેરીને હું થોડો ભાગી જઈશ, કાલે હું તારા માટે તીર-કમાન બનાવી દઈશ."

નાનો માની ગયો અને તે ચાલી નીકળ્યો. પહાડી જોવામાં તો નજીક જ હતી. પરંતુ બેડી પહેરીને ચાલવાનું મુશ્કેલ હતું. ચાલતો ગયો ચાલતો ગયો. અને ગમે તેમ કરીને ચઢી ગયો. ઝીલિન બેસી ગયો અને જગ્યા જોવા લાગ્યો. બપોરે જ્યાં સુરજ હોય છે તે તરફ કોઠરીની પાછળ સાંકડી ઘાટી હતી. ત્યાં ઘોડા ચરી રહ્યા હતા અને નીચે ગામ હતું. એ ગામની બીજી તરફ પહાડી હતી. પહાડિઓની વચ્ચે વચ્ચે વાદળી-વાદળી જંગલ દેખાઈ રહ્યું હતું. આગળ પહાડ ઉપર જ ઉપર ચાલ્યા ગયા હતા. બધાની ઉપર હિમાચ્છદિત પર્વત ટોપી જેવો એક હિમ પર્વત સૌથી ઉંચો હતો. સુર્યોદય અને સુર્યાસ્તની તરફ પણ આવાજ પહાડ હતા. ક્યાંક-ક્યાંક દુર-દુર ગામમાં ધુમાડો ઉઠતો હતો. "સારું, તો આ બધો તેમનો વિસ્તાર છે. ઝીલિને વિચાર્યું અને રશિયન વિસ્તારની તરફ જોવા લાગ્યો. નીચે નદી હતી અને ગામ જયાંથી તે આવ્યો હતો. ચારે તરફ બાગ લાગેલા હતા. નદીનાં કિનારે ઢીંગલી જેવી લાગતી સ્ત્રીઓ કપડા ધોઈ રહી હતી. ગામની પાછળ થોડી નીચે એક પહાડી અને તેની પાછળ બીજી બે પહાડિઓ તેના પર જંગલ હતું. બે પહાડિઓની વચ્ચે ધુંધળુ એવું સપાટ મેદાન દેખાઈ રહ્યું હતું. અને તે મેદાનમાં જાણે ઘણે દુર ધુમાડો ફેલાયેલો હતો. ઝીલિન એ યાદ કરવા લાગ્યો કે જયારે તે કિલ્લામાં રહેતો હતો તો સુરજ કઈ બાજુથી નીકળતો હતો. અને કઈ બાજુ ડુબતો હતો. તેણે જોયુ - બરાબર એ જ ઘાટીમાં કિલ્લો હોવો જોઈએ. આ બંને પહાડિઓની વચ્ચેથી ભાગવું જોઈએ.

સુરજ ડુબવા લાગ્યો સફેદ પહાડ લાલ થઈ ગયો. નીચેની પહાડિઓમાં અંધારું છવાઈ ગયું. તંગ ઘાટિઓ માંથી કોહરા ઉઠવા લાગ્યો અને તે મોટી ઘાટી. જેમાં કિલો હોવો જોઈએ. સૂર્યાસ્તના કિરણોથી આગની જેમ ચમકી ઉઠ્યા. ઝીલિન ધ્યાનથી જોવા લાગ્યો. ઘાટીમાં કંઈક ડોલાયમાન જેવું દેખાઈ રહ્યું હતું. જાણે ચીમનીમાંથી ધુમાડો નીકળતો હોય. તેનું મન કહેતું હતું કે બસ આ જ રશિયન કિલ્લો હોય.

મોડું થઈ ગયું હતું. મુલ્લાની અજામ સંભળાઈ. ઢોર પાછા ફરી રહ્યા હતા. ગાય ભાંભરી રહી હતી. છોકરો ઘણીવાર ઘરે જવાનું કહી રહ્યો હતો. પરંતુ ઝીલિનનું મન જ થતું નહોતું જવાનું.

તે પાછા ફર્યા ઝીલિન વિચારી રહ્યો હતો - "હવે જગ્યાની ખબર પડી ગઈ ભાગવું જોઈએ." તે રાત્રે જ ભાગવા ઇચ્છતો હતો. રાત અંધારી હતી, કૃષ્ણ પક્ષ હતો. પરંતુ બદનસીબે સાંજે તાતાર પાછો આવ્યા. ઘણીવાર એ વધતુ હતુ કે તે પાછા આવતા તો પોતાની સાથે ઢોર ને ખસેડીને લાવતા હસતા- ગાતા આવતા પરંતુ આ વખતે કંઈ જ લાવ્યા નથી. બસ એક કાઠી પર માર્યા ગયેલા તાતારને લાવ્યા. તે લાલ દાઢી વાળાનો ભાઈ હતો. બધા થાક્યા-પાક્યા આવ્યા હતા. દફનાવવા માટે ભેગા થયા. ઝીલિન પણ બહાર નીકળીને જોવા લાગ્યો. તાતારોએ શબને કફનમાં લપેટી દીધું. તાબુત વગર જ. ગામની બહાર ચિનારના ઝાડ નીચે જઈને ઘાસ પર સુવડાવી દીધો. મૌલવી આવ્યો ઘરડા ભેગા થયા. ટોપિઓ પર દુપટ્ટા બાંધી, જુતાં ઉતારી શબની સામે ઘંટડીયા ભર બેસી ગયા.

આગળ મૌલવી પાછળ ત્રણ ડોસા પાઘડી બાંધેલા. નજીક-નજીક જ અને તેની પાછળ બીજા તાતાર બેસીને માથુ નીચે ઝુકાવી લઈ ઘણીવાર સુધી ચુપચાપ બેસી રહ્યા. મૌલવીએ માથુ ઉઠાવ્યું અને બોલ્યો - "અલ્લાહ" આ એક શબ્દ કહ્યો અને પછી માથુ ઝુંકાવી દીધું, મોડે સુધી ચુપચાપ બેસી રહ્યા, જરા પણ હા યા ચાલ્યા નહીં પછી મૌલવીએ માથુ ઉઠાવ્યું - "અલ્લાહ", બધા બોલ્યા "અલ્લાહ" અને પછી ચુપ થઈ ગયા.

શબ ઘાસ પર રાખેલું હતું અને તે પણ શબની જેમ જ બેઠા હતા. કોઈ પણ જરા એવા પણ હલતાં ન હતા. બસ ચિનારના પાંદડાનો ખડખડાટ જ સંભળાઈ પછી મૌલવીએ દુઆ વાંચી બધા ઉઠ્યા, શબને ઉઠાવ્યુ અને તે ચાલ્યા. એક ખાડા પાસે લાવ્યા ખાડો સામાન્ય ન હતો. જમીનની નીચે ભોયરાની જેમ બગલી બનેલી હતી. તાતારોએ લાશને બગલ અને જાંઘમાંથી ઉઠાવી વાળી દીધો. ધીમેથી નીચે કર્યો, બેઠેલો જમીનની નીચે ઘુસ્યો અને તેના હાથ પેટ પર ટંકવી દીધો.

નગાઈ લીલા સાઠીકડા લાવ્યો અને ખાડામાં તેણે સાંઠીકડ રાખ્યા અને ઉપરથી જલ્દી-જલ્દી માટી નાંખી અને બરાબર કરી નાંખી. લાશના માથાની તરફ એક મોટો પથ્થર ઉભો કરીને લગાવી દીધો. જમીનની તરફ દબાવ્યો અને ફરીથી કબરની સામે બેસી ગયા ઘણીવાર સુધી ચુપચાપ બેસી રહ્યા.

"અલ્લાહ ! અલ્લાહ ! ઉંડા શ્વાસ લીધા અને ઉઠી ગયા લાલ દાઢી બાબાએ ડોસાને પૈસા દીધા. પછી ઉઠ્યો, કોરડો લીધો, ત્રણ વાર પોતાના માથાપ માર્યું અને ચાલ્યો ગયો.

બીજા દિવસે સવારે ઝીલિને જોયુ કે લાલ દાઢીવાળો ઘોડીને ગામની બહાર

લઈ જઈ રહ્યો હતો અને ત્રણ તાતાર તેની પાછળ જઈ રહ્યા હતા. ગામની બાહર પહોંચીને લાલ તાતારે અંગરખો ઉતાર્યો, કમીજની બાંય ઉપર કરી જાડા-તગડા હાથ હતા તેનાં ખંજર કાઢ્યું. પથ્થર પર ધાર તેજ કરી. તાતારોએ ઘોડીનું માથુ ઉપર કર્યું. લાલ દાઢીવાળાએ આવીને ઘોડીની ગરદન કાઢી નાખી. ઘોડીને પાડી દીધી અને તેને ચીરવા લાગ્યો પોતાની વિશાળ મુટ્ઠિથી ચામડી ઉતારતો જાય. સ્ત્રીઓ અને છોકરીઓ આવી. ઘોડીના આંતરડા ધોવા લાગી. પછી ઘોડીના ટુકડા કરીને ઘરમાં લઈ ગયા. અને આખુ ગામ શોક મનાવવા લાલ તાતારને ત્યાં ભેગુ થયું.

ત્રણ દિવસ સુધી તે ઘોડીનું માંસ ખાતા રહ્યા અને બૂજા પીતા રહ્યા. બધા તાતાર ઘરે જ રહ્યા.

ચોથા દિવસે ઝીલિને બપોરે જોયુ કે ક્યાંક જવાની તૈયારીઓ થઈ રહી છે. ઘોડા લાવવામાં આવ્યા અને તેના પર સાજ કસવામાં આવી અને લગભગ દસ લોકો નીકળી ગયા. લાલ દાઢીવાળો પણ ચાલ્યો ગયો. પરંતુ અબ્દુલ ઘરે જ રહ્યો. ચાંદ પણ ચઢતી કળામાં જ આવ્યો હતો, રાત અંધારી જ હતી.

'બસ આજે જ ભાગી જવું જોઈએ," ઝીલિને વિચાર્યું અને કસ્તીલિન ને કહ્યુ - પરંતુ તે ડરવા લાગ્યો.

"ભાગીશું કેવી રીતે, આપણને તો રસ્તાની પણ ખબર નથી."

"હું જાણું છું રસ્તો"

"રાત આખીમાં તો પહોંચી શકીશું પણ નહીં"

"નહીં પહોંચીએ તો જંગલમાં રાત વિતાવીશું મેં થોડી રોટલીઓ જમા કરી રાખી છે. છેવટે કેટલા દિવસ અહીં બેસી રહીશું ?

પૈસા આવી ગયા તો ઠીક છે, પરંતુ ખબર નહીં. તારા ઘરવાળા આટલી મોટી રકમ જમા ન કરી શકે. તાતાર આજકાલ ગુસ્સામાં છે. રશિયનોએ તેમના માણસને મારી નાખ્યો છે. તેથી આપણને મારવા ઇચ્છે છે.

કસ્તીલિન વિચારતો રહ્યો, પછી બોલ્યો - "સારું ચલો !"

ઝીલિન બાકોરામાં ઘુસી ગયો. તેણે થોડું વધારે ખોટી ખુલ્લુ કર્યું. જેથી કસ્તીલિન પણ નીકળી શકે, હવે બેસીને રાહ જોઈ રહ્યા હતા કે ક્યારે ગામ શાંત થઈ જાય.

જેવી ગામમાં સોપો પડ્યો, ઝીલિન દિવાલની નીચે ઘુસ્યો અને બાહર નીકળી ગયો. કસ્તીલિન પણ ઘુસ્યો. પરંતુ તેનો પગ પથ્થરમાં અટવાઈ ગયો શોર થયો. માલિકે રખેવાળી માટે અકે કુતરો પાળ્યો હતો. ઘણે જ સતેજ, તેનું નામ ઉલ્લાશિન, ઝીલિન તેને પહેલેથી જ પુંચકાર્યો હતો. ઉલ્પાશિને શોર સાંભળ્યો. ભરાવા લાગયો અને દોડ્યો તેની પાછળ બીજા કુતરા પણ ઝીલિને જેવી ધીમેથી સારી વગાડી અને રોટલીનો ટુકડો ફેંક્યો. ઉલ્લાશિન તેને ઓળખી ગયો. પુંછડી હલાવવા લાગ્યો. ભસવાનું બંધ કર્યું.

માલિકે અવાજ સાંભળ્યો અને અંદરથી કુતરાને શુશ કાર્યો.

"લોહ ! લોહ ! ઉલ્ખાશિન"

ઝીલિન કુતરાને કાનો પાછળ ખંજવાળતો રહ્યો. કુતરો ચુપ હતો. તેના પગથી હથેળી રગડી રહ્યો હતો, પુંછડી હલાવતો હતો.

ખુણામાં છુપાઈ ને થોડીવાર બેસી રહ્યા. ચારે બાજુ સન્નાટો છવાઈ ગયો. બસ એક કોઠરીમાં ઘેટા નિમિયા રહ્યા હતા અને નીચે પથ્થરો પર વહેતુ પાણીનો શોર થઈ રહ્યો હતો. અંધારું હતું. તારા ચામકી રહ્યા હતાં. પહાડ ઉપર હાંસડી જેવો ચાંદ ઉઠી રહ્યો હતો. સાંકડી ઘાટીઓનાં દુધ જેવું સફેદ ધુમ્મસ ફેલાયેલું હતું.

ઝીલિન ઉઠ્યો. કસ્તીલિનને કહ્યું - "ચાલો જઈએ."

ચાલી નીકળ્યા, બે કદમજ હચ્ચા હતા કે મુલ્લો અજાન દઈ રહ્યો હતો "અલ્લાહ હો અકબર" નો હવે લોકો મસ્જિદમાં જશે તે ફરી દીવાલની પાસે લપાઈને બેસી ગયા. ઘણીવાર સુધી બેસી રહ્યા જ્યાં સુધી બધા લોકો પસાર ન થઈ જાય ફરીથી ખામોશી થઈ ગઈ.

ચાલો જઈએ ભગવાનનું નામ લઈને "તેમણે છાતી પર સલીબનું નિશાન બનાવ્યું અને ચાલી નીકળ્યા. આંગણું પાર કરીને ઢાળ પરથી નદી સુધી ઉતરી ગયા. નદી પાર કરી સાંકડી ઘાટીમાં ચાલવા લાગ્યા. ઘુમ્મસ ઘડાડ હતુ અને નીચે-નીચે હતું. ઉપર તારા એકદમ ચોખ્ખે-ચોખ્ખા દેખાઈ રહ્યા હતા. ઝીલિન તારા-તારા જોઈને અનુમાન લગાવી રહ્યો હતો કે કઈ બાજુ જવું જોઈએ. ઘુમ્મસથી હવામાં તાજગી હતી. ચાલવું સરળ હતું. પરંતુ બુટ હેરાન કરી રહ્યા હતા. એક તરફ વધારે ઘસાયેલા હતા. ઝીલિને પોતાના બુટ ઉતારી ફેંકી દીધા અને ઉઘાડા પગે ચાલવા લાગ્યો. એક પથ્થરથી બીજા પર કુદતો જાય અને તારા જોતો જાય કસ્તીલિન પાછળ રહી ગયો. બોલ્યો - "જરા ધીરે ચાલને. કમબખ્ત બુટ આખા પગમાં વાગી રહ્યા છે."

"તો ઉતારી નાખને, વધારે સારું રહેશે."

કસ્તીલિન ઉઘાડાપણે ચાલ્યો તો વધારે તકલીફ થઈ. કાંકરાથી આખા પગમાં છોલાઈ ગયું. અને તે પાછળ-પાછળ જ રહેતો જાય.

ઝીલિને તેને કહ્યું - "પગ છોલાઈ જશે તો ઠીક પણ થઈ જશે પરંતુ પકડાઈ ગયા તો, તાતાર મારી જ નાખશે.

કસ્તીલિન કંઈ જ બોલ્યો નહીં. બસ હાંફતો, હાંફતો ચાલતો ગયો. ઘણીવાર સુધી તે નીચાણમાં ચાલતા રહ્યા. અચાનક જમણી બાજુથી કુતરા ભસવાનો અવાજ આવ્યો. ઝીલિન અટકી ગયો. આમ-તેમ ધ્યાનથી જોવા લાગ્યો. પહાડી પર ચઢવા લાગ્યા. હાથથી છાપરું કરી જોઈ બોલ્યો.

ઓફ ભુલ થઈ ગઈ વધારે જમણી તરફ આવી ગયા ત્યાં બીજુ ગામ છે. મેં

પહાડી પરથી જોયુ હતું. આપણે પાછળ જવું જોઈએ. ડાબા હાથની પહાડીની ઉપર ત્યાં જંગલ હોવું જોઈએ."

કસ્તીલિન બોલ્યો - થોડો સમય તો રોકાઈ જા, થોડીવાર આરામ કરવા દો, મારા, પગ આખા લોહી લુહાણ થઈ ગયા છે.

"ઓહો, કંઈ વાંધો નહી. ઠકી થઈ જશે. તું ધીમેથી કુદને આમ"

અને ઝીલિન પાછળ, ડાબી બાજુ દોડવા લાગ્યો. ઉપર પહાડી પર જંગલમાં ચાલ્યો. કસ્તીલિન આહ ભરતો રહ્યો. અને પાછળ રહી જાય, ઝીલિન તેને ખજાતો અને પોતે ચાલ્યો જતો.

આખરે તે પહાડી પર આવી ગયા ત્યાં સાચે જ જંગલ હતું. જંગલમાં ઘુસાતો કાંટાથી બધા કપડા ફાટી ગયા. જંગલમાં તેમને રસ્તો મળ્યો અને તે તરફ ચાલી નીકળ્યા.

"ઉભા રહો" રસ્તા પર ટાપ સંભળાઈ તે રોકાઈ ગયા. કાન લગાવી સાંભળવા લાગ્યા ઘોડા જેવી ટાપ સંભળાઈ અને રોકાઈ ગઈ તે ચાલવા લાગ્યા તો ફરીથી ટાપ સંભળાઈ. તે રોકાઈ જાય તો તે પણ રોકાઈ જાય ઝીલિન ધીમે-ધીમે પાસે ગયો, રોશનીમાં જોયું. રસ્તા પર કોઈ ઉભું હતું. ખબર નહીં ઘોડો હતો કે શું અને તેના ઉપર કંઈક અજીબ હતું. માણની શકલનો નહીં ઝીલિને સાભળ્યું - તેણે ફુંફાડો ભર્યો, - "શું અજબ છે !" ઝીલિને ધીરેથી સીટી વગાડી - તે વીજળીની જેમ જંગલ તરફ દોડ્યો. અને જંગલમાં તડતડ થવા લાગ્યું, જાણે આંધી આવી હોય, સુકાયેલી ડાળીઓ તોડી રહ્યા હોય.

કસ્તાલિન ડરનો માર્યો થરથરવા લાગ્યો. ઝીલિન હસતો જાય. "અરે આ તો બારસિંગો હતો. સાંભળી રહ્યો છે. કેવી રીતે ડાળખીઓ તોડતો જઈ રહ્યો છે. તે આખણથી ડરી રહ્યો અને આ આપણે તેનાથી.

આગળ ચાલ્યા અજવાળુ થવાને વાર ન હતી. પરંતુ તેમને એ ખબર ન હતી કે તે ઠીક દીશામાં જઈ રહ્યા છે કે નહીં ઝીલિનને લાગી રહ્યું હતું કે તેને આ રસ્તેથી જ તેને અહીં લાવવામાં આવ્યો હતો અને કિલ્લો અહીંથી લગભગ સાત માઈલ દુર હશે, પરંતુ કોઈ પાક્કી નીશાની ન હતી. અને રાતે તો ખબર પણ ન પડી શકે. એવી રીતે જ તે ચાલતા-ચાલતા એક નાના મેદાન સુધી પહોંચ્યા. છસ્તીલિન બેસી ગયો અને બોલ્યો - "તું ઇચ્છે તે કરે, પરંતુ હું તો નહીં પહોંચી શકું - પગ ચાલતા નથી'

ઝીલિન તેને મનાવવા લાગ્યો.

"ના નહીં પહોંચી શકું, ચલાતું જ નથી." તે બોલ્યો.

ઝીલિનને ગુસ્સો આવી ગયો. તેણે કર્યું અને કસ્તાબિનને ફટકાર્યો "ઠીક છે હું એકલો જ જઈશ, બેસી રહે અહીં"

કસ્તાલિન ઉઠ્યો અને ચાલવા લાગ્યો. કોઈ ત્રણ માઈલ સુધી તે ચાલતા ગયા. જંગલમાં ધુમ્મસ હતું. અને હતું પણ ગાઢ સામેનં કંઈ જ દેખાતું ન હતું. તારા પણ થોડા થોડા જ દેખાઈ રહ્યા હતા.

એકાએક તેમને આગળથી ઘોડાની ટાપ સંભળાઈ. નાળની પથ્થરો સાથે ટકરાવવાનો અવાજ આવી રહ્યો હતો. ઝીલિન પેટના બળ પર સુઈ ગયો. અને જમીનનાં કાન લગાવી સાંભળવા લાગ્યો.

"હાં આ બાજુ જ કોઈ ઘોડેસવાર આવી રહ્યો છે."

તે રસ્તા પરથી ઉતરીને ઝીડિયોમાં છુપાઈ ગયા અને રાહ જોવા લાગ્યા. ઝીલિન ધીમેથી રસ્તા પાસે ગયો જોયુ - ઘોડેસવાર તાતાર આવી રહ્યા છે. ગાય લાવી રહ્યા છે. ગણગણતો જઈ રહ્યો છે. તાતાર પસાર થઈ ગયો. ઝીલિન કસ્તીલિન પાસે પાછો આવ્યો.

"બચાવી લીધા ભગવાન, ઉઠો જઈએ"

કસ્તીલિન ઉઠવા ગયો પરંતુ પડી ગયો.

નહીં ચાલી શકું. હે ભગવાન નથી ચાલી શકતો હું મારી હિમ્મત નથી રહી. તે ભારેખમ માણસ હતો. પરસેવો વળી ગયો હતો તેને અને અહીંયા જંગલમાં ઠંડુ ધુમ્મસ હતું. પગ પણ ફાટી ગયા હતા - તેથી તેના બેહાલ થઈ ગયા હતા. ઝીલિને જોર લગાવીને ઉઠવા લાગ્યો તો તે ચીસ પાડી ઉઠ્યો.

"હાથ દુઃખે છે."

ઝીલિનની બસ જીવ સુકાઈ ગયો.

"બુમો કેમ પાડે છે ? તાતાર પાસે જ છે, સાંભળી લેશે તો ?" મનમાં જ વિચારવા લાગ્યો - "આ ખરેખર તુટી ગયો છે. શું કરું હું આનું ? સાથી ને છોડીને જવાનું પણ ઠીક નથી." પછી બોલ્યો –

"સારું, ઉઠ. મારી પીઠ પર બેસી જા. ચાલી નહીં શકે તો હું ઉઠાવી લઈશ"

તેણે કસ્તીલિનને પીઠ પર બેસાડ્યો. જાંઘ પાસેથી પકડી લીધો અને રસ્તા પર આગળ ચાલવા લાગ્યો.

"અરે ભગવાનના લીધે મારું ગળુ ન દબાવ, ખભાથી પકડી રાખ"

ઝીલિનને ઘણી મુશ્કેલી થઈ રહી હતી. તેના પગ પણ લોહીલુહાણ હતા અને તે થાકી પણ ગયો હતો. તે નીચે નમતો, કસ્તીલિનને ઉછાળતો જેથી તે પીઠ ઉપરની તરફ બેઠો રહે અને પગ આગળ ઘસડતો જાય.

તાતારે કસ્તીલિનનાં અવાજ સાંભળી લીધો. લાગતો હતો ! તે કમબખ્ત તાતારી ને ભેગા કરીને લાવશે આપણો પીછો કરવા માટે જો આપણે બે માઈલ દુર ન નિકળ્યા તો, બસ ગયા" મનમાં ને મનમાં તે કસ્તીલિન વિશે વિચારતો હતો -

શા માટે આ ભાર હું મારી સાથે લઈ આવ્યો એકલો ક્યારનોય નીકળી ગયો હોત

કસ્તીલિન બોલ્યો.

જાવ, તમે એકલા જાવ, મારા માટે શા માટે મરે છે.

"ના એકલો નહીં જાઉં સાથીને છોડવો બરોબર નથી.

ફરીથી તેણે કસ્તીલિન ને પીઠ પર લાદ્યો અને ચાલી નીકળ્યો.

આ રીતે તે કોઈ પાકો માઈલ ચાલ્યો હશે, જંગલ જ જંગલ હતું. જંગલનો અંત દેખાતો ન હતો. ધુમ્મસ વિખરાવા લાગ્યું અને જાણે વાદળા છવાતા લાગ્યું. - તારા દેખાતા ન હતા. ઝીલિન ના હાલ ખરાબ થઈ રહ્યા હતા.

છેવટે એક જગ્યાએ પહોંચ્યા. - રસ્તા કિનારે એક ઝરણું હતું. તે રોકાઈ ગયા કસ્તીલિનને ઉતારી દીધો. બોલ્યો -

"થોડો આરામ કરી લઉં, પાણીથી લઉં આવો રોટલી ખાઈએ ? હવે તો થોડું જ દુર હોવું જોઈએ."

તે પાણી પીવા ઝુક્યો જ હતો કે ટોપ સંભળાઈ. તે ફરીથી જમણી તરફ દોડ્યા ઢાળમાં ઝાડીઓમાં લપાઈ ગયા.

ઉપરથી તાતારોનો અવાજ આવવા લાગ્યો. તાતાર એ જ જગ્યાએ રોકાવા હતા. જ્યાં તે રસ્તા પરથી જમણી બાજુ વળ્યા હતા. તાતારોએ કંઈક વાતો કરી, પછી શુશકારવા લાગ્યા. ઝાડીમાં કંઈક સળવળ્યું. એક અજાણ્યો કુતરો સીધો તેમની તરફ વધી ગયો. રોકાઈ ગયો અને ભસવા લાગ્યો.

તાતાર પણ વધીને આવી ગયા. તેને ઝીલિન પણ ઓળખતો ન હતો. તેમણે તાતારોને કંઈક વાત કરી આ બંનેને પોતાના ઘોડા પર ચડાવ્યા પાછા ગામ તરફ વળ્યા.

અબ્દુલ હવે હંસતો ન હતો અને ન તો તેની સાથે કોઈ વાત કરી સવાર થતા તેમને ગામમાં લાવ્યા. ગલીમાં બેસાડી દીધા છોકરા ભેગા થઈ ગયા. છોકરા ભેગા થઈ ગયા. પથ્થરો અને કાંકરાથી તેને મારવા લાગ્યા અને ચીસો પાડવા લાગ્યા.

તાતાર એક ઘેરામાં ભેગા થયા. પહાડીની નીચેથી ડોસો પણ આવ્યો. વાતો કરવા લાગ્યા. ઝીલિને સાંભળ્યું કે તેમની જ વાતો થઈ રહી છે. કે તેમનું શું કરવામાં આવે. કોઈ કહી રહ્યું હતું કે દુર પહાડો પર મોકલી દેવામાં આવે. પરંતુ ડોસો કહી રહ્યો હતો - "મારી નાંખો" અબ્દુલ માનતો ન હતો. કહેતો હતો - "મેં તેના પૈસા આપ્યા છે. હું પૈસા વસુલ કરીને રહીશ" પરંતુ ડોસો કહેતો હતો - "કંઈ લેવા-દેવાનું નથી. બસ મુસીબત જ ઉભી થશે. રશિયનોને રોટલી આપવી જ પાપ છે. મારી નાખો અને બસ વાત પુરી.

બધા ચાલ્યા ગયા, તો માલિક ઝીલિન પાસે આવ્યો અને કહેવા લાગ્યો.

"જો મને તારા બદલામાં પૈસા ન મળ્યા, તો બે અઠવાડિયા પછી કોરડા મારી મારી. દમ કાઢી નાખીશ. અને જો તે બીજીવાર ભાગવાનું વિચાર્યું તો કુતરાના મોતે મરીશ ચિઠ્ઠિ લખ અને સારી રીતે લખ."

નોકરે તેને કાગળ લાવીને દીધો. તેમણે ચિઠ્ઠિઓ લખી નાખી. તેમને બેડિઓ પહેરાવી તાતાર મસ્જિદ પાસે લઈ ગયા. ત્યાં એક ખાડો હતો. કોઈ બાર ફુટ ઊંડો તેમણે ત્યાં ખાડામાં ઉતારી દીધો.

હવે તો જીવવું ખુબ જ મુશ્કેલી ભર્યું થઈ ગયું. બેડિઓ ઉતારવામાં આવતી ન હતી. અને બાહર પણ કાઢવામાં આવવા ન હતા. ખાડામાં જ કાચી રોટલીઓ ફેંકી દેવામાં આવતી હતી. કુતરાની જેમ દોરડા અને સુરાહીમાં પાણી ઉતારી દેતા હતા. ખાડામાં દુર્ગંધ, ભેજ અને ઉધઈ હતી. કસ્તીલિન તો એકદમ બિમાર પડી ગયો. ફુલી ગયો. આખા શરીરમાં તુટ થવા લાગી. તે કણસતો રહેતો અથવા સુતો રહેતો. ઝીલિન પણ ગુમસુમ થઈ ગયો, જોઈ રહ્યો હતો કે મામલો બિલકુલ બગડી ગયો છે. કંઈ જ સમજી રહ્યો ન હતો કે અહીંથી કેવી રીતે નીકળી શકાય.

તે જમીન ખોદવા લાગ્યો. પરંતુ માટી ફેંકવાની કોઈ જગ્યા ન હતી, માલિકે જોઈ લીધુ અને મારી નાખવાની ધમકી આપી.

એક દિવસ  તે ખાડામાં બેઠો હતો. આઝાદ જિંદગી વિશે વિચાર ઉદાસ થઈ રહ્યો હતો. અચાનક સીધા તેના ઘુંટણ પર એક રોટલી આવી પડી. પછી બીજી અને ચેરિઓ પણ પડી. ઉપર જોયું તો ત્યાં દિના બેઠી હતી. દીના તેના તરફ હસી અને ભાગી ગઈ. ઝીલિન વિચારવા લાગ્યો - "કદાચ દીના કંઈક મદદ કરી દે."

પરંતુ બીજા દિવસે દિના ત્યાં ન આવી. ઝીલિનને ઘોડાની ટાપ સંભળાઈ. કેટલાક લોકો પસાર થયા અને પછી તાતાર મસ્જિદ પાસે ભેગા થયા. તે બુમો પાડી રહ્યા હતા. દલીલો કરી રહ્યા હતા. રશિયનોનો ઉલ્લેખ કરી રહ્યા હતા. ડોસાનો અવાજ પણ ઝીલિનને સંભાળાયા બરોબર તેની સમજમાં ન આવ્યું હાં એટલી ખબર પડી કે કદાચ રશિયન ક્યાંક નજીક જ આવી ગયા છે. અને તાતારોને ડર છે કે ક્યાંક ગામમાં જ ન આવી જાય અને એ લોકો નક્કી કરી શકતા ન હતા કે આ બંદિઓનું શું કરવું.

વાતો કરીને બધા ચાલ્યા ગયા. એકા એક ઝીલિને જોયુ કે ઉપર કંઈક સળવળાટ થયો જોયું દીના બેઠી હતી. ઘુંટણો માથાની ઉપર દેખાઈ રહ્યા હતા. નીચે નમી હંબેલના સિક્કા લટકી રહ્યા હતા. ખાડાની ઉપર હલી રહ્યા હતા. આંખો તારા જેવી ચમકી રહી હતી. હાથમાંથી પનીરની બે રોટલી કાઢી અને ફેંકી દીધી ઝીલિને લઈ લીધી અને બોલ્યો -

"આટલી વાર સુધી કેમ નહોતી આવી ? મેં તારા માટે રમકડા બનાવ્યા છે આ લે" અને એક એક કરીને ઉપર ફેંકવા લાગ્યો.

તે માથુ હલાવી રહી હતી અને આ તરફ જોતી ન હતી.

"રહેવા દો" બોલી ચુપ બેસી રહી. પછી બોલી.

"ઈવાન તને મારવા ઇચ્છે છે." પોતાની ગરદન પર હાથ ફેરવ્યો.

'કોણ મારવા ઇચ્છે છે ?"

"અબ્બા, ડોસાએ તેને કહ્યું છે. મને તારા પર દયા આવે છે." નીસરણી ત્યારે ઝીલિને કહ્યું - "જો મારા પર દયા આવે છે તો, તું મને લાવી દે તેણે માથુ હલાવી ના કહી દીધી કે નહીં બની શકે, તેણે હાથ જોડ્યા.

"દીના બચ્ચી, લાવી દે ને !"

"ન લાવી શકું." તે બોલી "જોઈ લેશે, બધા ઘરે જ છે." અને ચાલી ગઈ સાંજ થઈ ગઈ. ઝીલિન બેસીને વિચારી રહ્યો હતો. "હવે શું થશે " રહી રહીને ઉપર જોતો તારા દેખાઈ રહ્યા હતા. પરંતુ ચાંદો હજી નીકળ્યો નહતો. મુલ્લાએ અજાન આપી. ચારે બાજુ સન્નાટો હતો.

ઝીલિનને ઝપકી આવવા લાગી. વિચારી રહ્યો હતો. "ઠરી રહી હશે તે"

અચાનક તેના માથા પર માટી પડી, ઉપર જોયુ - નીસરણી હું ખાડાના બીજા છેડા પર અટકી રહી હતી. પછી નીચે આવવા લાગી. ઝીલિન ખુશ થઈ ગયો. હાથ વધારીને નીસરણી પકડી લીધી. નીચે લીધી. સાંકળ મજબુત અને લાંબી હતી. તેણે માલિકની છત પર પહેલેથી જ નીસરણી જોઈ રાખી હતી.

ઉપર જોયુ તારા વિખરાઈ ગયા હતા અને ખાડા ની ધાર પર અંધારામાં દીનાની આંખ બિલાડી જેવી ચમકી રહી હતી. તે ખાડાની ધાર પરથી નમી કંઈ ધીમેથી બોલી.

"ઈવાન ઈવાન !" પોતે મોં ની પાસે હાથ હલાવતી જાય કે "ધીરે બોલો"

"શું" ઝીલિન બોલ્યો.

"બધા ચાલ્યા ગયા માત્ર બે જણ જ ઘરે છે."

ઝીલિન બોલ્યો.

"ચાલ કસ્તીલિન જઈએ. છેલ્લીવાર કોશિશ કરીએ હું તને મારી પીઠ ઉપર બેસાડી દઈશ."

કસ્તીલિન કંઈ સાંભળવા ઇચ્છતો નહતો.

ના મારી કિસ્મતમાં અહીંયાથી નીકળવાનું નથી લખ્યું. કયા જઈશ હું પડખુ પણ બદલાતું નથી.

"સારું તો ભૂલચુક માફ કરજે" બંને એક બીજાને ચુમ્યા.

ઝીલિને નીસરણી પકડી લીધી. દીનાને કહ્યું સંભાળીને રાખે અને ઉપર ચઢવા લાગ્યો બે વાર તેના હાથ છુટ્યા, બેડી તંગ કરી રહી હતી. કસ્તીલિને તેને સહારો

આપ્યો. જેમ-તેમ કરીને તે ઉપર ચઢી ગયો. દીના પોતાના દુબળા હાથોથી તેને કમીઝ પકડીને ખેંચી રહી હતી, હસી રહી હતી.

ઝીલિને નીસરણી કાઢી અને બોલ્યો - "જા તેને પાછી મુકી આવ, કોઈએ જોઈ લીધુ કે નીસરણી નથી, તો તને મારી નાખશે.

તે નીરસણી લઈ ગઈ. ઝીલિન પહાડી ઉતરવા લાગ્યો. ઢાળ ઉતરીને અણીદાર પથ્થર ઉઠાવ્યો અને બેડીનું તાળુ કાઢવાની કોશીશ કરવા લાગ્યો. તાળુ મજબુત હતું. તુટતું જ નહતું અને હાથ પણ બરોબર બેસતો નહતો. પહાડી પરથી કોઈના દોડવાનો, ધીમેથી કુદીને આવવાનો અવાજ આવ્યો તેણે વિચાર્યું 'દીના જ હશે" દીના આવી, પથ્થર ઉઠાવ્યો અને બોલી - "લાવો હું કરું છું."

ઘુંટણનાં બળ પર બેસીને તાળુ તોડવા લાગી. પરંતુ હાથ દુબળા પાતળા હતા, જરાય તાકાત નહીં. તેણે પથ્થર ફેંકી દીધો. અને રડી પડી ઝીલિન ફરીથી તાળુ ખોલવાની કોશિશ કરવા લાગ્યો. દીના તેની પાસે પંજાના બળ પર બેસી ગઈ. તેનો ખભ્ભો પકડી લીધો. ઝીલિને પાછા વળીને જોયુ, ડાબી બાજુ પહાડીની પાછળ લાલાશ છવાઈ ગઈ હતી. ચાંદ ઉગી રહ્યો હતો. તેણે વિચાર્યું - "ચાંદ નિકળતા પહેલા તેણે સાંકડી ઘાટી પાર કરી લેવી જોઈએ. જંગલ સુધી પહોંચી જવું જોઈએ. ઉઠ્યો, પથ્થર ફેંકી દીધો બેડી પહેરી ને જ, પરંતુ હવે ચાલવું જોઈએ.

"સારું દીના" ઝીલિન બોલ્યો - "આખી જીંદગી તને યાદ રાખીશ"

દીનાએ તેને પકડી લીધો. હાથોથી ફંફોળવા લાગી. શોધતી હતી કે રોટલીઓ ક્યાં રાખે તેણે રોટલીઓ લઈ લીધી બોલ્યો "જીવતી રહે, બચ્ચી" કોણ હવે તને ઢીંગલી બનાવી દેશે" અને માથુ હલાવ્યું.

દીનાના આંસુ ફુટી પડ્યા. તેણે મોં ને હાથથી ઢાંકી દીધુ અને પહાડી પર દોડી ગઈ. બકરીની જેમ કુદતી જઈ રહી હતી. અંધારામાં તે ચોંટી ગુંચવતા સિક્કાઓની ખનક જ આવી રહી હતી.

ઝીલિને સલીબનું નિશાન બનાવ્યું હાથથી બેડીનું તાળુ પકડ્યું. જેથી તે ખડખડાટ ન કરે અને રાસ્તા પર ચાલી નીકળ્યો. ઘણી મુશ્કેલીથી પગ ઘસડ્યો. ઝીલિન આકાશ તરફ જોતો જઈ રહ્યો હતો. જે તરફ ચાંદ નીકળી રહ્યો હતો. તેણે રસ્તો જાણી લીધો. જો સીધો ચાલ્યો જાય તો. પાંચ માઈલનો રસ્તો છે. હવે ચાંદો નીકળતા પહેલા જંગલમાં પહોંચી જવું જોઈએ. તેણે નદી પાર કરી પહાડની પાછળ રોશની સફેદ થઈ ગઈ. આસમાન પર અજવાળુ થઈ ગયું. અને સાંકડી ઘાટી તરફ અજવાળુ વધતું જઈ રહ્યું હતું. છાપાઓ પહાડી નીચે પસાર થઈ હતી. ઝીલિનની પાસે આવતી જતી રહી હતી.

ઝીલિન પહાડીની છાપામાં ચાલતો જઈ રહ્યો હતો. તે જલ્દી કરી રહ્યો હતો.

પરંતુ ચાંદ વધારે ઝડપથી ચઢી રહ્યો હતો. જમણી બાજુના ઝાડના શિખરો પર પણ ચાંદની પડવા લાગી. જંગલ પાસે જ આવતું હતું. ચાંદો પણ પહાડીની પાછળથી નિકળી આવ્યો. ચારે બાજુ દિવસ જેવું અજવાળુ થઈ ગયું. ઝાડ પરનું એક એક પાંદડુ જોઈ શકાતું હતું. પહાડીઓ પર ચાંદની ફેલાયેલી હતી. સન્નાટો હતો જાણે ક્યાંય જોઈ ઝાકળ ન હોય. બસ નીચેથી નદીનો કલ-કલ અવાજ સંભળાઈ રહ્યો હતો.

ઝીલિન જંગલ સુધી પહોંચી ગયો. કોઈનો સામનો ન થયો. તેણે જંગલમાં અંધારી જગ્યા શોધી અને આરામ કરવા બેસી ગયો.

આરામ કર્યો રોટલી ખાધી. એક પથ્થર શોધી, ફરીથી બેડી તોડવા લાગ્યો. હાથ છોલાઈ ગયા. પરંતુ બેડી ન તુટી, ઉઠ્યો અને રસ્તા પર ચાલી નીકળ્યો. કોઈ ત્રણ ફર્લાંગ ચાલ્યો હશે. બેહાલ થઈ ગયો. પણ ખરાબ રીતે દુળી રહ્યા હતા. જો બેસી જઈશ તો ફરી ઉઠી. શકીશ નહીં. કિલા સુદળ હું પહોંચીશ નહીં. સવાર થતા જ જૈસલમાં ક્યાંક છુપાઈને સુઈ જઈશ દિવસ કાઢી લઈશ અને રાત્રે ફરીથી ચાલવા લાગીશ.

આખી રાત ચાલતો રહ્યો. બે ઘોડેસવાર તાતાર રસ્તામાં આવ્યા. પરંતુ ઝીલિને દૂરથી જ તેની આહટ સાંભળી લીધી અને ઝાડ પાછળ છુપાઈ ગયો.

ચાંદ ફિકો પડવા લાગ્યો. ઝાકળ પડ્યું સવાર થઈ રહી હતી. પરંતુ ઝીલિન હજી જંગલનાં છેડા સુધી પહોંચી શક્યો ન હતો. મનમાં જ કહેવા લાગ્યો - "બસ ત્રીસ ડગલા વધારે ચાલુ, પછી જંગલમાં વળી જઈશ અને બેસી જઈશ" ત્રીસ ડગલા ચાલ્યો કે જોયુ તો જંગલ ખત્મ થઈ રહ્યું છે. જંગલનાં છેડા પર પહોંચ્યો બિલકુલ અજવાળુ હતું. તેની સામે સ્તેપી હતું અને કિલ્લો જાણે હથેળી પર રાખેલો હોય. ડાબી તરફ પાસે જ પહાડીની નીચે, આગ બુઝાઈ રહી હતી. ધુમાડો ફેલાઈ રહ્યો હતો અને તાપણા પાસે લોકો બેઠેલા હતા.

ઝીલિને ધ્યાનથી જોયુ - બંદુકો ચમકી રહી હતી - રશિયન સિપાહી હતા. ઝીલિન ખુશ થઈ ગયો, છેવટે જોર લગાવીને એ તરફ ચાલ્યો ગયો. મનમાં જ વિચારતો હતો. ભગવાન ન કરે અહીંયા ખુલ્લા મેદાનમાં કોઈ ઘોડેસવાર તાતાર જોઈ લે. પોતાનાની પાસે જ છું પરંતુ બનીને નહીં નીકળી શકું.

વિચારવાની વાર હતી કે જોયુ - જમણી બાજી ટીલા પર ત્રણના તાર ઉભા હતા, કોઈ આઠ વિઘા દુર, તેમણે ઝીલિનને જોઈ લીધો અને ઘોડા દોડાવ્યા, ઝીલિનનું કલેજ સુન્ન થઈ ગયું. હાથ હલાવવા લાગ્યો, પુરા જોરથી બુમો પાડવા લાગ્યો.

"બચાવો, ભાઈઓ બચાવો"

રશિયનોએ સાંભળી લીધું. ઘોડે સવાર ઉછળ્યા અને તેના તરફ ઘોડા દોડાવ્યા તાતારોનો રસ્તો કાપતા.

રશિયનો દુર હતા, તાતાર નજીક પરંતુ ઝીલિને પણ બધુ જોર લગાવ્યું બેડીને હાથથી સંભાળી અને પોતાના લોકોની તરફ એકદમ દોડ્યો, સલીબનું નીશાન બનાવતો જાય. બુમો પાડતો જાય.

"ભાઈઓ ! ભાઈઓ !, ભાઈઓ !"

રશિયન ઘોડેસવાર પંદર હતા.

તાતાર ડરી ગયા - અડધા રસ્તે જ રોકાવા લાગ્યા અને ઝીલિનના પોતાના માણસો પાસે પહોંચી ગયો.

તેમણે તેને ઘેરી લીધો, કોણ છે ? ક્યાંથી આવ્યો ?" પરંતુ ઝીલિનને પોતાનો હોશ ન હતો, તે રડતો જાય અને બસ કહેતો જાય -

"ભાઈઓ ! ભાઈઓ !"

બીજા સિપાહીઓ પણ દોડીને આવ્યા, ઝીલિનને ઘેરી લીધો, કોઈ તેને રોટલી આપો કોઈ ખીચડી કોઈ વોડકા, કોઈએ કોટ ઓઢાડ્યો અને કોઈએ બેડી તોડી.

ઓફિસરોએ તેને ઓળખી લીધો, કિલ્લામાં લઈ ગયા ઝીલિનના સિપાહી ખુશ થઈ ગયા, સાથી ભેગા થઈ ગયા.

ઝીલિને આખી વાત સંભળાવી અને બોલ્યો - "લો, જઈ આવ્યો હું ઘરે, લગ્ન કરી આવ્યો ! ના, નસીબમાં નથી લખ્યું અને તે કોહકાફમાં ઓફિસરી કરવા રહી ગયો.

કસ્તીલિને મહિના પછી પાંચ હજાર રુંબલ આવવાથી છોડી દીધો. બિલકુલ અધમરો કિલ્લામાં લાવ્યા.

# ખોખલો ઢોલ

એક સમયની વાત છે. એક ગામમાં ઈમેલ્યાન નામનો એક પરેશાન હાલવાળી વ્યક્તિ રહેતી હતી. તે રોજ સવારે ઉઠતો અને નિત્યક્રમમાંથી પરવારી. મજુરી કરવા નીકળી પડતો. એક દિવસ માલિકના કામ પર જતા જતા તેને રસ્તામાં એક ખેતરની વાવ પર ક્યાંકથી દેડકો કુદતો સામે આવી ગયો. દેડકો. ઈમેલ્યાનના પગ નીચે આવતો આવતો બચ્યો. કારણ કે ઈમેલ્લાને તેને જોતા જ પોતાના પગના સંતુલન પર કાબુ મેળલી લીધો હતો. નહિં તો તે દેડકો પગ નીચે કચડાઈ જાત. એટલામાં તે ઝડપથી આગળ વધી ગયો. તેના કાનમાં પોતાના નામની બુમ પાડતી કોઈ છોકરીનો અવાજ ટકરાયો.

તેણે પાછળની તરફ ફરીને જોયું તો એક અત્યંત સુંદર છોકરી ઉભી રહી તેને બુમ પાડી રહી હતી. તે છોકરીએ પુછ્યું "ઈમેલ્યાન તું લગ્ન કેમ કરી લેતો નથી ?"

ઈમેલ્યાને બતાવ્યું કે ભલા હું લગ્ન કેવી રીતે કરી શકું છું. જે કપડાં મેં શરીર પર પહેરેલા છે. તે એક માત્ર જોડી મારી પાસે છે. એ સિવાય મારી પાસે બીજું કંઈ જ નથી તો કંઈ છોકરી મારી સાથે લગ્ન કરવા તૈયાર થઈ જશે ?

છોકરીએ પ્રસ્તાવપૂર્વક કહ્યું - "જો તું કહેતો હું તારી સાથે લગ્ન કરવા તૈયાર છું મારામાં કોઈ ખરાબી નથી."

તે છોકરી ઈમેલ્યાના મનને ખુબ જ ગમી રહી હતી. તે બોલ્યો "તું તો આકાશમાંથી આવેલી અપ્સરા લાગે છે. પરંતુ મારું કોઈ ઠામ-ઠેકાણું પણ નથી. આપણે બંને રહેશું કેવી રીતે અને ક્યા ?"

છોકરી બોલી - "એમાં ચિંતા કવરાની કોઈ વાત નથી. આળસ ઓછી કરી અને મહેનત વધારે કરી તો પોતાના લાયક ખાવા પહેરવામાં ઘણું બધું થઈ જશે."

ઈમેલ્યાને કહ્યું - "જો તું આ વાતોમાં વિશ્વાસ રાખતી હોય તો મને કોઈ વાંધો નથી. હું લગ્ન કરવા તૈયાર છું પરંતુ એ બતાવ કે જઈશું ક્યાં ?"

"ચાલો તો પછી શહેરમાં જ જઈએ."

બંને શહેરની તરફ રવાના થયા ત્યાં શહેરનાં બીજાં છેવાડે પર એક ઝુંપડીમાં ઈમેલ્યાનને તે છોકરી લઈ ગઈ. બંને લગ્ન સુત્રમાં બંધાઈને એકબીજા સાથે ઘર વસાવીને રહેવા લાગ્યા.

એક દિવસ એ શહેરનો રાજા ત્યાંથી પસાર થઈ રહ્યો હતો. ઈમેલ્યાનની પત્ની પણ રાજાની સવારી જોવા ઝૂંપડીની બાહર નીકળી.

અચાનક

રાજાએ તેને ઝુંપડીની બાહર ઉભેલી જોઈ. તો આશ્ચર્યચકિત થઈ ગયો અને તેના દિલને કહ્યું - "આ તો કોઈ સુંદર અપ્સરા લાગે છે. આવી સુંદર પરી જેવી છોકરી અહીંયા ક્યાંથી આવી ગઈ" તેણે પોતાની સવારી રોકવાનો ઈશારો કરી તેને પોતાની પાસે બોલાવી પુછ્યું -

છોકરી તું કોણ છે ? "

તેણે ઝંખવાતા કહ્યું - "હું ઈમેલ્યાન ખેડૂતની પત્ની છું."

રાજાએ પૂછ્યું - "આટલી સુંદરતા પામવા છતાં પણ તે ખેડૂત સાથે લગ્ન કરવાનો નિર્ણય શા માટે કર્યો ? જ્યારે તારી સુંદરતા તો રાણી બનવા લાયક છે.

છોકરીએ સહજતાપૂર્વક જવાબ આપ્યો - "તમે મારી સાથે આ રીતની વાત ન કરો. મારા માટે મારો પતિ જ ખેડૂતનાં રુંપમાં જ સારો છે."

આટલી વાતો થયા પછી રાજાની સવારી આગળ વધી ગઈ પાછો ફરી રાજા મહેલમાં આવી ગયો. પરંતુ તેના મનમાં છપાયેલી ઈમેલ્યાનની પત્નીની તસ્વીર ન હટી શકી. તે આખી રાત નિરાંત સુઈ ન શક્યો. બસ એ જ વિચારતો રહ્યો કે છેવટે ઈમેલ્યાનની પત્નીને કેવી રીતે પ્રાપ્ત કરી શકાય છે. તેના મગજમાં એવી કોઈ તરકીબ ન આવી શકી. ત્યારે તેણે પોતાના નોકરોને બોલાવ્યા અને કહેવા લાગ્યો - "કોઈ એવી તરકીબ કાઢો જેનાંથી હું તે સુંદર પરીને પામી શકું.

રાજાના નોકરોએ વિચાર-વિમર્શ કરી એકમત થઈ ને બતાવ્યું કે - "સરકાર તમે ઈમેલ્યાન ને કામ કરવા મહેલમાં બોલાવો. અહીંયા અમે તેની પાસેથી એટલું કામ લેતું કે છેવટે તે મોતનો કોળિયો બની જશે. ત્યારે તેની પત્ની એકલી પડી જશે અને પછી તમે તેને સરળતાથી પામી શકશો.

રાજાએ નોકરોના બતાવેલા નિર્દેશો પર અમલ કર્યો. ફરમાન બહાર પાડ્યું કે ઈમેલ્યાન મહેલમાં કામ કરવા આવે અને પોતાની પત્નીની સાથે રહે.

હુકમ ઈમેલ્યાન સુધી પહોંચી ગયો. ઈમેલ્યાન ફરમાન પર વિચાર કરી પોતાની પત્ની સાથે ચર્ચા કરી. ત્યારે તેની પત્નીએ કહ્યું - "ઈમેલ્યાન, જાઓ આખો દિવસ તનતોડ મહેનતથી કામ કરજો, પરંતુ રાત્રે સુવા ઘરે આવી જજો."

સાંભળીને ઈમેલ્યાન મહેલની તરફ ચાલી નીકળ્યો. મહેલમાં પહોંચતા રાજાના દિવાને પુછ્યું - "ઈમેલ્યાન તું પત્નીને સાથે કેમ નથી લાવ્યો. એકલો કેમ આવ્યો ?"

ઈમેલ્યાને કહ્યું - "તેનુ સ્થાન તો ત્યાં જ છે. પત્નીથી જ ઘર બને છે. અહીં તેનું શું કામ ?"

રાજાના મહેલમાં એ એકલા જીવને બે માણસોનું કામ સોંપ્યું. ઉમ્મીદ તો નહતી કે તે કામ પુરું કરી શકશે. પરંતુ ઈમેલ્યાન જીવ લઈને જોડાઈ ગયો, અને સાંજ પડતા

પડતા તેની ઉન્મીદથી ઉલટા કામને પૂર્ણ રુંપે સમાપ્ત કરી દીધી. દાવાને જોયું કે બધું કામ પતાવી દીધું છે. ત્યારે બીજા દિવસે ચારણા કરવા ચાર ગણુ કામ બતાવી દીધું.

ઈમેલ્યાન થાક્યો-પાક્યો ઘરે આવ્યો. જોયુ તો ત્યાં બધી ચીજો ઘણી સારી રીતે કરવામાં આવી હોય. ખાવાનું તૈયાર હતું. ગરમ પાણી પણ ભરી રાખ્યું હતું. અને પત્ની બેઠા બેઠા કપડામાં સિલાઈ કરી રહી હતી. અને કદાચ તેની જ રાહ જોઈ રહી હતી. તેનો પતિની શકલ જોતા જ ચહેરો ખીલી ઉઠ્યો તેણીએ તેનું સ્વાગત કર્યું, હાથ પગ ધોવડાવ્યા, ખાવા-પીવાનું આપ્યું. અને કાન અંગે પુછવા લાગી.

ઈમેલ્યાને કહ્યું કે કામ વિશે તો પુછતી જ નહીં એ જ સારું છે. કામ તો એટલું આપે છે કે ક્ષમતાથી વધારે એવું લાગે છે કે કામના ભારથી મને મારી નાખવા ઇચ્છે છે.

તેની પત્નીએ કહ્યું - કામના વિષયમાં બોલવું બરોબર નથી હોતું કામના સમયે આગળ-પાછળ ધ્યાન ન આપવું જોઈએ કે મેં કેટલું કામ કરી નાખ્યું કેટલું બાકી રહી ગયું. બસ કામ કરતા જ રહેવું જોઈએ. બાકી બધુ જાતે ઠીક થઈ જશે.''

આ શબ્દો સાંભળીને ઈમેલ્યાન રાતના નિશ્ચિંત સુઈ ગયો. સવાર પડતા જ નિત્યક્રમ પતાવી તે કામ પર ચાલ્યો ગયો અને ડાબી-જમણી જોયા વગર કામમાં જોડાયેલો રહ્યો. હોંશિયારની વાત હતી કે સાંજ ઢળતા પહેલા જ બધા કામ સંપૂર્ણરુંપથી પુરા થઈ ગયા અને અંધારું થતા થતા પાછો ઘરે પણ પહોંચી ગયો.

રાજાના લોકો રોજબરોજ તેનું કામ વધારતા રહે. પરંતુ સંયોગથી તે દરરોજ સાંજ પહેલા જ બધું કામ પુરું કરી નાખતો અને પાછો ઘરે પણ ચાલ્યો જતો આ રીતે એક અઠવાડિયું વિતી ગયું. રાજાના નોકરો એ જોયુ કે કામ આપી-આપીને તે ઈમેલ્યાનનું કંઈ જ ન બગાડી શક્યા ત્યારે તેમણે તેને નક્કિ કરી. મુશ્કેલ અને બારીક કામ આપવાનું શરું કર્યું. પરંતુ તેનાથી પણ તેના પર કોઈ અસર ન થઈ. ક્યાં ભરતકામ રાજગીરી અને જુદા-જુદા પ્રકારના બધા જ કામ ઈમેલ્યાન સારી રીતે અને સમય પહેલા જ કરી દેતો અને ખુબ મજાથી રાત્રે ઘરે ચાલ્યો જતો આ રીતે બીજુ અઠવાડિયું પણ વિતી ગયું.

આથી રાજાએ પોના માણસોને બોલાવીને કહ્યું - ''શું તમને લોકોને હરામનો માલ ખવડાવું છું ? બે અઠવાડિયા વીતી ગયા તમે શું કરીને બતાવ્યું ? કહેતા હતા. તમે કામથી ઈમેલ્યાનને થકવી દેશે પરંતુ સાંજ થતા જ તે ખુશી-ખુશી તે દરરોજ ગણગણતો ઘરે પાછો ફરે છે. હું પોતે મારી આંખોથી તેને જતો જોઉં છું. શું તમે લોકો મને મુર્ખ બનાવવા ઇચ્છો છો. રાજાની સામે તે આમ-તેમ તાકવા લાગ્યા બોલ્યા - ''અમે તેને ભારેમાં ભારે અને મુશ્કેલમાં મુશ્કેલ કામ આપ્યા હતા. પરંતુ તે તો બધા કામ એવા ચોખ્ખા કરે છે કે કોઈ જાદૂગર પોતાની લાકડી ઘુમાવી ન કોઈ વસ્તુને સાફ કરી દે છે. તે તો થાકવાનું નામ પણ લેતો નથી. છતાં પણ અમે તેને બારિક

કામ આપ્યું. એ પણ તેણે પાર પાડી દીધું. કોઈ પણ કાર્ય સોંપો, ન જાણે કેમ કરી નાંખે છે ? અમને તો એવું લાગે છે કે ઈમેલ્યાન કે તેની પત્ની કોઈને કોઈ જાદૂ જરૂર જાણે છે. અમે પોતે તેનાથી પરેશાન છીએ. હાં એક તરકીબ વિચારી છે. ઈમેલ્યાનને બોલાવવામાં આવે એ કહેવામાં આવે કે મહેલની બરોબર સામે તારે એક દિવસમાં એક મંદિરની ઈમારતનું નિર્માણ કરવાનું છે અને જો તે કરી ન શકે તો તેનું માથુ ધડથી અલગ કરી દેવામાં આવશે."

રાજાએ ઈમેલ્યાનને બોલાવવા મોકલ્યો કહ્યું. "સાંભળ ઈમેલ્યાન ! મહેલની સામે એક મંદિરનું નિર્માણ કરવાનું છે. કાલે સાંજ સુધીમાં તૈયાર થઈ જવું જોઈએ. જો તે મંદિર તૈયાર કરી દીધું તો તને ઈનામ આપીને નવા બ્રશ અને જો તે આ કાર્ય કાલ સાંજ સુધીમાં પુરું ન કર્યું તો તારું માથુ ધડથી અલગ કરાવી દઈશ."

ઈમેલ્યાને રાજાની આજ્ઞા સાંભળી અને શાંત ભાવથી ત્યાંથી ઘરે આવ્યો તેણે વિચારી લીધું કે જીવ બચાવવો ખરેખર મુશ્કેલ છે, ઘરે પહોંચી પત્નીને કહ્યુ - "એજી સાંભળે છે ? હવે તૈયારી કરો અને અને આ શહેરથી ક્યાંય દુર ભાગી જઈએ ચલો નહીં તો બે મોત મરવુ જ પડશે.

તેની પત્નીએ કહ્યુ - આ રીતે ભયભીત કેમ થઈ રહ્યા છો ? અને આપણે શા માટે ભાગીએ ?"

ઈમેલ્યાન બોલ્યો - "ડરવાની જ વાત છે. ભાગ્યવાન ! રાજાએ કાલે ને કાલે એક પૂર્ણ નવનિર્માણ મંદિર ઉભુ કરવાનું કહ્યું છે. જો એ ન કર્યું તો તે મારું માથુ ધડથી અલગ કરી નાખશે. બસ, બચવાનો એક જ ઉપાય છે કે સમય રહેતા આપણે લોકો અહીંથી નીકળી જઈએ.

પરંતુ તેની પત્નીએ એ વાતને કોઈ મહત્ત્વ ન આપ્યું. અને બોલી - "એ વાત કેમ ભુલી જાય છો કે રાજાની પાસે સેંકડો સિપાહીઓ છે. તે આપણને કામે ત્યાંથી પકડી લાવશે. આપણે બચી ન શકીએ. અને રાજા જ્યાં સુધી કાબુ હોય આપણે રાજાનો હુકમ માનવો જોઈએ."

"હુકમ કેવી રીતે પુરો કરું. જ્યારે કામ મારાથી અસંભવ છે."

ફરી તે બોલી - "તો પણ ગભરાવ છો કેમ ? જે થશે જોયું જશે. અત્યારે તો ખાવાનું ખાઈ પીને આરામથી સુઈ જાવ. સવાર થતાં જ ઉઠી જજો અને અત્યારે કામ ઠીક-ઠીક પતી જશે."

બીજા દિવસે સવારે પત્નીએ જ તેને જગાડ્યો કહ્યું - "જલ્દી તૈયાર થઈ ને જાવ અને મંદિરનુ નિર્માણ કરી નાખો આ હથોડી છે. આ ખિલ્લીઓ છે. અત્યારે ત્યાં એક દિવસને લાયક જ કામ બાકી મળશે."

ઈમેલ્યાન શહેરમાં ગયો. ચોકમાં પહોંચ્યો તો જુએ છે કે મંદિર હતો તૈયાર બનેલું ઉભુ છે. તે ઉપરનું કંઈક કામ કરવામાં લાગી ગયો. જે સાંજ સુધીમાં પુરુ થઈ ગયું.

રાજાએ જાગીને જોયુ તો સામે મંદિર તૈયાર ઉભુ છું અને ઈમેલ્યાન અહીંયા ત્યાં થોડી ખીલ્લીઓ મારી રહ્યો છે. મંદિર બનેલું જોઈને રાજા નિરાશાજનક દેખાવા લાગ્યો, કારણ કે ઈમેલ્યાનને હવે સજા કઈ રીતે આપે ? તેની પત્ની કેવી રીતે પ્રાપ્ત થઈ શકે ? પછી તેણે નોકરોને એકઠા કર્યા કહ્યું - "ઈમેલ્યાને આ કામ પણ પૂર્ણ કરી બતાવ્યું બતાવો તેને કઈ વાત પર ખતમ કરવામાં આવી ? આ વખતે કોઈ પાકી યુક્તિ શોધો. નહીં તો તેની સાથે સાથે તમારા બધાએ પણ પોતાના જીવમાંથી હાથ ધોવા પડશે.

એના પર બધાએ નક્કી કર્યું કે ઈમેલ્યાનને મહેલની ચારે બાજુ દરિયો વહાવવાનું કહેવામાં આવે છે. જેમ નાવ (હોડી) તરી રહી હોય અને કિનારે કિનારે પાક્કી ધાર હોય. રાજાએ ઈમેલ્યાનને બોલાવ્યો અને આ હુકમ સંભળાવી દીધો કહ્યું - "જો એક દિવસમાં આખુ મંદિર ઉભી કરી શકે છે તો આ કામ પણ એક રાતમાં કરી શકો છો. કાલે બધું થઈ જશે.

નહીં તો માથા પર ધડ નહીં રહે."

ઈમેલ્યાન હવે પોતાના જીવનની આશા બિલકુલ ત્યાગી ચુક્યો હતો, તે ભારે મનથી ઘરે આવ્યો ઘરે પહોંચતા જ ઉતરેલો ચહેરો વાંચીને પત્નીએ પૂછ્યું "આ રીતે ઉદાસ કેમ છો ? કેમ રાજાએ આજે ફરી કોઈ નવું કામ બતાવ્યું છે ?"

"જે થયું હતું ઈમેલ્યાન કહી સંભળાવ્યું - "ચાલો હજી સમય છે. ભાગી જઈએ.

પરંતુ પત્નીએ કહ્યું - રાજાના સિપાહી છે. તેનાથી કેવી રીતે બચીશું ? જ્યાં પહોંચીશું ત્યાંથી પકડી લેશે એટલા માટે ભાગવામાં નહીં હુકમ માનવામાં જ ભલાઈ છે.

"પરંતુ મારાથી આટલું બધું કામ કેવી રીતે થશે ?"

તેની પત્નીએ કહ્યું - "મન નાનુ ન કરો, ખાવાનું ખાવ અને આરામ કરો સવારે ઉઠજો, ઈશ્વરની ઇચ્છા હશે તો બધુ કામ ઠીક-ઠીક થઈ જશે."

ચિંતાનો ત્યાગ કરી ઈમેલ્યાન આરામથી સુઈ ગયો. સવારે જ તેની પત્નીએ ઉઠાડીને કહ્યું - "ઉઠો અને મહેલમાં જાવ, ત્યાં બધુ તમારા બતાવ્યા પ્રમાણે તૈયાર છે. મહેલની સામે દરિયાના કિનારે જરા જમીન ઉભરેલી છે. લો આ પાવડો તેને, એકસાર કરી દેજો.

સવારે ઉઠતા જ રાજાએ જે નજારો જોયો. તેને પોતાની આંખો પર વિશ્વાસ ન થયો. તે આશ્ચર્યચકિત થઈ ઉઠ્યો. જ્યં કંઈ જ ન હતું. ત્યાં દરિયાના મોજા લહેરાઈ રહ્યા છે. પાલખોલી હોડીઓ તરી રહી છે. પાણીથી ભરેલી નદી અને તેના પર રમતી હંસીની જેવી નૌકાઓને જોઈને તેના મનમાં જરાપણ ખુશી ના થઈ. ઈમેલ્યાનને પકડી ન શકવાને કારણે તે તમતમી ઉઠ્યો. તેણે વિચાર્યું કે હવે હું કરું તો શું કરું ! એવું વિચારીને તેણે પોતાના નોકરોને બોલાવ્યા અને કહેવા લાગ્યો - "જુઓ તમે બધા કોઈને કોઈ એવું કામ કા છો જે તે સરળતાથી જ કરી શકે. સમજ્યા ? જે કામ આપણે

તેને બતાવીએ છીએ. તે બધા તો તે કરી નાંખે છે અને હજી સુધી હું તેની પત્ની ને પામી શક્યો નથી.

ઘણીવાર સુધી વિચાર્યા પછી નોકરોએ એક યુક્તિ લગાવી રાજાની પાસે પહોંચ્યા અને કહેવા લાગ્યા. "તમે ઈમેલ્યાનને બોલાવી કહો કે જો ઈમેલ્યાન, ત્યાં જાવ ન જાણે ક્યાં અને તે વસ્તુ ભાવે કે ન જાણે શું" ત્યારે તે બચીને નહી નીકળી શકે. તે પછી જ્યાં ક્યાંય પણ જશે, તમે કહી દેજો કે મેં ત્યાં કહ્યું ન હતું અને જે સાથે લઈને આવે પછી કહી દેજો કે તે અમે મંગાવ્યું જ નહતું. એવું કહીને મોતની સજા સંભળાવી દેજો અને તેની પત્ની હાસિલ કરી લેજો.

રાજા નોકરોની વાતથી ખુબ જ પ્રભાવિત થયા અને કહેવા લાગ્યો - "આ તે સાચી યુક્તિ લગાવી."

રાજાએ ઈમેલ્યાન ને બોલાવીને કહ્યું - ઈમેલ્યાન ! ત્યાં જાઓ કે ન જાણે ક્યાં અને ત્યાંથી એ લાઓ કે ન જાણે શું જો તું લાવવામાં નિષ્ફળ રહ્યો તો અંજામ તું પોતે જાણે છે."

ઈમેલ્યાને ઘરે જઈને પત્નીને રાજાની આખી વાત કહી સંભળાવી સાંભળીને પત્ની વિચારમાં પડી ગઈ.

બોલી - આ વખતે તમને રાજાએ પોતાની જાળમાં ફસાવવા માટે રાજાના માણસોએ તેને સાચો ઉપાય બતાવ્યો છે. પરંતુ હવે આપણે પણ હોંશિયારીથી પગલા ભરવાના છે."

આવું કહીને બેઠી-બેઠી વિચારવામાં પડી ગઈ. છેવટે બોલી - "જુઓ, દુર એક દાદી ડોશી છે. સિપાહીઓની તે ધરતીમાંનાં સમાન છે. તેની સહાયતા માંગજો જો તે દાદી ડોશી તમને કંઈ જ આપે. કે બતાવે, તો તેને લઈને મહેલમાં પ્રવેશ કરજે. હું ત્યાં જ રહીશ. હું હવે રાજાના માણસોથી બચી શકીશ નહીં. તે મને બળજબરીથી લઈ જશે. પરંતુ થોડા દિવસની વાત છે. જો તું દાદીની વાત પર અમલ કરીશ તો મને જલ્દીને જલ્દી બચાવી શકીશ.

તેણે યાત્રા માટે પોતાને તૈયાર કરી સાથમાં કંઈક ખાવા માટે બાંધી દીધું. ચરખા નો એક તકુઓ પણ આપી દીધો કહ્યું. "જુઓ આ તકુઆ જઈને દાદીને આપી દેજો. એ તારી ઓળખ કરાવશે કે તું કોણ છે. આ રીતે બરોબર રસ્તો બતાવી તેનું માર્ગદર્શન કર્યું અને મોકલી દીધો.

ઈમેલ્યાન મુસાફરી કરતો એક સ્થાન પર પહોંચ્યો. જ્યાં સિપાહી કવાયત કરી રહ્યા હતા. ઈમેલ્યાન ઉભો થઈને જોવા લાગ્યો. કવાયત પછી બેસીને સિપાહી આરામ કરવા લાગ્યા. તેની પાસે જઈને પુછ્યું - "ભાઈઓ તમે લોકો જાણો છો. કયો રસ્તો ત્યાં ખબર નહીં ક્યાં જાય છે અને હું કેવી રીતે તે ખબર નહી. શું ચીજ પામી શકું છું."

સિપાહીઓ આશ્ચર્યપૂર્વક તેની વાતો ને ધ્યાનથી સાંભળી. પછી કહ્યું - "તને કોણે આ કામ આપીને મોકલ્યો છે."

આ કામ મને રાજાએ સોંપ્યું છે." સિપાહીઓએ કહ્યું - "અમે પણ જે દિવસથી સિપાહીની નોકરીમાં આવ્યા છીએ એ દિવસથી ત્યાં ખબર નહીં ક્યાં જઈ રહ્યા છીએ અને હજી ક્યાંય પહોંચ્યા નથી. અને તે ખબર નહીં શું શોધી રહ્યા છીએ અને હજી સુધી કંઈ પણ પામી શક્યા  નથી. અમે, ભાઈ, તારી કોઈ સહાય તો નથી કરી શકતા.

ઈમેલ્યાને થોડો સમય સિપાહી સાથે વિતાવ્યો અને પછી આગળ વધ્યો. કોસો દુર ચાલતા-ચાલતા છેવટે એક ગાઢ જંગલ આવ્યું. એ જંગલમાં એક ઝુંપડી હતી અને એમાં જ સિચાહીની ધરતીમાં, એ ડોશી દાદી જેના વિશે સમજાવવામાં આવ્યું હતું. ચરખા પર સુતર કાંતી રહી હતી. અને તેની આંખમાં થી અશ્રુધારા વહી રહી હતી. સુતર કાંતતાં કાંતતા તે આંગળીઓ મોંમાં નાખીને ભીની કરતી નહતી. બસ વહી રહેલી અશ્રુધારાથી જ ભીનુ કરી લીધા કરતી હતી. ઈમેલ્યાનની નજર પડતા જ તે ડોશીએ ચિલ્લાઈને કહ્યું - "કોણ છે તું ? અહીંયા કેમ આવ્યો છે ?"

ત્યારે ઈમેલ્યાને તે તકુઆ જે તેની પત્નીએ તે જતા સમયે ડોશીને આપવા માટે આપ્યો હતો, તે ડોશી તરફ આગળ ધરી દીધો અને કહ્યું - "મારી પત્ની એ આ આપીને મને તમારા શરણમાં મોકલ્યો છે."

ડોશી એકદમ નરમ પડી ગઈ અને ક્ષેમકુશળ પુછવા લાગી. ઈમેલ્યાને બધું બતાવી દીધું કે કઈ રીતે તે છોકરી મળી, કેવી રીતે વિવાહ-સુત્રમાં બંધાઈને ગામમાં ઘર વસાવ્યું. કેવી રીતે મંદિર બનાવ્યું. અને નૌકાઘાટવાળો દરિયો બનાવ્યો અને હવે રાજાએ તેને ત્યાં ખબર નહીં ક્યા અને તે ખબર નહીં શું લાવવાનો હુકમ આપીને મોકલ્યો છે. - આ બધું તેણે ડોશીને કહી સંભળાવ્યું.

સાંભળીને તે ડોશીનું રડવાનું રોકાઈ ગયું. મનમાં બોલી - "હવે મને સંકટમાંથી મુક્તિ મળી જશે." અને ઈમેલ્યાનને કહ્યું - "સારું બેટા, બેસ, કંઈક બાઈ પીડુને, ઘણી લાંબી મુસાફરી કરી છે, ખવડાવી-પીવડાવી બુઢિયારો બતાવ્યું કે જો આ સુતરનો પિંડ છે. તેને તે અને સામે ગબડાવી દે. તેના સુતરની પાછળ પાછળ તું પણ ચાલતો રહેજે. ચાલતો ચાલતો સમુદ્ર સુધી પહોંચી જઈશ ત્યાં એક ખુબ મોટુ શહેર દેખાશે. એ શહેરમાં ચાલ્યો જજે શહેરની પાસે છેલ્લા ઘર પર એક રોકાવા જગ્યા માંગજે, ત્યાં આંખો ખોલીને રહેજે ત્યાર તને તારી ચીજ મળશે.

ઈમેલ્યાને કહ્યું - "દાદી, હું કેવી રીતે જાણીશ કે આ એ જ ચીજ છે."

ડોશીએ કહ્યું - "જ્યારે તું એવી ચીજ જોઈશ જેની લોકો મા-બાપ કરતા પણ વધારે સાંભળે સમજી લેજે. એ જ વસ્તુ છે. જેની તને તલાશ છે. તેને જ રાજા પાસે લઈ જજે. ત્યારે રાજા કહેશે આ ચીજ નથી તું કહેજે આ એ નથી. તો લાવો હું તેને તોડી નાંખું અને ત્યારે તું તેને ધમાધમ પીટવા લાગજે. પીટતા-પીટતા નદી સુધી લઈ જજે અને તેના ટુકડે-

ટુકડા કરીને નદીમાં નાખી દેજે ત્યારે તેને તારી પત્ની પાછી મળી જશે.

ઈમેલ્યાને તેની ઘરડી દાદીના ચરણસ્પર્શ કરી પ્રણામ કર્યા અને વિદાય લીધી અને સુતરના ગોળાની પાછળ-પાછળ ચાલી નીકળ્યો. ગોળો ગબડતો અને ખુલતો છેવટે સમુદ્રના કિનારા સુધી પહોંચી ગયો. તેણે જોયુ કે ત્યાં એક ખુબ જ મોટુ શહેર હતું અને તેનાં બીજા છેડે એક મોટું મકાન ઈમેલ્યાને રાતના ત્યાં રોકાવા માટે જગ્યા માંગી અને તેને તે જગ્યા મળી પણ ગઈ.

સવારે તેણે સાંભળ્યું કે ઘરમાં બાપ છોકરાને જગાડી રહ્યો છે કે ભાઈ. ઉઠીને જા અને જંગલમાંથી થોડા લાકડા લેતો આવ.

પરંતુ છોકરા એ અનસુનુ કરી કહ્યું - "હજી ઘણો સમય છે આટલી જલ્દી શું છે ?"

માં એ કહ્યું - "ઉઠો બેટા જા. તારા પિતાના શરીરના હાડકા દુખે છે. જો તું ન ગયો તો તેમને જાતે જવું પડશે બેટા, દિવસ ઘણો નીકળી આવ્યો છે."

પરંતુ છોકરા એ કંઈક બહાનું કર્યું અને પડખુ ફેરવીને ફરી સુઈ ગયો ઈમેલ્યાને આ બધું સાંભળ્યું

ત્યારે અચાનક !

બાહર સડક પર કોઈ ચીજની જોરથી અવાજ ઉત્પન્ન થતો શરું થયો અને જુએ છે કે તે અવાજ સાંભળતા જ છોકરો તરત જ ઉઠીને ઉભો થયો અને ઝટપટ કપડા પહેરીને ઘરની બહાર નીકળી ભાગ્યો ઈમેલ્યાને પણ કુદીને જોવા તેના પાછળ પાછળ દોડ્યો કે શું ચીજ છે. જેનો હુકમ છોકરો મા-બાપ કરતા વધારે માને છે. જુએ છે કે રસ્તા પર એક વ્યક્તિ પેટની આગળ એક ચીજ બાંધીને લઈ જઈ રહ્યો છે. જેને તે બંને તરફથી દાંડીઓથી પીટી રહ્યો છે. એ ચીજ એટલા જોરથી અવાજ કરી રહી હતી અને (જેની ગુંજ પર તે છોકરો ઘરમાંથી ભાગી આવ્યો હતો તે ચીજ ગોળ હતી. બંને બાજુએ ચામડુ જોયેલું હતું. પુછ્યું કે તેનું નામ શું છે ?

લોકોએ બતાવ્યું - "ઢોલ."

"શું એ અંદરથી ખોખલો છે ?"

"હાં, અંદરથી એ ખોખલો છે."

ઈમેલ્યાન અચરજમાં પડી ગયો. તેણે કહ્યું - "આ મને આપી દે ભાઈ" પરંતુ ઢોલવાળા એ આપ્યો નહી. આથી ઈમેલ્યાન તેની પાછળ-પાછળ ચાલી નીકળ્યો. આખો દિવસ સાથે લાગેલો રહ્યો. છેવટે જ્યારે ઢોલવાળો સુઈ ગયો. ત્યારે ઢોલ ઉઠાવી ઈમેલ્યાન ભાગી નીકળ્યો.

તે દોડતો દોડતો જલ્દી-જલ્દી પોતાની વસ્તીમાં પહોંચ્યો. પહેલા તો પત્નીને મળવા ઘરે પહોંચ્યો પરંતુ તે ત્યાં નહતી કારણ કે ઈમેલ્યાનના જતા જ બીજા દિવસે

રાજાના માણસો તેને લઈ ગયા હતા. આથી ઈમેલ્યાન મહેલના દરવાજે પહોંચ્યો અને સુચના મોકલાવી કે ઈમેલ્યાન પાછો આવ્યો જે ત્યાં ગયા હતો. ખબર નહીં ક્યાં અને તે લાવ્યો છે ખબર નહીં શું.

સુચના સાંભળીને રાજાએ હુકમ કર્યો કે બીજા દિવસે આવે

આથી ઈમેલ્યાને કહેવડાવ્યું - "હું એ ચીજ લાવ્યો છું જે રાજાએ મંગાવી હતી. જો તે એ ચીજ મારી પાસે લેવા ન આવી શકે તો હું જાતે જ તેમની પાસે આવું છું."

આથી રાજા બહાર આવ્યા તેમણે પુછ્યુ - "સારું તું ક્યાં ગયો હતો"

ઈમેલ્યાને બધુ બરોબર બતાવી દીધું.

રાજાએ કહ્યું - "તે અસલી જગ્યા નથી. સારું શું લાવ્યો ?

ઈમેલ્યાને ઢોલ બતાવી દીધો. પરંતુ રાજાએ તેની સામે પણ જોયું નથી અને કહ્યું - આ એ ચીજ નથી."

ઈમેલ્યાને કહ્યું કે - "આ એ ચીજ નથી જે તમે મંગાવી હતી. તો હું તેને પીટીને તોડી નાખું છું. પછી જોયું જશે.

એવું કહેતો ઈમેલ્યાન ઢોલ પીટતો મહેલની બહાર નીકળી આવ્યો ઢોલનું પીટવાનું હતું કે પાછળ પાછળ રાજાની ફોજ નીકળી આવી. અને ઈમેલ્યાનને સલામ કરતી તેના હુકમની રાહ જોતી ઉભી રહી ગઈ.

રાજાએ પોતાની બારીમાંથી આદશ્ય જોયું તો તે પોતાની ફોજને બુમ પાડી પાડીને કહેવા લાગ્યો કે ઈમેલ્યાનની પાછળ ન જાવ. પરંતુ રાજાનાં બુમ અવાજ શબ્દો પર કોઈએ ધ્યાન ન આપ્યું અને બધા ઢોલની પાછળ પાછળ ચાલી નીકળ્યા.

રાજાએ જ્યારે આ જોયુ કે તેના શબ્દોની કોઈ પ્રતિક્રિયા ન થઈ તો કહેવા લાગ્યો કે ઈમેલ્યાનને તેની પત્ની આપી દો અને તે ઢોલ લઈ લો.

પરંતુ ઈમેલ્યાન પણ સમજદાર હતો તેને ડોશી દાદીના કહેલા શબ્દ યાદ હતા કે તે ચીજને પીટતા-પીટતા તોડવાની છે અને પછી નદીમાં ફેંકી દેવાનો હતો.

આથી ઈમેલ્યાને કહ્યું - "આ સંભવ નથી" તેને તોડીને મારે નદીમાં ફેંકી દેવાનો છે.

આવુ કહી ઈમેલ્યાન ઢોલ ને પીંટતો ખુશ થતો જતો હતો. તે ઢોલને પીટતો પીટતા નદીની તરફ જતો હતો. બધા જ સિપાહી તેની સાથે પાછળ-પાછળ ચાલી રહ્યા હતા. નદી પર પહોંચીને ઢોલના ટુકડે ટુકડા કરી ઈમેલ્યાને નદીની પહેલી શીતળ ધારામાં એક ઝટકા સાથે તેને ફેંકી દીધો અને જેટલા પણ સિપાહી તેની પાછળ હતા તે પાછો પોત-પોતાના ઘરે ભાગી ગયા.

ત્યારે ઈમેલ્યાન પોતાની પત્નીને રાજાની કેદમાંથી છોડાવી પોતાની સાથે બગલગીર થતો પોતાના નાના એવા ઘરમાં પહોંચી ગયો. તે દિવસ પછી રાજાએ તેને ક્યારેય પણ કારણ વગર સતાવવાની હિંમત ન કરી. પરિણામે તે બની સુખપૂર્વક પોતાનું જીવન પસાર કરવા લાગ્યા.

# પ્રેમ અને પ્રભુ

એક નગરના નીચેના ભાગમાં એક મોચી રહે તો હતો. જેનું નામ માર્ટિન હતું. તેની એક સાંકડી ઓરડી પણ હતી. જેમાં તે પોતાનું જીવન પસાર કરતો હતો.

ઓરડીની બારીમાંથી રસ્તા પરની અવર જવાર ચોખ્ખી દેખાતી હતી, જ્યાં આવતા-જતાના ચહેરા નહીં પરંતુ પગ જરૂર દેખાતા હતા. માર્ટિન લોકોના જુતાથી જ ઓળખવાનો આદિ થઈ ગયો હતો. કારણ એ હતુ કે એ જગ્યાએ રહેતા તેને ઘણો સમય થઈ ગયો હતો અને ઘણા બધા લોકોને જાણતો પણ હતો.

તેની આમ-તેમ કદાચ જ એવા કોઈ જોડા જુતા બચ્યા હોય જે તેના હાથમાંથી નીકળી શક્યા ન હોય. તેથી બારીના ઝરુંખામાંથી તે પોતાનું જ કામ જોયા કરતો, કેટલીક જોડીને તેણે તળીયા લગાવ્યા હતા અને કેટલાકની મરામત પણ કરી હતી. કેટલાક એવા પણ હતા જેને સંપૂર્ણ રીતે પોતાના હાથેથી તૈયાર પણ કર્યા હતા.

તે પોતાના કાર્ય પ્રત્યે ઘણાં મહેનતુ અને બોલવા-ચાલવામાં ઘણો મિલનસાર હતો. તેની નજરમાં કામ જ બધું હતું. કામના પ્રત્યે તે એટલો સજાગ રહેતો હતો કે જેમ કે કોઈ પુજારી પૂજા કરવાના સમયનો પાબંદ હોય છે. લાગતુ હતું કે તેના જીવનનો એક જ સિદ્ધાંત રહી ગયો હતો કે સખત મહેનત. કામ પ્રત્યે ઈમાનદારી વ્યાજબી નફો અને શાંતિમય સંતોપૂર્ણ જીવન.

તે પોતાના શ્રમ પ્રત્યે એટલો ઈમાનદાર હતો કે કામને પુરું કરતી વખતે માલપણ સારો લગાવતો અને કિંમત પણ વ્યાજબીથી વધારે લેતો નહતો.

સૌથી સારી વાત તો એ હતી કે જે વંચન આપતો હતો. તેના પર તે હંમેશા ખરો ઉતરતો હતો. જે દિવસે કામ પુરું કરવાની માંગ થતી એ જ દિવસે પુરું કરી દેવામાં વિશ્વાસ રાખતો હતો. નહીં તો તે ચોખ્ખું કહી દેતો હતો. વાયદા કરીને પોતાને ખોટો સાબિત થવા દેતો ન હતો. એથી આસપાસ તેનું નામ હતું. અને કામનો ક્યારેય તેને અભાવ નહોતો થતો.

બધું મળીને માર્ટિન એક પ્રમાણિક માણસ હતો. અને નીતિના રસ્તાનો તેણે ક્યારેય ત્યાગ કર્યો નહતો. વધતી ઉંમર સાથે તે વધારે આત્માની ભલાઈ તરફ અને પ્રભુની વાતો વિચારતો હતો.

પોતાનું ખાનગી કાય શરું કરતા પહેલા જ એટલે કે જયારે તે બીજાને ત્યાં મજુરી પર કામ કરતો હતો ત્યારે જ તેની પત્નીનો સ્વર્ગવાસ થઈ ગયો હતો. પાછળ એક સાડા ત્રણ વર્ષનો નાનો એવો બાળક છોડીને ગઈ હતી.

એવી વાત ન હતી કે માર્ટિનને બીજા બાળક થયા નહતા, પરંતુ તે જન્મ થતા જ મૃત્યુ પામ્યા હતા.

પત્નીના મૃત્યુ પછી પહેલા તો માર્ટિન વિચાર્યું કે બાળકને ગામડે બહેનની પાસે મોકલી દઉં પરંતુ પછી બાળકને પોતાનાથી દુર કરવા માટે મન ન માન્યું.

તેણે વિચાર્યું બીજાને ત્યાં ખબર નહીં બાળકને શું ભોગવવું પડે શું નહીં એનાથી તો સારું કે હું તેને મારી પાસે જ રાખું.

તેથી માર્ટિને નોકરી છોડી. ઘર ભાડે લઈ બાળકની સાથે જ ત્યાં રહી, અને પોતાનું કામ કરવા લાગ્યો. પરંતુ પ્રભુની લીલા તો જુઓ કદાચ બાળકનું સુખા તેના કિસ્મતમાં લખ્યું જ ન હતું. બાળક બાર વર્ષનો થઈ ગયો હતો અને આશા બંધાવા લાગી હતી કે બાપના કામમાં થોડો સહયોગ થવો લાગશે કે ત્યારે જ તેના બાળકને ભયાનક તાવે ઘેરી લીધો. લગભગ એક અઠવાડિયું રહ્યો હશે અને એ જ તાવે બાકળના પ્રાણ હરી લીધા. મતલબ બાળક તેમાં જ મૃત્યુ પામ્યો.

માર્ટિને બાળક ને દફનાવ્યો, પરંતુ તેના હૃદયમાં એવું દુઃખ સમાઈ ગઉં કે ઈશ્વરને પણ હાસવાનું મન થવા લાગ્યું.

આ દુઃખથી દુઃખી થઈને વારે-વારે ઈશ્વરને એક જ પ્રાર્થના કરતો રહ્યો કે હે પ્રભુ ! મને પણ આ ધરતી પરથી ઉઠાવી લે. તારી આ કેવી લીલા છે કે મારો એકમાત્ર નાની ઉંમર નો જ મારી આંખનો તારો હતો તેને ઉઠાવી લીધો અને મને ડોસાને છોડી દીધો. તેથી આ કરવાથી જેમ કે તેણે હઠ પકડી લીધી પ્રભુને પોતાનાથી અલગ પુરી દીધા.

એક દિવસ ગામનો એક ડોસો જે ઘર ત્યાગ કરી છેલ્લા આઠ વર્ષથી તીરથ-તીરથ ભ્રમણ કરી રહ્યા હતા. યાત્રા દરમિયાન માર્ટિનની પાસે આવ્યા.

માર્ટિન પોતાના દિલના દ્વાર ખોલી પોતાના સમસ્ત દુઃખીનું વર્ણન કરી. તેની સામે બેસી. ફુટી-ફુટીને રડવા લાગ્યો.

બોલ્યો - "હવે ભાઈ ! મારા જીવવાની એક જ ઉમ્મીદ હતી. મારો પુત્ર તેથી તે પણ ચાલ્યો ગયો. હવે મારી જીવવાની ઇચ્છા જ ખતમ થઈ ગઈ છે. બસ, ઈશ્વર કરે હું જલ્દીને જલ્દી અહીંયાથી ઉઠી જાઉં તમે જ બતાવો, જીવનમાં હવે કઈ આશા બાકી રહી ગઈ, જેના સહારે હું જીવું"

આ વૃદ્ધ યાત્રીએ કહ્યું - "આવી વાત મોંએથી ન કાઢો માર્ટિન પ્રભુની લીલા આપણે શું જાણીએ, કોઈના પોતાના ઇચ્છવાથી કે ન ઈચછવાથી સંસારમાં કંઈ જ થતું નથી. પ્રભુની ઇચ્છા પ્રમાણે જ ચાલવુ પડે છે. એની એવી જ ઇચ્છા હતી કે તારું બાળક ચાલ્યું જાય. અને તું જીવિત રહે, તો તેમાં હશે કોઈ ભલા જ. તું જે નિરાશાની વાત કરે છે તેનું કારણ એ થયું કે તું બસ પોતાના સુખ માટે જીવવા ઇચ્છે છે."

માર્ટિને પૂછ્યું - ના તો, ભલા કોના સુખ માટે જીવવું જોઈએ."

વૃદ્ધે બતાવ્યું - પ્રભુ માટે, માર્ટિના તેણે તને જે કંઈ આપ્યું, તો એના માટે જીવવું જોઈએ. તેના નિમિત જીવતા શીખી જાવ. તો પછી કોઈ દુઃખી જ નહીં રહી પછી બધુ સહજ થઈ જશે. જો વ્યક્તિ મનમાં બાંધી લે કે પ્રભુ માટે જીવવાનું છે. તેની ઇચ્છા અનુસાર જીવવાનું છે, તેની ઇચ્છા પ્રમાણે ચાલવાનું છે. તેના જીવનમાં કોઈ પણ વ્યાધિ નથી આવતી. એ જ સંસારનાં વધારે સુખીવાન બની જાય છે."

સાંભળીને માર્ટિન થોડીવાર માટે શાંત રહ્યો અને પછી બોલ્યો "પરંતુ પ્રભુ માટે કે જીવી શકાય કેવી રીતે ?"

વૃદ્ધે જવાબ આપ્યો - "સંત લોકોના જીવન ચરિત્રથી આભાસ થઈ શકે છે કે પ્રભુ પ્રત્યે પોતાનું જીવન પસાર કરવાનો અર્થ શું છે." સારું તું વાંચી શકે છે ને તો ઈજીલની એક ચોપડી લઈ આવજે." તેને વાંચજે. એમાં બધુ વિસ્તારપૂર્વક લખેલું છે. એમાંથી એ ખબર પડી જશે કે પ્રભુની ઇચ્છા અનુસાર જીવવાથી કેવો આનંદ થાય છે ?"

આ શબ્દો માર્ટિનના હૃદયમાં સમાઈ ગયા. એ જ દિવસે તે ગયો અને મોટા અક્ષર છાપેલી એન્જીલની ચોપડી લઈ આવ્યો અને વાંચવી શરું કરી દીધી.

પહેલા વિચાર્યું હતું કે રજાના સાતમાં દિવસે વાંચીશ, પરંતુ જયારે એકવાર વાંચવાનું શરું કર્યું તો તે પોતાના મનને હળવું અનુભવવા લાગ્યો, એની પ્રતિક્રિયા એ થઈ કે તે તેને રોજ વાંચવા લાગ્યો. ક્યારેક તો વાંચવામાં એટલો તલ્લીન થઈ જાતો કે ફાનસ ની બતી ધીમી-પડતા-પડતા બુઝાઈ જતી. ત્યારે ક્યાંય ચોપડી હાથમાંથી છુટતી. રાત્રે મોડે સુધી વાંચતો રહેતો અને જેટલું વાંચતો તેને સ્પષ્ટ સમજાણમાં આવતું કે ઈશ્વર મનુષ્ય પાસે શું ઇચ્છે છે અને પ્રભુમાં લીન થઈને મનુષ્યએ કેવી રીતે પોતાનું જીવન વ્યતિત કરવુ જોઈએ.

જયારે તેનું હૃદય ઘણું હલકું થઈ ગયું હતું. પહેલા જયારે તે રાતના સુવાનો પ્રયત્ન કરતો તો મન પર પડેલા ભોગના કારણે નીંદર પણ આવતી ન હતી. બાળકને યાદ કરી કરીને ઘણો શોક મનાવતો હતો. પરંતુ હવે વારે-વારે હલકા મનથી એ એવું કહે છે. પ્રભુ, તુ જ છે. તુ જ સંપૂર્ણ જગતનો પાલનહાર છે.

તે સમયે થી માર્ટિનના જીવનમાં બદલાવ આવી ગયો. પહેલા ચા પિધા કરતો હતો અને હવે ક્યારેક ક્યારેક દારું પણ લેતો હતો. પહેલા ક્યારેક એવું પણ થયું હતું કે કોઈ સાથી જરાક વધારે ચઢાવે અને આવીને વાહી-તબાહી બકવા લાગે અને ઉલ્ટુ સીધુ બકવા લાવે. પરંતુ હવે એ વાત ન હતી. જીવનમાં હવે શાંતિ હતી. અને તે આનંદ મય રહેવા લાગ્યો. સવારથી જ તે પોતાના કામમાં લાગી જતો અને દિવસ આખો કામ કર્યા પછી સાંજ થઈ જાય દિવા થઈ જાય. અને એન્જીલની ચોપડી (પુસ્તક) ખોલી તેને વાંચવા બેસી ગયો. જેટલી વાંચતો એટલી જ તેની બુદ્ધિમાં ચમક ઉત્પન્ન

થઈ જતી હતી. પરિણામે ચેહરાના હાવભાવથી વધારે પ્રસન્નચિત દેખાતો હતો.

એક સમયે એવું બન્યું કે એન્જીલની ચોપડી લઈને માર્ટિન મોડી રાત સુધી તેને પામીને બેસી રહ્યો. સંત લ્યુકની વાર્તા તે વાંચી રહ્યો હતો. છઠ્ઠા અધ્યાયથી તેણે વાંચ્યું - "જો તમારા ગાલ પર એક મારે, તો તમે બીજા પણ તેની આગળ ધરી છે." જો જેકેટ ઉતારવા ઈચ્છે તો તેને કુર્તો પણ આપી દો. જે કંઈ માંગે બધું જ આપી દો. અને જે લઈ જાય તેને તમે ક્યારેય પાછું ન માંગો અને જો તમે ઈચ્છો છો કે લોકો તમારી સાથે આવો વર્તાવ કરે, તો તમે પણ એવી રીતે જ તેની સાથે વર્તાવ કરો.

ત્યારપછીનો તે પ્રસંગ પણ તેણે વાંચ્યો, જેમાં પ્રભુ મસીહ કહે છે. "તમે 'પ્રભુ' 'પ્રભુ' તો મને કહો છો, પરંતુ મારું કહ્યું માનતા નથી. જે મારી પાસે આવે છે. મારા વચનોનું પાલન કરે છે અને સાંભળ્યા કરે છે. તે એ મનુષ્ય જેવો છે. જેણે ઉંડાણપૂર્વક ખોદીને પોતાના ભવનનો પાયો ચટ્ટાન પર જમાવ્યો છે. પૂર આવ્યા અને લહેરો માથુ મારી-મારીને હારી ગઈ, પરંતુ ભવ જેવો હતો એવો જ રહ્યો. મતલબ હલ્યો પણ નહીં કેમ ? પાયો ચટ્ટાન પર ઉભો કરેલો હતો. પરંતુ જે સાંભળે છે. અને કરતો નથી તે એવા મનુષ્ય જેવો છે. જેણે વસુંધરા પર ભવનનું નિર્માણ કર્યું છે. પરંતુ પાયો નાંખ્યો જ નથી. માથુ ઉંચકતી પાણીની લહેરો હજી અડી જ હતી કે મકાન માળખું ઉડી ગયું. મતલબ ઢગલો થઈ બધું ડુબી ગયું, કંઈ જ ન રહ્યું.

માર્ટિન આ વચનોને વાંચીને પુલકિત-પુલકિત મનથી ગદ્દ ગદ્દ થઈ ગયો. આંખોમાંથી ચશ્મા ઉતારી તેણે પોથી પર મુકી દીધી અને માથા પર આંગળી દઈને કથન પર તે ઉંડાણપૂર્વક વિચારવા લાગ્યો તે વચનોથી તે પોતાના જીવનકાળનું તોલમાપ કરતો હતો.

તેણે જાતે જ પુછ્યું કે હવે મારું મકાન ચટ્ટાન પર છે કે રેતી ઉપર ઉભુ છે. ચટ્ટાન પર છે તો ઠિક છે. પરંતુ અહીંયા. એકલા બેઠા તો બધુ બરોબર લાગે છે. જેમ કે પ્રભુની ઈચ્છા પ્રમાણે જ હું ચાલી રહ્યો છું. પરંતુ આંખો ઝપકી કે મનમાં વિકાર આવી જાય છે. તો પણ જતન મારે ન છોડવું જોઈએ કારણ કે જતનમાં જ આનંદ છે હે પ્રભુ તું જ સર્વોપરી છે.

આ બધો વિચાર કરીને તે સુવાનો થયો પરંતુ પુસ્તક તેનાથી છુટ્ટુ ન હતું. તો પછી તે સાતમું અધ્યાય વાંચવા લાગ્યો. ત્યાં જ્યાં કે સો વર્ષનો વૃદ્ધ પ્રભુની પાસે આવે છે અને વિધવાના પુત્રનો ઉલ્લેખ છે અને રાત જોનના શિષ્ય લોકો મળે છે. વાંચતા-વાંચતા ફરી તે સ્થાન પર આવ્યો જ્યાં એક ધનવાન માણસ ઈશુ મસીહને પોતાના ઘરે ભોજન કરાવે છે.

ફરી તે સ્થળ કે જ્યાં એક પાપણી આંસુઓથી તેમના ચરણ-પખાળે છે. અને વાળથી લુછે છે. એ સમયે પ્રભુ તેનો પક્ષ લે છે. તેને આશીર્વાદ અને આશા આપે છે. પુસ્તકનું ચાલીસનું પાનુ આવ્યુ. અને માર્ટિને વાંચ્યું - ત્યારે પ્રભુ તે સ્ત્રી તરફ

થઈને સાંઈમનને કહ્યું "આ સ્ત્રીને જુઓ હું તારા ઘરે અતિથી છું. પરંતુ તે મારા પગ પર પાણી ન આપ્યું અને આ સ્ત્રીને જો જે પોતાના આંસુઓથી મારા પગ ધોયા છે. અને વાળથી લુછ્યા છે અને તે મારાથી પોતાની જાતને બચાવી છે. જ્યારે હું અહીંયા ઉપસ્થિત છું, એ મારા પગને ચુંગી રહી છે. તે તો મારા માથાને તેલ પણ આપ્યું નથી અને તે છે કે મારા પગ સ્નેહથી પલાળતી રહી છે" —

આ શબ્દો ને વાંચતા-વાંચતા માર્ટિન વિચારવા લાગ્યો - "તેણે પગ પર પાણી પણ ન આપ્યું, તેને અડવાથી બચે છે. માથા ને તેલ ન આપ્યું....." માર્ટિને ચશ્મા ઉતારી તે પુસ્તક પર મુકી દીધા અને વિચાર મગ્ન થઈ તેને ઉંડાણપૂર્વક ડુબકી ખાવા લાગ્યો.

"..... કદાચ આ વ્યક્તિ મારી પ્રવૃત્તિનો રહ્યો હશે. પોતે જ વિચારતો રહ્યો હશે. કેવી રીતે પોતે સારામાં સારું ખાઈ લેવું અને આરામપૂર્વક રહી લેવું. બસ, પોત-પોતાના વિચાર પોતાના ઘરે આવેલા અતિથીની ચિંતા ન કરવી. માત્ર પોતાનો જ ખ્યાલ હતો. તેને અતિથીની જરાપણ ચિંતા ન હતી. અતિથી પણ કોણ ? સ્વયં પ્રભુ જો ક્યાંય તે મારા ઘરે પધારે તો શું હું પણ એવું કરું ?"

એ જ ક્ષણે પોતાના બંને હાથ આગળ રાખી ચૌકી પર મુકી માર્ટિને પોતાનું માથુ ટેકવી દીધું ન જાણે આવી મુદ્રામાં તેને ક્યારે નિંદરે આવી ઘેર્યો અને તે ત્યાં જ સુઈ ગયો.

એટલામાં ખબર નહી. તેના બિલકુલ કાનના દરવાજા પાસે આવીને ઘણા ધીમા અવાજનાં કોઈએ બુમ પાડી - "માર્ટિન !"

માર્ટિન જાણે નીંદરમાંથી જોવી રીતે ચીક્યો જેમ કે કોઈ વીંછવીએ ડંખ માર્યો હોય, તે તરત જ ઉઠ્યો અને બોલ્યો - "કોણ છે ? વળીને બાહર મુખ્ય દ્વારનીં તરફ જોયું પરંતુ ત્યાં કોઈ હાજર ન હતું. તેણે ફરી પોતાના બોલાવતા સાંભળ્યું. બોલાવાના સ્વરમાં તેને સ્પષ્ટ સંભળાયું - ? માર્ટિન કાલે ગલીમાં ધ્યાન રાખજે હું જરૂર આવીશ.

હવે માર્ટિન આંખો ચોળતો ઉભો થયો. પરંતુ એ ન સમજી શક્યો કે આ શબ્દો જાગતા સાંભળ્યા કે સ્વપ્નમાં પછી તેણે બળતા દિવાની જ્યોત પર ફુંકમારી અને ઓરાડમાં અંધારું છવાઈ ગયું. એ જ અંધારાની કાળી ચાદરમાં તે આંખો બંધ કરીને સુઈ ગયો.

બીજા દિવસે સવાર પડતા પહેલા જ તે ઉઠ્યો અને પુજા પાઠ કરી સગડી સળગાવી. તેના પર ભોજન પકાવવાનું કર્યું. પછી પોતાની દિનચર્યા પ્રમાણે પોતાના ઘરની બારી નીચે આવીને કામમાં લાગી ગયો.

ઘણી ઉત્સુકતાથી બારીની નીચે બેઠો, વારે વારે તે રસ્તા પર જ જોતો રહેતો હતો. આજે તેને પહેલીવાર પોતાના કામ કરતાં કોઈના આવવા પર ધ્યાન વધારે હતું.

અજાણ્યા જુતા ગલી પર ચાલતા જોતો તો તે જોઈ લેતો કે તેને પહેરનાર કોણ છે. આ રીતે એક ઝલ્લીવાળો નવા ચમચમતા જુતા પહેરીને ત્યાંથી નીકળ્યો. પછી એક કહાર ગયો. એટલમાં એક વૃદ્ધ સિપાહી. જેણે જુના રાજાના રાજપાઠ જોયા હતા, જો ગલીમાં આવ્યો. તેના હાથમાં એક પાવડો હતો. જુતાથી માર્ટિન તેને ઓળખી ગયો. જુના ચાલ અને ઘસાયેલા જુતા હતા. તેનું નામ સ્ટેપાન હતું. તે માર્ટિનના પડોશમાં રહેતા લાલાજીના મકાનમાં રહેતો હતો. અને તેનું કામ-કાજ કરી આપતો હતો - તે સ્ટેપાન ગલીમાં આવીને પાવડાથી બરફ હટાવવાના કામમાં લાગી ગયો હતો. રાત્રે ખુબ જ બરફ પડ્યો હતો. જેના કારણે ખુબ જ ભેગો થઈ ગયો હતો. માર્ટિને તેને એક નજરથી જોયો. થોડો સમય જોતા રહ્યા પછી તે પોતાના કામમાં વ્યસ્ત થઈ ગયો.

અંદરને અંદર હાસ્યનો ફુવારો છુટ્યો અને બોલ્યો - "હું પણ ઉંમર પ્રમાણે વૃદ્ધ તો થયો જ છું, જુઓ તો કેવી રીતે બહેકી ગયો છું કે... આવ્યો તો સ્ટેયાન છે. ગલી સાફ કરવા અને હું સમજતો હતો કે પ્રભુ મસીહ આવી ગયા છે. છે ને વાત કે હું ઘડપણમાં સઠિયા ગયો છે."

પરંતુ કામની વ્યસ્તતામાં કંઈક ટાંકા જ કર્યા હશે કે એકાએક બારીના રસ્તે ફરીથી નજર ઉઠાવી જોયુ કે પાવડો રાખીને દિવાલનો સહારો લઈ સ્ટેપાન કાં તો સુસ્ત થઈ રહ્યો છે. અથવા ફરીથી પોતાના શરીરને દુરસ્ત કરવા માટે શ્વાસ લઈ રહ્યો છે. સ્ટેયાન ઘણો ઘરડો થઈ ગયો હતો. કમરેથી ઝુકી ગયો હતો. અને શરીરમાં તાકાત વધારે નહતી. તેના હાંફવાથી લાગતું હતું કે તેનામાં બરફ હટાવવા જેટલો પણ શ્વાસ નહતો.

માર્ટિને વિચાર્યું - "જો હું તેને અહીંયા બોલાવી ચાનું પુછું તો કેવું રહેશે ! ચા બનેલી જ છે."

તેથી સુંભીને ત્યાં જુતામાં છોડી, ઉભા થઈને તરત ચાની બધી તૈયારી કરવા લાગ્યો. પછી બારીની નજર જઈને તેને થપથપાવ્યાં જેનાથી સ્ટેપાન તેના તરફ જોઈ શકે. સ્ટેપાન બારીની થપથપાટની અવાજની તરફ વધ્યો, તેણે જોયું કે માર્ટિન તેને ઈશારાથી પોતાની પાસે બોલાવી રહ્યો છે. માર્ટિને તેને અંદર બોલા ત્યાં અને આગળ વધીને દરવાજો ખોલી નાખ્યો. બોલ્યો - "આવો દોસ્ત થોડા ગરમ થઈ જાવ. લાગે છે કે તને વધારે ઠંડી લાગી રહી છે.

સ્ટેપાન બોલ્યો - "હાં મિત્ર ! મારા શરીરમાં ઠંડી બેસી ગઈ છે. અને કમરમાં પણ દુઃખાવો થઈ રહ્યો છે. ઈશ્વર તારું ભલુ કરે આ સમયે તો ચા ઔષધિથી ઓછી નથી લાગતી.

સ્ટેપાન અંદર આવ્યો અને શરીરનો બરફ દરવાજાની બહાર જ ખંખેરી નાખ્યો પછી તે એ વિચારીને કે ક્યાંય ફર્શ પર નિશાન ન પડે, તે બહાર જ પગ લુછવા

માંડ્યો એમાં તેનું શરીર મુશ્કેલીથી સંભાળ્યું. અને તે ગબડવાથી બચ્યો.

માર્ટિન બોલ્યો - "રહેવા દે રહેવા દે દોસ્ત ! ફર્શ લુછાઈ જશે. અહીંયા સફાઈ તો દરરોજ થાય છે જ કંઈ વાંધો નહીં, આવી જાવ. બેસો, ચા નો આનંદ લો."

માર્ટિને ચાના બે ગ્લાસ કર્યા, એક ગ્લાસ સ્ટેપાનની તરફ વધાર્યો અને બીજો પોતે ઉઠાવીને પીવા લાગ્યો.

સ્ટેપાને પોતાની ચા ખત્મ કરી ગ્લાસ ઉલટો કરીને મુકી દીધો. તે ચા માટે ધન્યવાદ આપવા લાગ્યો. પરંતુ એ સ્પષ્ટ જાહેર થઈ રહ્યું હતું કે તેને બીજો પણ એક ગ્લાસ ચા મળી જાય તો તો તે ઈન્કાર નહીં કરે.

માર્ટિને ફરીથી ગ્લાસ સીધો કરતા કહ્યું - "અરે ભાઈ એક ગ્લાસ વધારે લઈ લો, અરે લો પણ" કહેતા તેણે સાથે જ પોતાનો ગ્લાસ પણ ભરી દીધો. તે ચા પીતો જાય પરંતુ રહી રહીને રસ્તાની તરફ જોવાનું ભુલતો નહતો.

સ્ટેપાને પુછ્યું શું કોઈની રાહ જુઓ છો ?"

"રાહ જોવી ? ભાઈ, શું બતાવું ! કહેતા શરમ આવે છે. સાચુ કહુંતો રાહ જોતો નથી. પરંતુ રાતે મેં એક અવાજ સાંભળ્યો. જે હૃદયથી દુર તો નહોતી. તે સાચે જ કોઈ હતું કે સ્વપ્ન હતું સંપૂર્ણ રીતે બતાવી શકતો નથી.

કાલ રાતની જ વાત છે કે હું એક ધર્મ-પોથી એન્જીલ વાંચી રહ્યો હતો. એમાં પ્રભુ ઈસુનું વર્ણન છે ને ! કે કેવી રીતે તેમણે દુઃખો ઉઠાવ્યા અને કેવી રીતે તે આ વસુંધરા પર પ્રેમ પૂર્વક અને ભક્તિથી રહ્યા આ તો તે પણ જરૂર સાંભળ્યું હશે ."

સ્ટેપાને કહ્યુ - "ભાઈ, સાંભળ્યું તો મેં પણ છે. પરંતુ હું અભણ માણસ છું અને મારી સમજણ પણ ઓછી છે.

તો સાંભળ ભાઈ ! તેના જીવનકાળ વિશે બતાવું છું. હું વાંચી રહ્યો હતો. પછી વાંચતા વાંચતા તે પ્રસંગ આવ્યો. જ્યાં મસીહા એક ધનવાન માણસને ત્યાં જાય છે. તે ધનવાન માણસ પોતાની સહૃદય ભાવથી સ્વાગત ન કર્યું. હવે તને હું શું બતાવું ! હું વિચારવા લાગ્યો કે તે ધનવાન વ્યક્તિએ તેનું પૂર્ણ રુપે આદર સત્કાર કેમ ન કર્યો ? મેં વિચાર્યું કે ક્યાંય હું હોત તો જાણે શું કરતો ? પરંતુ જુઓ કે તે માણસે મામૂલી રીતે પણ સન્માન કર્યું ન હતું. આ પ્રકારની વાત વિચારતા-વિચારતા ખબર નહીં, મને ક્યારે નિંદર આવી ગઈ. પછી એકા એક જો જોગીને ઉઠ્યો તો એવો આભાસ થયો કે કોઈ મારું નામ લઈને ધીમા અવાજે કહી રહ્યું છે કે જો જે હું કાલે આવીશ. આ પ્રતિક્રિયા બે વાર થઈ. સાચુ પુછો તો દોસ્ત, તે વાત મારા દિલમાં ઘર કરી ગઈ. આમ તો મને મારા પોતાનાથી શરમ આવી રહી છે. પરંતુ શું બતાવું. દિલની આશા તુટતી નથી. એવું મહેસુસ થાય છે કે જેમ કે સ્વયં પ્રભુ મારા દરવાજે આવવાનાં છે.

સ્ટેપાન તેની વાતો એકીટશે શાંતભાવથી સાંભળી રહ્યો હતો અને જવાબમાં માત્ર પોતાનુ માથું હલાવતો હતો. પણ ગ્લાસની ચા ખત્મ કરી ગ્લાસને એક બાજુ મુકી દીધો પરંતુ માર્ટિને તેને સીધો કરી ફરી ચા ભરી દીધી.

"લો, લો ભાઈ - અરે પીતો રહે દોસ્ત ! હાં હું વિચારી રહ્યો હતો કે આ ધરતી પર મસીહ પ્રભુ કેવી રીતે રહે છે. કોઈને પણ તે નફરત કરતા નહતા. અને સામાન્યમાં સામાન્ય માણસ સાથે મિલનસાર થઈને રહેતા હતા. સાથી પણ તેમના સાધારણ લોકો હતા અને આપણા જેવા અધમ અને પાપી લોકોને તેમણે શરણ આપીને ઉધ્ધાર કર્યો હતો. તેમણે કહ્યું કે જે તણાશે તેનું માથુ નીચુ થશે. જે ઝુકશે એ જ ઉઠશે, જે રીતે ફળદાર વૃક્ષ ઝુકેલું રહે છે અને ફળવગરના વૃક્ષ સીધુ તણાયેલું રહેશે અને એક હવાના ઝાંકાથી તુટી જાય છે. તેમણે કહ્યું કે, તમો મને મોટો કહો અને હું છું કે તમારા પગ ધોઈશ કહ્યું કે સૌની આગળ એ માણસ જ ગણવામાં આવશે. જે બધાની પાછળ રહીને સેવા કરશે કારણ કે જે ગરીબ છે અને દયાવાન છે જે બીજાના પ્રત્યે પ્રેમભાવ રાખે છે એ માણસ જ ધનવાન છે."

સ્ટેપાન તેની વાર્તામાં ખોવાઈ ગયો હતો. કે તે રાખેલી ચા પણ પીવાનું ભૂલી ગયો હતો તે વૃદ્ધ માણસ હતો અને સ્વભાવથી ભાવુક આ કારણે માર્ટિનની વાતોથી પ્રભાવિત થઈને આંસુ ટપકવા લાગ્યા હતા. તેથી ત્યાં બેઠા બેઠા ભગવત વાણી સાંભળી તેના બંને કપાળો પર અશ્રુધારા વહેવા લાગી.

માર્ટિને કહ્યું - "લો-લો બસ એક ચા બીજી"

પરંતુ સ્ટેપાને માફી માંગી, ધન્યવાદ કર્યું અને ગ્લાસને અલગ મુકીને તે સ્થાનેથી ઉભો થયો.

"તારું મારા પર મોટુ અહેસાન થયું, માર્ટિન ! તે તારા મુખેથી જે વચનોનું ઉચ્ચારણ કર્યું છે તેનાથી - મારું તન મન પુલકિત - પુલકિત થઈ ઉઠ્યું છે. એવું લાગે છે કે જેમ કે મારા શરીરનું સંપૂર્ણ દર્દ સમાપ્ત થઈ ગયું છે.

માર્ટિન બોલ્યો - મહેમાનગતિ કરવાનો અવસર હંમેશા મળતો નથી. છતાં પણ તું ક્યારેક-ક્યારેક આ બાજુ આવતો રહેજે. મને ઘણી ખુશી થશે.

સ્ટેપાને માર્ટિન પાસેથી વિદાઈ લીધી અને માર્ટિન ફરીથી પોતાના કામમાં વ્યસ્ત થઈ ગયો.

બેસીને સુંભીથી જુતાના તળીયાને સીવીને મરામત કરાવવા લાગ્યો. તળિયાની સિલાઈ કરતો અને બારીની બહાર જોતો રહેતો હતો. ઈશુની પ્રતિભા તેના હૃદયમાં વસેલી હતી અને તેમની જ કરણી અને કથનીની ની યાદથી તેનું અંતઃકરણ ભરાયેલું હતું.

થોડીવાર પછી ત્યાંથી બે સિપાહી નિકળ્યા પછી પડોશના એક મકાન માલિક નીકળ્યા પછી એક ઝાંખા લઈ નાનભાઈ ત્યાંથી પસાર થઈ. એવી રીતે ઘણા બધા

ઓળખીતા લોકો ત્યાંથી પસાર થયા, પછી એક સ્ત્રી આવી જેના પગમાં ગામડિયા જુતા હતાં. તે નારીની સામેથી પસાર થઈ. પરંતુ આગળ દિવાલ આવતા આવતા રોકાઈ ગઈ. માર્ટિને તેને બારીમાંથી જોઈ. તેણે વિચાર્યું આ બાજુના રસ્તાથી કદાચ તે અજાણી લાગતી હતી. શરીર પર કપડા મામૂલી હતા અને ગોદમાં નાનુ બાળક હતું. દીવાલની પાસ તે હવાની તરફ પીઠ કરીને ઉભી રહી હતી. બાળકને હવાથી બચાવવા માટે તે તેને વારે વારે ઢાંકવાનો નિષ્ફળ પ્રયાસ કરવા લાગી. પરંતુ ઓઢાડવા માટે તેની પાસે કપડા નહી કે બરાબર હતા.

બારીમાંથી માર્ટિનને બાળકના રડવાનો અવાજ સંભળાયો. સ્ત્રી તેને ફોસલાવવા લાગી હતી. જેનાથી તે શાંત થઈ જાય. પરંતુ તે ચુપ થવાનુ નામ નહોતો લેતો, માર્ટિન ઉઠ્યો, અમે દરવાજા બાહર જઈને તે સ્ત્રીને કહ્યું - "સાંભળ માં ! આ બાજુ સાંભળ"

સ્ત્રીએ અવાજની તરફ જોયું અને તે તરફ જોયું.

"ઠંડીમાં ખુલ્લા આકાશ નીચે આ રીતે નાનકડા બાળકને લઈને શા માટે ઉભી છે ? અંદર આવી જા, અહીંયા તારા બાળકને સારી રીતે ઢાંકી પણ લેજે"

એક વૃદ્ધ વ્યક્તિ તેને નાક પર ચશ્મા ચઢાવી. આ રીતે બોલાવી રહ્યો છે. આ જોઈને તે સ્ત્રીને આશ્ચર્ય થયું અને તે સીધી તેની પાસે ચાલી આવી.

બંને સાથે સાથે અંદર પ્રવેશી ઓરડામાં પહોંચ્યા. ત્યાં માર્ટિને હાથથી એક ઈશારો કરતાં બતાવ્યું. "ત્યાં ખાટલો છે ત્યાં બેસી જા આગ છે જ. જરા ગરમાવી લો. અને બાળકને દુધ પણ પીવડાવી લે."

"દુધ મારી પાસે ક્યાં છે, મેં પોતે સવારથી એક અન્નનો દાણો પણ ખાધો નથી." આવું કહીને પણ તેણે પોતાના બાળકને છાતી સાથે વળગાડી દીધો.

માર્ટિને પોતાનું માથું ખંજવાળ્યું. પછી રોટલી કાઢીને થાળીમાં રાખી પછી સગડી પર ઉતારી શાકનો રસો કટોરામાં નાખી તે સ્ત્રીને આપ્યો.

શાકની તપેલી પણ ઉતારી પરંતુ તે હજી થઈ ન હતી. તો બસ રોટલી અને રુંસો જ એ સ્ત્રી સામે મુકી દીધો હતો.

"લો બેસી જાવ અને ભોજન કરવાનું શરું કરો. બાળકને મારા ખોળામાં આપી દે. જુએ છે શું, એવું ન સમજતી કે હું બાળ-બચ્ચા વાળો ન હતો ? જોઈ લેજે. હું બાળકોને સારી રીતે રમાડી લઉં છું."

સ્ત્રી બેસીને ભોજન કરવા લાગી. માર્ટિને બાળકને પથારીમાં સુવડાવી દીધુ અને પોતે બેસી ગયો. તે જુદી-જુદી તે બાળકને રમાડતો રહ્યો. ક્યારેક એવા અવાજની સાથે તો ક્યારેક અનેક બોલિઓથી પરંતુ મોંમાં દાંત ન હોવાના કારણે તેના મોંમાંથી અવાજ સંપૂર્ણપણે સ્પષ્ટ નીકળતો ન હતો. પરિણામે બાળકનું રડવાનું ચાલુ રહ્યું. ત્યારે આંગળી તેના બગલમાં દઈને તે બાળકને ગલગલિયા કરવા લાગ્યો. પછી એક તમાશો કર્યો. આંગળી સીધી બાળકના મોં સુધી લઈ જતી. પછી ગેટથી પાછી ખેંચી

લેતો. આ તેણે વારે-વારે કર્યું પરંતુ બાળકને આંગળી મોંમાં લેતા જ ગંદુ લાગતું કારણ કે તેની આંગળી કામ કરવાના કારણે આખી કાળી થઈ ગઈ હતી. અને તેના હાથમાંથી ગંદા ચામડાની વાંસ આવતી હતી. ભીણ-બીણ ખબર નહીં શું એમાં લાગેલું હતું. બાળક પહેલા આ આંગળીની રમતને ધ્યાનથી જોવા લાગ્યો અને થોડી વાર પછી તે શાંત થઈ ગયો, પછી તો તે એકદમ ખડખડાટ હસી પડ્યો. માર્ટિન આ બધ જોઈને પ્રસન્નચિત્ત થઈ ઉઠ્યો.

સ્ત્રી ભોજનની સાથે-સાથે વાતચીત દરમિયાન બતાવતી જતી હતી કે હું કોણ છું અને મારી આ હાલત કયા કારણે થઈ છે. બોલી - "મારા પતિ એક સિપાહીની નોકરી કરતા હતા. પછી કોઈ આઠ મહિના થયા ન થયા ને તેમને ક્યાંક મોકલી દીધા. બસ ત્યારથી તેના કોઈ ઠેકાણા નથી. ત્યાર પછી મેં રોટલી પકાવવાની નોકરી કરી લીધી. ત્યાં મને માત્ર રોટલી બનાવવા જ રાખવામાં આવી હતી. પરંતુ જયારે મારે બાળક થયું તો તેમણે મને કામ પરથી હટાવી લીધી. ત્રણ મહિનાથી નોકરીની તલાશમાં છું કે કદાચ ક્યાંક મને નાની મોટી નોકરી મળી જાય અને જે મારી પાસે હતું તે પણ મેં બધું આ પેટની ખાતર વેંચી દીધું. હવે એક કાણી કોડી પણ બચી નથી. વિચાર્યું હું ધાપ બની જાઉં, પરંતુ કોઈ મને રાખવા તૈયાર જ ન થયું. કહેતા હતા કે હું ખુબ જ દુબળી-પાતળી મલિન દેખાઉં છું, તો દુધ શું ઉતરશે. હું અહીં એક લલાયનના બોલાવવાથી આવી હતી, ત્યાં અમારા ગામની પણ એક નોકરાણી છે. મને રાખવા માટે કહ્યું હતું હું સમજતી હતી કે બધુ બરોબર છે, પરંતુ જયારે હું ત્યાં પહોંચી તો કહેવા લાગ્યા. આગલા અઠવાડિયે આવજે ! અત્યારે અમને ફુરસદ નથી પછી જોઈશુ તે દુર જગ્યા હતી. ત્યાં આવતા-જતા મારો દમ નીકળી ગયો. બાળક પણ બિચારું ભુખથી તડપી રહ્યું છે. જુઓ, આંખો કેવી થઈ ગઈ છે. કિસ્મતની વાત તો એ છે કે ત્યાંની મકાન માલિકણ દયાળુ છે. મારી પાસેથી ભાડુ પણ લેતી નથી. નહીં તો મારું કોઈ ઠામ ઠેકાણુ નહોત.

માર્ટિને તેની વાત સાંભળી એક લાંબો શ્વાસ લીધો પુછ્યું - "તારી પાસે કોઈ ગરમ કપડુ હાજર નથી ?

બોલી - "ગરમ કપડા ક્યાંથી હોય ? હજી કાલે જ છ આનામાં મારી ચદરા ગીરવી રાખી ચુકી છું" આટલું કહીને સ્ત્રી આગળ વધી અને બાળકને ગોદમાં ઉઠાવી લીધું.

માર્ટિન ઉભો થઈ ગયો. અને પોતાના કપડાંમાં શોધવા લાગ્યો. છેવટે એક મોટો ગરીક ચોંગા તેણે કાઢ્યો અને કહ્યું - "આલે ચીજ છે તો જુની ફાટેલી. પરંતુ ચાલો તારા બાળકને કંઈક તો કામમાં આવશે"

સ્ત્રીએ આ ચોંગાને જોયો પછી તે દયાવાન વૃદ્ધની તરફ આંખો ઉઠાવી. પછી ચોંગોને હાથમાં લેતા લેતા રડી પડી.

માર્ટિને વળીને ખાટલા નીચેથી નમીને એક નાનકડી પેટી કાઢી. તેમાં હાથ નાખીને આમ તેમ કંઈક શોધવા લાગ્યો અને પછી પોતાની નીચે સરકાવી તેના પર બેસી ગયો.

સ્ત્રી બોલી - "ભગવાન તમારું ભલુ કરે બાબા. સાચે જ ઈશ્વરે જ મને આ તરફ મોકલી. નહીં તો બાળક ઠુંઠવાઈ ને મરી ચુક્યો હોત હું હવે જાવ, ત્યારે તો ઠંડી ખુબ પડી રહી હતી. હવે તો કેવી ગજબની ઠંડી બહાર છે. જરૂર પ્રભુની ઈચ્છા છે કે તમે બારીની બહાર જોયું અને મારા ગરીબ પર દયા કરી."

માર્ટિન હસ્યો, અને બોલ્યો - "એ વાત સત્ય છે કે આજે ઈશ્વરે મને આ તરફ જ જોવાનું કહ્યું હતું. કોઈ આ સંયોગ નથી કે મેં તને જોઈ"

આવું કહીને માર્ટિને તેને સ્વપ્નની વાત બતાવી બતાવ્યું કે કઈ રીતે પ્રભુ એ બતાવ્યું હતું કે તું રાહ જોજે હું પોતે આવીશ"

સ્ત્રી બોલી - "કોણ જાણે ! ઈશ્વર શું ન કરી શકે" તે ઉઠી અને પોતાના બાળકને ચારે બાજુથી ઢાંકી ચાંગાને પોતાના ખભા પર નાખી દીધો. ત્યારે નમીને માર્ટીનનો ફરી એકવાર આભાર મળ્યો.

"પ્રભુના નામ પર ... આ રાખી લો."

માર્ટિન કહ્યું અને ચદરા ગીરવીમાંથી છોડાવવા માટે છ આના સ્ત્રીના હાથમાં મુકી દીધા. એ સ્ત્રીએ પ્રભુ ઈશુનુ સ્મરણ કર્યું માર્ટીને પ્રભુનું નામ લીધુ અને પછી તેને બહાર સુધી પહોંચાડવાનું કામ પણ કર્યું.

સ્ત્રીના ગયાય છે. માર્ટિને તપેલી ઉતારી. થોડી પેટ-પુજા કરી વાષણ-કપડા સંભાળીને મુકી દીધા અને કામમાં વ્યસ્ત થઈ ગયો. એ બેઠો તો રહ્યો અને કામ પણ કરતો રહ્યો. પરંતુ બારીમાં જોવાનું હજી પણ ચાલુ હતું. બારી પર કોઈની છાયા પડતી તો તરત જ પોતાની નજર બારી તરફ ઘુમાવી દેતો હતો કે જોઉં કે કોણ આવી જઈ રહ્યું છે. એમાંથી કેટલાક ઓળખીતા અને કેટલાક અજાણ્યા પણ પરંતુ કોઈ ખાસ દેખાયું નહીં.

થોડીવાર પછી એક સફરજન વાળી સ્ત્રીને માર્ટિન બરોબર પોતાની બારી સામે રોકાતી જોઈ. તે એક મોટો ટોપલો લઈ ઉભી હતી. પરંતુ તેના ટોપલામાં વધારે સફરજન ન હતા. જોવાથી સ્પષ્ટ ખબર પડતી હતી કે ટોપલાથી સફરજન વેચાઈ ચુક્યા હતા. તેની પીઠ પર એક થેલો હતો. જેમાં છિપટીઓ ભરેલી હતી. કદાચ ક્યાંક ઈમારતનું નિર્માણ થઈ રહ્યું હોય જયાંથી તે ભેગુ કરી ને ઘરે લઈ જવા માટે લાવી હતી. પેલો તેના ખભા પર ખુંચતો હતો. જેના કારણે તે એક ખભાથી બીજા ખભા પર બદલવા ઈચ્છતી હતી. તેથી પેલાને તેણે રસ્તાની એક તરફ મુક્યા અને ટોપલો એક થાંભલા સાથે ટેકવી દીધો. પછી થેલાની છિપટીઓને હલાવવા ડોલાવવા લાગી.

પરંતુ ત્યારે જ ફાટેલી એવી ટોપી ઓઢી એક છોકરો તે તરફ દોડતો આવ્યો અને ટોપલામાંથી એક સફરજન ઉડાવવા તૈયાર હતો. પરંતુ તે સ્ત્રીએ જોઈ લીધો અને વળીને ઝટકાથી તેનો હાથ પકડી લીધો. છોકરાએ ખુબ જ ખેંચતાણ કરી કે છુટી જાય પરંતુ તે સ્ત્રીએ તેના હાથ પર પોતાનો હાથ જમાવી રાખ્યો. ટોપી ઉતારી ફેંકી દીધી. અને વાળ પકડીને તેને ઝંઝોડવા લાગી. છોકરાએ બુમ પાડી, જેનાથી સ્ત્રી વધારે ગુસ્સે થઈ ગઈ. આ બધુ જોઈને માર્ટિનનાં હાથની સુંભી ઉઠી પણ ન હતી કે તને ત્યાં જ ફેંકી એક ઝટકા સાથે દરવાજાની બહાર નીકળી ગયો. ઉતાવળમાં ચશ્મા લગાવવાનું પણ ભુલી ગયો. ડગમગતા પગથી તે સીડીના દાદરા ઉતરીને રસ્તા પર દોડતો એવો આવીને ઉભો રહ્યો. સ્ત્રી છોકરાના વાળ ખેંચી રહી હતી અને જેમ ફાવે તેમ બોલી રહી હતી. કહી રહી હતી. - "તને પોલીસના હવાલે કરી દઈશ." પરંતુ છોકરો તેની પકડમાંથી છુટવા બેચેન થઈ રહ્યો હતો. બુમો પાડી રહ્યો હતો કે "મેં કંઈ જ નથી લીધું, મને શા માટે મારી રહી છે ? કૃપા કરીને મને છોડી દો."

માર્ટિને ત્યાં પહોંચી તે છોકરાને તેની પકડમાંથી આઝાદ કર્યો અને છોકરાને હાથમાં પકડીને કહેવા લાગ્યો - "જવા પણ દે માં ઈશ્વર માટે હવે તેને માફ કરી દો."

"તમે જુઓ હું કેવી તેને મજા ચખાડું છું જેનાથી આગળ તે કોઈ હરકત કરવાની કોશિશ ન કરે. આ બદમાશને પોલીસમાં આપી દઈશ.

માર્ટિન એ સ્ત્રીને પ્રાર્થના કરવા લાગ્યો.

"જવા દે માં ફરી આવું નહીં કરે ભગવાન માટે તેને જવા દે." સ્ત્રીએ છોકરાને છોડી દીધો. છોકરો ભાગી જવા લાગ્યો પરંતુ માર્ટિને તેને રોકી લીધો.

છોકરો રડવા લાગ્યો અને માફી માંગવા લાગ્યો.

"ઠીક છે અને લે તારા માટે આ એક સફરજન" કહેતા માર્ટિને તે સ્ત્રીના ટોપલામાંથી એક સફરજન ઉઠાવ્યું અને છોકરાને આપી દીધું પછી બોલ્યો - "આના પૈસા હું પોતે આપીશ માઈ"

આ રીતે તમે છોકરાને બગાડી દેશો "સ્ત્રી બોલી", એને તો કોડા લગાવવા જોઈએ કે અઠવાડિયા સુધી યાદ રાખે."

"ઓહ ભાઈ", માર્ટિન કહેવા લાગ્યો, "રહેવા દે - રહેવા દે આ, રીત આપણા લોકોની છે. પ્રભુની નથી. જો એક સફરજનની ચોરીથી તે કોરડા લાગવા જોઈએ તો આપણને આપણા પાપ માટે કઈ એવી સજા મળવી જોઈએ, વિચારો તો ?"

તે સ્ત્રી શાંત થઈ ગઈ.

ત્યારે માર્ટિને તેને આ કથા યાદ અપાવી જયા પ્રભુ પોતાના સેવક પર સંપૂર્ણ ઋણ છોડી દે છે, પરંતુ તે દાસ થોડાક માટે પોતાના કર્જેદાર ની ગરદન જઈ દબોચે છે. સ્ત્રીએ આ બધી વાતો સાંભળી. અને તેની પાસે ઉભો છોકરો પણ આ વાતોથી અજાણ ન રહ્યો.

"તો ઈશ્વરની વાણી છે કે આપણે માફ કરીએ" માર્ટિને કહ્યું, "ના નહીં તો આપણે પણ માફી નહીં પામી શકીએ. દરેક ને માફ કરો. અજાણ બાળક તો સ્વયં ઈશ્વરનું રુંપ હોય છે. એને તો બધાની પહેલા માફી મળવી જોઈએ."

તે સ્ત્રીએ માથુ હલાવું અને શ્વાસ ભર્યો

બોલી - "આ તો સત્ય છે પરંતુ તે આટલા બગડી જો રહ્યા છે"

માર્ટિન બોલ્યો - "આ તો આપણા મોટા પર જ નિર્ભર છે ને કે આપણે ઉદાહરણથી તેમને સારો રસ્તો બતાવીએ."

"એ જતો હું કહેવા ઈચ્છું છું" તે સ્ત્રી બોલી. "મારા પોતાના સાત બાળક થઈ ચુક્યા છે. એમાંથી હવે માત્ર એક જ છોકરી છે. તેણે પોતાના વિશે બતાવવાનું શરું કર્યું. બોલી - આ જુઓ હવે મારા શરીરમાં કંઈ રસ-કસ બાકી રહ્યો નથી. છતાં પણ તેમના માટે હું કોઈને કોઈ કામમાં જોડાયેલી રહું છું. અને મારા બાળકો પણ ભલા છે. એમને છોડીને બીજુ કોઈ પણ તો મારી પાસે નથી લાગતું, નાની એની તો હવે મને છોડીને કોઈની પાસે જાશે જ નહીં. "અમારી નાની, અમારી નાની" અને એની ની આ રીતે યાદ આવતા જ આ વૃદ્ધ સ્ત્રીની આખો આંસુથી છલકાઈ ગઈ.

છોકરા માટે બોલી - "સાચુ તો છે બિચારાનું બચપણ હતું બીજું શું ! પ્રભુ તેને સહાયતા કરે.

આવુ કહીને જેવી તે કોથળી ઉઠાવી પોતાની કમર પર મુકવા લાગી તો તો તે છોકરો તરત કુદીને તેની પાસે આવ્યો અને બોલ્યો - "લાવો આ કોથળો હું લઈને ચાલુ છું. સંયોગથી હું પણ એ તરફ જઈ રહ્યો છું.

એ ડોશીએ 'હાં' માં માથુ હલાવ્યું અને કોથળો છોકરાની પીઠ પર મુકી દીધો પછી બંને સાથે સાથે એ સ્થાન પર ચાલી નીકળ્યા. માર્ટિન પાસે સફરજનના પૈસા માંગવાનું પણ તે ડોશી ભુલી જ ગઈ. બંને એકબીજા સાથે વાતચીત કરતા જતા હતા અને માર્ટિન તેને ઉભો ઉભો જોતો હતો.

આંખોથી ઓઝલ થઈ ગયા તો માર્ટિન ફરી ઘર તરફ પાછો ફર્યો. ખાટલા પર તેને પોતાના ચશ્મા પડેલા મળ્યા જે હજી સુધી સલામત હતા. તેને ઉઠાવી તે સુભીને હાથમાં લઈ ફરીથી પોતાના કામમાં વ્યસ્ત થઈ ગયો. થોડું જ કામ કર્યું હતું કે, ચામડાના સુરાખોમાંથી સુંભી કાઢવી તેની આંખોને મુશ્કેલ થવા લાગ્યું. ત્યારે બાહર શું જુએ છે કે લેમ્પવાળો ગલીના લેંપ સળગાવવા ગલીમાંથી જઈ રહ્યો છે.

તેણે વિચાર્યું - રોશનીનો સમય થઈ ગયો. લાગે છે તો તેણે પણે પોતાનો લેમ્પ ઠીકઠાક કરી ટાંગીને સળગાવી દીધો અને પછી પોતાના કામ પર બેસી ગયો. એક જુતુ હવે તેણે પુરું કરી લીધું. પછી આમ-તેમ ફરતો તેને તપાસવા લાગ્યો. બધી રીતે બરોબર હતું તેથી તેણે પોતાના ઓજારો એકઠા કર્યા. કુડા કચરા પર ઝાડુ મારી અને મીણ દોરા વગેરે બધી ચીજ પેટીમાં બરોબર મુકી દીધી. પછી લેમ્પ ઉતારી.

ટેબલ પર મુક્યો અને પોતાનું એન્જીલનું પુસ્તક ઉઠાવી લીધું. ઇચ્છતો હતો કે ત્યાંથી જ ખોલું જ્યાંથી તેણે નિશાન કરીને છોડ્યું હતું. પરંતુ ચોપડી સંજોગો દ્વારા બીજી તરફથી ખુલી ગઈ. તેને ખોલવાનું કાલના સ્વપ્ન ફરીથી માર્ટિનની સામે આવતું હોય તેવું લાગ્યું સાથે જ તેને પગની આહટ જેવું મળ્યું. જાણે કોઈ તેની પાછળ ચાલી-ફરી રહ્યું હોય.

માર્ટિને પાછા વળીને જોયું. તેણે અનુભવ્યું કે અંધારા ખુણામાં કોઈ વ્યક્તિ ઉભો છે. પરંતે તે સરખી રીતે જોઈ ન શક્યો કે કોણ છે. એ જ સમયે અકે અજાણ્યો અવાજ તેના કાનમાં ગણગણીને કહ્યું - માર્ટિન, શું તું મને ઓળખતો નથી ? "

માર્ટિને શંકાના સ્વરમાં કહ્યું - "કોણ ?"

અવાજ બોલ્યો - "એ હું."

કહેવાની સાથે અંધકારમાંથી નિકળી સ્ટેપાન આગળ આવ્યો. તે હસ્યો અને વાદળની જેમ અંતર્ધ્યાન થઈ ગયો.

ફરી ફરી અવાજ આવ્યો - "અને આ હું."

અને આ વખતે સ્ત્રી બાળકને ગોદમાં ઉઠાવી અંધારામાંથી બાહર નીકળી તે હસી બાળક પણ હસ્યુ અને બંને અંતર્ધ્યાન થઈ ગયા.

પછી ત્રીજા અવાજે તેને પોતાના તરફ આકર્ષિત કર્યો. "અને આ હું અને કહેતાની સાથે-સાથે સફરજન વેચવાવાળી તે વૃદ્ધ સ્ત્રી અને સફરજન લઈ તે છોકરો માર્ટિનની સામે આવ્યા બંને હસ્યા અને અંતર્ધ્યાન થઈ ગયા.

આથી માર્ટિનનું હૃદય ગદ્દ્ ગદ્દ્ થઈ ગયું. અને તેણે પ્રભુનું સ્મરણ કર્યું. ચશ્મા આંખો પર ટેકવ્યા અને બરોબર ત્યાંથી જ ઈંજીલ ખુલ્લી હતી. તે વાંચવા લાગ્યો. પાનાની ઉપર જ વાંચ્યું.

"હું ભુખ્યો હતો તે મને ભોજન કરાવ્યું. હું તરસ્યો હતો. તે મારી તરફ છીપાવી. પાણી આપ્યું. હું અજાણ્યો હતો અને છતાં પણ તે મને ગ્રહણ કર્યો.

અને પાનાના અંતમાં વાંચ્યું.

"આ માનવ જનમાંથી એક ના માટે, થોડા-થી થોડા ના માટે, જે તે ઉપક્રમ કર્યો આ બધુ તે મને જ કર્યું સમજ. જે પણ તે જેને આપ્યું તે મને પહોંચી ગયું સમજ."

એ સમયે માર્ટિનને લાગ્યું કે બધુ જ સત્ય છે. મારું સ્વપ્ન સો ટકા સત્ય થયુ કે તેને આભાસ થયો કે જગના પાલનહાર, દરેક મનુષ્યની નાવના ખેવનહાર બની ને નાવ પાર લગાવનારા પ્રભુ પોતે જ તેના ઘરે પધાર્યા હતાં અને તેણે તેનો આદરસત્કાર કર્યો હતો.

# ગરીબોના કિલ્લામાં

જ્યારે મેં સહાયની અંદર પ્રવેશ કર્યો તો લાગ્યું કે તે અંધકારમાં ગંદી અને દુર્ગંધ મારતી હતી. એની બરોબર સામે દારુંખાનુ હતી. તેની ડાબી તરફ એક નાનકડો ઓરડો હતો. જેની અંદર એક ગંદા ટેબલ કવરોથી ઢાંકેલી ઘણા બધા મે જ પડ્યા હતા. તેની જમણી બાજુ એક મોટો હોલ જેવો ઓરડો હતો. તેમાં પણ બારીની નજીક અને દીવારો સાથે અડીને એજ પ્રકારના મેજ લાગેલા હતાં. કેટલાક લોકો ત્યાં બેસીને ચા પી રહ્યા હતા. સાથે કેટલીક સ્ત્રીઓ પણ બેસીને ચા પી રહી હતી.

તે સરાપ ઘણી ગંદી હતી. પરંતુ એ જોવાથી એ આભાસ થતો હતો કે કામ સારી રીતે ચાલી રહ્યું છે. સરાધ વાળા સ્વામીની મુખમુદ્રાથી વ્યવહાર કુશળતા ટપકતી દેખાતી હતી. અને બેરા ઘણી તત્પરતા અને કુશળતાથી કામ કરી રહ્યા હતા.

જેવો હું અંદર ઘુસ્યો તો એક બેરો તરત જ મારી પાસે આવ્યો. તે મારો ઓવરકોટ ઉતારવામાં સહયોગ કરવા લાગ્યો અને મારા હુકમની રાહ જોવાની પ્રતિજ્ઞા કરવા લાગ્યો. આ પ્રતિક્રિયા એ સ્પષ્ટ લાગતુ હતું કે સરાયના બેરા સારી રીતે કામ કરવા ટેવાયેલા હતા.

હું કાઉન્ટર પર પહોંચ્યો તો એ વ્યક્તિને જોવા લાગ્યો જેણે જર્મન ફેશનનો પહેરવેશ પહેરેલો હતો.

તે એક અલમારીમાં થોડો સામાન ગોઠવી રહ્યો હતો.

તેણે મારા તરફ નજર કરી પછી ફરીથી પોતાના કાર્યમાં વ્યસ્ત થઈ ગયો.

"સાંભળો ભાઈ" મેં તેને ટોકતા પુછ્યું - "આ મર્દુમ શુમારીવાળા ક્યાં છે ?"

તે મારા તરફ પલપ્યો અને જોયુ પછી એક બેરાને અવાજ લગાવ્યો, ત્યાર પછી પોતાના કામમાં વ્યસ્ત થઈ ગયો.

તેનું નામ ઈવાન અને દોતિશ હતું અને એ સરાપનો સ્વામી પણ અને તે કાલુગા નો એક ખેડૂત હતો.

તેણે જીમિનીના અડધા મકાન ને પટ્ટા પર લઈને તેના ઓરાડના ભાડા પર ઉઠાવી રાખ્યા હતા. તેમનો અવાજ સાંભળતા જ બેરો દોડતો આવ્યો.

તે માણસ નોકરને કહેવા લાગ્યો - "વાન્યા, આ સાહેબને મર્દુમશુમારીવાળાને ત્યાં મુકી આવો. તે લોકો કુવાના ઉપરવાળા મોટા મકાનમાં રહે છે. જરા જલ્દી પાછા આવી જજો.

બેરાએ પોતાના ખભા પરથી ટુવાલ ઉતારી ત્યાં જ રાખી દીધો અને પોતાના નોકરીને અનુરુંપ પોતાની સફેદ કમીજ તથા સફેદ પાટલુન પર ઓવરકોટ નાખી દીધો. એ સિવાય તેણે ઉંમી પુરની એક કે પણ પહેરી લીધી અને ઘણા ઝડપથી આગળ વધતો તેમને પાછલા દરવાજેથી લઈ ગયો. મેં પાછા વળીને જોયું તો દરવાજો જાતે જ બંદા થઈ જતો હતો. ત્યાંથી ચિકડગાહટ ભર્યો અને દુગંધ ભર્યા બાહર દાલાનમાં અમને એક વૃદ્ધ મહિલા મળી જે એક ફાટેલા જુના કપડામાં લપેટેલું લોમડીનું દુર્ગંધ મારતુ માંસ ઘણું સંભાળીને લઈ જતી હતી. દાલાનમાં અમે બંને જરા નીચે આંગણામાં ઉતર્યા. જે ચારે બાજુથી લાકડાના મકાનથી ઘેરાયેલા હતા. આ મકાનનો નીચેનો ભાગ ઈંટનો હતો. આંગણામાં ખુબ જ તિવ્ર દુર્ગંધ હતી. જે પાયખાનામાંથી ઉઠી રહી હતી. જયારે પણ હું એ તરફથી પસાર થયો. મેં તે પાયખાનાની ચારે બાજુ વ્યક્તિઓની ભીડ લાગેલી જોઈએ. સચ્ચાઈ તો એ હતી કે લોકો પાયખાનાની અંદર જઈને જ નિવૃત્ત થયા હતા.

પાયખાનાએ વાતનો આભાસ પ્રગટ કરતો હતો કે જેમ કે કોઈ સ્થાનનો સંકેત માત્ર થાય, જેની ચારે બાજુ બેસી ને પતાવવાની લોકોમાં આદત જ પડી ગઈ હોય. જયારે પણ આંગણામાંથી પસાર થતો એકાએક તેના તરફ મારું ધ્યાન કેન્દ્રિત થઈ જતું હતું. કારણ કે એ તરફથી આવનારી દુર્ગંધ ભર્યા તીખા વાતાવરણમાં જતા મારો શ્વાસ રોકાતો હોય તેવું લાગતું હતું.

વાન્યા પોતાના સફેદ પાટલુન ને પોતાના જમણા હાથથી સંભાળતા મને સાવધાની પૂર્વક કચરાના ઢગલા ઉપરથી કાઢીને એક મકાનમાં લઈ ગયો. આંગણા અને રાહદારીઓ જેવા જતા-આવતા વ્યક્તિ રોકાઈને મને જોવા લાગ્યા. સ્પષ્ટ રુંપે ખબર પડતી હતી કે આ ભાગમાં ચોખ્ખા-ધોયેલા પહેરવેશવાળી વ્યક્તિઓનું આવવું અહીંયાની વ્યક્તિઓ માટે આશ્ચર્યની વાત હતી. જાણે કોઈ બાવલે ગામમાં ઉંટ આવી ગયું હોય.

સાથે આવેલા છોકરાએ ત્યાં હાજર એક મહિલાને પુછ્યું - "શું તમે બતાવી શકો છો કે મર્દુમશુમારીવાળા ક્યાં છે ?" એના પર કેટલાય વ્યક્તિ એક સ્વરમાં બોલી ઉઠ્યા. કોઈકે બતાવ્યું કે તે કુવા પર છે અને કોઈકે બતાવ્યું કે ત્યાં હતાં તો પરંતુ હવે આગળ ચાલ્યા ગયા છે.

એક વૃદ્ધ વ્યક્તિએ બતાવ્યું કે તે ત્રીસ નંબરના મકાનમાં રહે છે. તે વ્યક્તિ માત્ર એક કમીજ પહેરેલો હતો અને પાયખાનાની પાસે ઉભો રહી પોતાના કપડા ઠીકઠાક કરી રહ્યો હતો. વાન્યાને તેની વાત સૌથી વધારે સાચી લાગી અને તે નીચેના માળ સાયબાનમાંથી થઈને મને ત્રીસ નંબરનાં મકાનની તરફ અંધારિયા રસ્તેથી લઈ ગયો. અંધકારમય કાચી ગતિમાંથી હજી અમે પસાર થઈ રહ્યા હતાં કે અચાનક એક દરવાજો ધડામ દઈને ખુલ્યો અને તેમાંથી એકવ્યક્તિ શરાબના નશામાં ધુત ઝુમતો બહાર નીકળ્યો - જોવામાં તે ખેડૂત લાગતો ન હતો. એક ધોબણ પોતાની બાંયો

ચઢાવી સાલુ ભરેલા હાથથી ચીસો પાડી પાડી બહાર ધકેલી રહી હતી. મારી માર્ગદર્શક વાન્યાએ તેને એક તરફ હટાવતા કહ્યું

"એક ઓફિસર થઈને આ પ્રકારનો ઉત્પાત મચાવવો તને શોભા દેતો નથી."

પછી અમે બંને ત્રીસ નંબરવાળા મકાનમાં જઈ પહોંચ્યા. વાન્યા એ દરવાજાને એક જોરદાર ધક્કો માર્યો તો તે ધડામ ખુલી ગયો. દરવાજો ખુલતા જ તેની અંદરથી સાબુના ફીણની સાથે સડેલા ભોજન તથા તમાકુની ઘણી તિવ્ર દુર્ગંધ નીકળી. આગળ ઘણો અંધકાર છવાયેલો હતો. બારી બીજી તરફ લાગેલી હતી અને આ તરફ - ડાબે તથા જમણે લાકડાનાં તપ્તોની રાહદારી બનેલી હતી. જેમાં અલગ-અલગ ખુણામાં નાના-નાના દરવાજા લાગેલા હતા. આ દરવાજા જે ઓરડામાં ખુલતા હતા, તે સફેદ જેવા ધોળેલા લાકડીના પાતળા તપ્તોને ઘેરીને તૈયાર કરવામાં આવ્યા હતા. ડાબી તરફ એક અંધારા ઓરડામાં એક મહિલા નાંદમાં કપડા ધોઈ રહી હતી. જમણી તરફથી એક નાનકડા દરવાજામાંથી એક મહિલા ઝાંખી રહી હતી. પછી બીજા ખુલ્લા દરવાજાની અંદર કોઈ ઘાટા વાળ વાળી વ્યક્તિ જો કે લાલ મોં વાળો ખેડૂત લાગતો હતો, તે શેતરંજીનાં જુતા પહેરી દીવાલ સાથે લાગેલા ખાટલા પર વિરાજમાન હતો. આ ખાટલો તેના માટે પલંગથી ઓછો ન હતો. તે પોતાના બંને હાથ ઘુંટણ પર રાખેલા હતા. અને પગને હલાવતો ગંભીર મુખ, મુદ્રાથી ચટાઈના જુતા ને નીરખી રહ્યો હતો.

રાહદારીમાં ચાલતા ચાલતા હું વિચારી રહ્યો હતો. આ લોકોના વિષયમાં, જેને સહાયતાની જરુંરિયાત હતી.

શું અહીંયા એવી વ્યક્તિ હશે જેને હકિકતમાં સહાયતાની જરૂર છે ? એવા કેટલા વ્યક્તિ હશે ? કેવા પ્રકારની સહાયતાની જરૂર હશે તેમને ? પૈસા-રુંપિયાની કે પછી બીજી કોઈ જરુંરિયાત ? સહાયતા કયા ક્રમમાં કરવામાં આવે ? મેં મારા મનમાં વિચાર્યું કે જે વ્યક્તિ ખુબ જ દુઃખી હશે. સૌપ્રથમ તેની સહાયતા કરવામાં આવશે.

વિચારતા વિચારતા અમારે અચાનક રોકાઈ જવું પડ્યું.

રાહદારીનાં અંતમાં એક નાનકડો દરવાજો હતો. જે કમરામાં આ દરવાજો ખુલતો હતો. એમાં મુર્દનશુમારીવાળા બેસી કાર્ય કરી રહ્યા હતા. આ ઓરડો ત્રીસ નંબરના મકાનની માલિકણનો ઓરડો હતો. તેણે મકાનનો સંપૂર્ણ ભાગ ઈવાન ફિદોતિશ પાસેથી ભાડા પર લઈ રાખ્યો હતો અને તેના ઓરડાના સ્થાયી ભાડુઆત ને કે એવી વ્યક્તિઓને જોઈ રહ્યા હતા. જે માત્ર ત્યાં રાત્રે સુવા માટે જ આવતા હતા.

નાનકડા આ ઓરડામાં રાંગના પતરાથી બનેલી એક પ્રતિમાની નીચે એક વિદ્યાર્થી મુર્દમશુમારીના કાર્ડ લઈને બેઠો હતો અને તેના શરીર કમીજ તથા જેકેટ

પણ, તે એક ખેડૂતના મેજિસ્ટ્રેટની જેમ સવાલ પુછી રહ્યો હતો. ખેડૂત ઘરની માલિકણનો મિત્ર હતો. અને તેના તરફથી વિદ્યાર્થીના સવાલોનો જવાબ આપી રહ્યો હતો. તે ઘરડી સ્ત્રી પણ ત્યાં હાજર હતી. અને બે ઉત્સુક ભાડુઆત પણ ત્યાં આવી ચડેલા હતા. જયારે હું ઓરડામાં ઘુસ્યો તો તે ઠસા ઠસ ભરેલો હતો અને હું ઘણી કોશિશ છતાં ખેંચતાણ કરતો મેજની પાસે જઈ પહોંચ્યો. વિદ્યાર્થીએ મને નમસ્તે કર્યા ત્યાર પછી તે ફરીથી સવાલ પુછવા લાગ્યો હું પણ પોતાના ઉદ્દેશને દૃષ્ટિમાં રાખીને ત્યાં રહેનારા ભાડુઆતનો અભ્યાસ કરવા લાગ્યો અને વચ્ચે વચ્ચે તેમને જરૂરી પુછપરછ પણ કરતો રહ્યો.

પરંતુ સંયોગથી આ પહેલા મકાનમાં મને એકપણ એવો માણસ ન મળ્યો. જેના પર પોતાની પરોપકારીતા દર્શાવી શકું એમ તો મારા આલીશાન મકાનની તુલનામાં મને તે મકાન દરિદ્રતાપૂર્ણ, નાનુ અને ગંદુ લાગ્યું. પરંતુ તેની માલિકણ શહેરી ગરીબોની અપેક્ષા કરતા ખુબ જ સંપન્ન હતી અને ગામની ગરીબીનું તુલનામાં, હું એ બતાવી શકું છું કે. તે ઘણી જાહોજલાલીથી રહેતી હતી. તેનો મિત્ર પણ દેખાવમાં એવો જ સારો સંપન્ન લાગતો હતો.

જેટલા પણ ભાડુઆત ત્યાં હાજર હતા. તેમના સંજોગોથી એવું લાગતું હતું કે ને નિર્ધન છે. પરંતુ એમાંથી કોઈને પણ સહાયતાની જરુરિયાત બિલકુલ નહતી. એમાંથી માત્ર ત્રણ વ્યક્તિ એ સહાયતા માટે વિનંતી કરી, એક તો તે જે નાંદમાં કપડા ધોઈ રહી હતી. જેને તેના પતિએ છોડી દીધી હતી અને જેને પોતાના બાળકોનું પાલન પોષણ કરવું પડતું હતું. બીજીને વિધવા ડોશી જેણે એ બતાવ્યું હતું કે તેને રોટી-પાણી નો કોઈ સહારો નથી. ત્રીજા ચટાઈના જુતા પહેરેલો ખેડૂત જેણે બતાવ્યું હતું કે તે દિવસે તેને પેટ ભરવા માટે અનાજનો એક દાણો પણ મળ્યો નથી. પરંતુ જયારે પુછપરછ કરવામાં આવી તો ખબર પડી કે તેમાંથી એક પણ ને પણ સહાયતાની જરૂર ન હતી. અને તેમની સહાયતા કરવા માટે એ જરૂર બની જાય કે તેમના વિશે સારી રીતે જાણકારી પ્રાપ્ત કરી શકાય.

જે મહિલાનો પતિ ઘોડીને ગયો હતો. તેના બાળકોને જયારે મેં બાલ-આશ્રમમાં ભરતી કરાવવાનો પ્રસ્તાવ મેં કર્યો, ત્યારે તે કિંકર્તવ્યવિમુઢ જેવું થઈ ગઈ. તેણે ખબર નહીં શું વિચાર્યું અને મને ઘણો ઘણો ઘણો ધન્યવાદ પણ કર્યો. પરંતુ વાત એ સ્પષ્ટ હતી કે આ રીતે તે સહાયતા ઈચ્છતી ન હતી અને પૈસા ટકાની સહાયતા જ તેને વધારે પ્રિય હતી. તેની મોટી પુત્રી તેની સાથે કપડા ધોવામાં તેને મદદ કરતી હતી. અને નાનકડી પુત્રીની દેખભાવ પણ કરતી હતી. હાં, એ ડોશીએ જો કે ગળગળા થઈને અનાથાલયમાં ભરતી કરવાની પ્રાર્થના કરી, પરંતુ જયારે મેં તેનો રહેવાનો ઓરડો જોયો તો મને એવું મહેસુસ થયુ કે તે સાવ ગરીબ નથી. તેની પાસે સામાનમાં પુરી ભરાયેલી એક નાનકડી પેટી હતી. તેનાથી અલગ તેની પાસે એલ્યુમિનિયમની

ટોટી વાળી એક ચા દાની બે કપ અને થોડી મિઠાઈના ડબ્બા પણ હતા. જેમાં હવે ચા અને ખાંડ ભરેલા હતા. તે મોજા અને હાથના મોજા ગુંથવાનું કામ પણ કર્યા કરતી હતી અને એક દયાળુ મહિલા સાથે તેને થોડી માસિક આવકનાં રુંપમાં સહાયતા પણ મળતી હતી. જયાં સુધી ખેડૂતનો પ્રશ્ન હતો. તેને પેટ ભરવા માટે ખાવાનું નહીં પરંતુ નશો કરવા માટે કંઈક જોઈતું હતું, અને તે માં કોઈ બે મનવાળી વાત નહોતી કરી કે તેને જે કંઈ પણ આપવામાં આવે તે કલાલની પેટીમાં જ પહોંચી જાત મતલબ કે તેને કંઈ પણ આપવું વ્યર્થ હતું.

આ રીતે મેં જોયું કે તે મકાનમાં એક પણ માણસ એવો ન હતો, જેને હું દાન આપીને સુખ પ્રદાન કરી શકું. જો કે મેં કલ્પના કરી હતી કે ત્યાં આ પ્રકારની વ્યક્તિઓ ઘણી બધી હશે. ત્યાં રહી રહીને દરેક માણસની નિર્ધનતા મને શંકાસ્પદ લાગી.

મેં ડોશી બાળકોવાળી મહિલા અને ખેડૂતના નામ મારી પોતાની ડાયરીમાં નોટ કરી લીધા અને એ નિશ્ચય કર્યો કે માસ અભાગિયાની સહાયતા કરી લીધા પછી (જે વ્યક્તિઓની મને તે મકાનમાં મળવાની આશા હતી) એના માટે જરૂર કંઈક ને કંઈક જરૂર કરવું પડશે. મેં એ પણ નિશ્ચય કર્યો કે જે સહાયતા કરવામાં આવે. તેનો કોઈ નિશ્ચિત ક્રમ હોવો જોઈએ. મતલબ પહેલા તે વ્યક્તિની સહાયતા કરવામાં આવે. જે સૌથી વધારે ગરીબ છે અને ત્યારપછી એ લોકો પર ધ્યાન આપવામાં આવે જેના નામે મેં નોંધ્યા હતા.

પરંતુ હું જ્યાં જ્યા પણ ગયો મેં ત્યાં ત્યાં બધાની આજ દશા જોઈ. બધી વ્યક્તિ એક જેવી જ હતી. - એવી વ્યક્તિ જેની સહાયતા કરતા પહેલા તેની સ્થિતિનુ ધ્યાનપૂર્વક અધ્યયન કરવું જરૂરી હતું.

હું ઘણું ફર્યો. પરંતુ મને એક પણ એવો દુઃખી માણસ ન મળ્યો. જેની માત્ર આર્થિક સહાયતા કરીને તેને સુખી બનાવી શકાય. આ વાત સ્વિકારતા મને શરમ આવે છે કે તે મકાનોમાં મેં જે રીતે પીડિતોને જોવાનું અનુસરણ કર્યું હતું. એવી વ્યક્તિ વ્યક્તિઓને ત્યાં ન પામીને હું નિરાશ થવા લાગ્યો.

મેં વિચાર્યું હતું કે મને ત્યાં બિલકુલ જ અસાધારણ વ્યક્તિઓનો સામનો કરવો પડશે. - પરંતુ સંપૂર્ણ ભવનોના ચક્કર લગાવવા છતાં મને વિશ્વાસ થઈ ગયો કે ત્યાં રહેનારામાં કોઈ વિશેષ પ્રકારની વાત ન હતી. તે પણ એવા પ્રકારના નિકળ્યા જેવા આપણી પાડ-પડોશના વ્યક્તિ રહ્યા કરે છે. બરાબર એવા પ્રકારના જેવા આપણી વચ્ચે છે. જેમાં પણ સારા ખરાબ, સુખી દુઃખી બધા પ્રકારના વ્યક્તિ રહેતાં હતા - થરા વધારે આમ-તેમ અને જે દરિદ્રતા તે એવા જ દુઃખી હતા. જે રીતે આપણી વચ્ચે જ જોવા મળે છે. તેનું દુઃખ કોઈ બહારની પરિસ્થિતિ પર નિર્ભર ન હતું, પરંતુ તે પોતે જ પોતાના દુઃખોનું મોટુ કારણ હતા અને તેમની દુર્દશા રુંપિયા પૈસાથી દુર કરવી કોઈના વશની વાત ન હતી. બિલકુલ પણ સંભવ નહતી.

# કેરી બરોબર ઘઉં

એક સમયની વાત છે. નદી કિનારે કેટલાક બાળકો રમતમાં મસ્ત હતા. અને મસ્તીમાં નદીના કિનારે પડેલી રેતીના ગોળા બનાવી-બનાવી. એક બીજા પર ઉછાળી રહ્યા હતા. કે અચાનક તેમણે એક ચીજ ત્યાં પડેલી જોઈ. જોવામાં તે બિલકુલ અનાજના દાણા જેવી લાગતી હતી અને તેની વચ્ચે એક રેખા જેવું બનેલું હતું. જેમ કે બે દળ ને એકબીજા સાથે જોડી દેવામાં આવ્યા હોય. આશ્ચર્યની વાત એ હતી કે તેનો આકાર એટલો મોટો હતો કે જેમ કે કોઈ દેશી કેરી.

એક રાહદારીએ બાળકોના હાથમાં તેને જોયુ તો તેણે રોકાઈને તેને સારી રીતે હાથમાં લઈ પારખી દૃષ્ટી દોડાવી. ત્યારે તેણે એક બે પૈસા આપીને તે લઈ લીધી. તે રાહદારી તેને પોતાના કબ્જામાં લઈ ગયો. અને રાજધાનીના શહેરમાં ત્યાં રાજાનાં હાથમાં વિચિત્રતાઓના નામે તેને વેચીને દોલત બનાવી.

રાજાએ પોતાના રાજદરબારમાં નવરત્ન પંડિતો ને બોલાવ્યા અને કહ્યુ - કૃપા કરી તેને તપાસી-પરખી ને બતાવો. આ કઈ વસ્તુ છે “પંડિતોએ ઘણું વિચાર્યું પરંતુ તે વસ્તુના વિષયમાં કોઈ જાણકારી ન મળી. છેવટે તે દાણો એક દિવસ બારી પર મુક્યો હતો કે એક મુરગી ઉડતી આવી. અને તેને પોતાની અણિદાર ચાંચ મારવા લાગી. પરિણામે તેમાં કાણુ પડી ગયું ત્યારે પંડિતોએ જોયુ કે અરે આ તો ઘઉંનો જ દાણો છે. તેના પર સમસ્ત પંડિતો એ રાજદરબારમાં જઈને કહ્યું - “મહારાજ આ દાણો અન્નરાજ ઘઉંનો છે.

પંડિતોની વાત સાંભળીને રાજાને ઘણું આશ્ચર્ય થયું. રાજાએ પંડિતને કહ્યું કે ક્યાં અને કેવી રીતે આવો. અનાજનો દાણો ઉત્પન્ન થયો. એની જાણકારી તમે પોતે મને લાવી આપો. બધા પંડિત ફરી વિચારમાં પડી ગયા. તેમણે પોતાના પુસ્તકો ફંફાળ્યા. અને શાસ્ત્ર જોઈ નાખ્યા. પરંતુ આ વિશે કોઈ જાણકારી ન મળી. છેવટે તે રાજદારબાર પહોંચ્યા અને બોલ્યા -

“મહારાજ અને આ વિષયમાં કંઈ જ બતાવી શકતા નથી. તેના વિષયમાં અમે અમારા પુસ્તકો ફંફોળી નાખ્યા પરંતુ આ બાબતનો કોઈ ઉલ્લેખ ન મળ્યો. આ બાબતે તો ખેડૂત ને જ પુછવું પડશે. મહારાજ ! કદાચ કોઈ એમાં પોતાના પૂર્વજો પાસેથી આ વિષયમાં જાણકારી રાખતા હોય કે ક્યાં અને કેવી રીતે ઘઉંનો આટલો મોટો દાણો ઉત્પન્ન થતો હતો ”

તેથી મહારાજે આદેશ કર્યો કે અમારી સમક્ષ બધા મોટી ઉમરવા ખેડૂતોને હાજર કરવામાં આવી. છેવટે એવી પણ એક વ્યક્તિ હાજર કરવામાં આવી. જેને ખબર

હોય તેવી આશા બંધાઈ. તે વ્યક્તિ ખુબ જ વૃદ્ધ હતો અને તેની કમર પણ વૃદ્ધાવસ્થાનાં કારણે ઝુકી ગઈ હતી. દાંતપણ ન હતા. ચેહરો મુલ્તાની માટીની જેવો પીળો હતો.

રાજાના દિવાને આ દાણો રાજાના આદેશ પ્રમાણે તે વૃદ્ધ વ્યક્તિને દેખાડ્યો. પરંતુ વૃદ્ધાવસ્થા એટલી હતી કે આંખોની લાઈટો પણ ઝીરો વોલ્ટના બલ્બથી ઓછી નજર પડતી હતી. મતલબ તેણે તેને હાથમાં લઈને ઘણી મુશ્કેલીથી ફંફોળી જોયું.

રાજાએ પુછ્યું - ''બાબા તમે શું બતાવી શકો છો કે આ દાણો ક્યારે અને ક્યાં ઉત્પન્ન થયો ? શું ભૂતકાળમાં તમે આટલો મોટો અનાજનો દાણો ક્યારેય ખરિદ્યો છે કે ક્યારેય તમારા ખેતરમાં વાવ્યો કે ઉગાડ્યો હોય ?''

પરંતુ રાજાને એ વાતનો અંદાજ ન હતો કે વૃદ્ધાવસ્થામાં બિચારો બિચારો બહેરો પણ હોય છે. છતાં પણ તે રાજાની વાત મુશ્કેલીથી સાંભળી શક્યો. અને ઘણીવાર પછી તે રાજાની વાતને સમજી શક્યો. છેવટે તેણે જવાબ આપ્યો ''ના, આ પ્રકારનું અનાજ મેં ક્યારેય વાવ્યું નથી કાપ્યું નથી નાતો ખરિદ્યું છે. જ્યારે અનાજ વેચાતુ કે ખિદાતું હતું ત્યારથી લઈને આજ સુધી અનાજ એવું જ છે. જેવું ત્યારે હતું. પરંતુ મારા પિતાને તમે પુછી જુઓ. તેમણે કદાચ સાંભળ્યું હોય કે આવો અનાજનો દાણો ક્યાં ઉગતો હતો ?''

આથી રાજાએ પોતાના દિવાનને એ વૃદ્ધના પિતાને ઉપસ્થિતિ કરાવવાનો આદેશ કર્યો. તેને ખુબ જ શોધ્યા પછી તેને મહારાજની સમક્ષ ઉપસ્થિતિ કરવામાં આવ્યો. તે એક ઘોડીથી ચાલતો આવ્યો. રાજાએ તેના હાથમાં ઘણો મુક્યો. એ ખેડૂતે દાણાને ઘણા ધ્યાનથી જોયો. તેની આંખોમાં ચમક હજી બાકી હતી. એણે દાણાને સારી રીતે જોયો.

રાજાએ પુછ્યું - ''બતાવી શકો છો ચૌધરી. આ દાણો ક્યાં ઉત્પન્ન થાય છે. શું ભૂતકાળમાં આ પ્રકારનું અનાજ તમે ક્યારેય ખરિદ્યું વેચ્યું હતું કે પોતાના ખેતરમાં વાવ્યું ઉગાડ્યું હતું.

તે વૃદ્ધ માણસ થોડં ઉંચું સાંભળતો હતો પરંતુ પોતાના પુત્ર જેટલો બેહાલ નહતો.

તેણે કહ્યું - ''ના મેં આ પ્રકારનો અનાજનો દાણો તો ક્યારેય આ પહેલા નતો જોયો, ન વાવ્યો, ન કાપ્યો ન ખરીદ્યુ અને ન તો ક્યારેય વેચ્યું. કારણ એ છે કે અમારા જમાનામાં સિક્કાનું ચલણ ન હતું. બધા પોત-પોતાના ખેતરમાં અનાજ ઉગાડતા, જો કોઈને કોઈ ઓછું પડે તો એકબીજા સાથે જ અદલાબદલી કરીને તેની પૂર્તિ કરી લેતા હતા. હું એ વિશે બતાવી શકતો નથી કે તે ક્યાં ઉત્પન્ન થાય છે. અમારા જમાનામાં અનાજનો દાણો આજના દાણા કરતા ઘણો ભારે રહેતો હતો. પરંતુ આવો અનાજનો

દાણો આજે પહેલીવાર જોઈ રહ્યો છું હાં મેં મારા બાપને કહેતા સાંભળ્યા છે કે તેમના જમાનામાં ઘઉંનો દાણો ઘણો મોટો રહેતો હતો. અને એકા દાણો પણ ઘણો લોટ આપતો હતો. જો તમે તેની પાસેથી જાણકારી લો તો કંઈક જરૂર ખબર પડશે.

તો મહારાજે તેના બાપના બાપને પણ હાજર રહેવાનો આદેશ આપ્યો. ઘણી શોધખોળ પછી છેવટે તેમને પણ શોધી કાઢ્યા અને તેને રાજાની સમક્ષ ઉપસ્થિત કરી દીધા. તે કોઈ લાકડીના સહારા વગર રાજાની સમક્ષ હાજર થયો. તેની નજરમાં કોઈ ફર્ક ન હતો. કાનથી પણ બરાબર સાંભળતો હતો અને વાત પણ ઘણી સ્પષ્ટ અને ચોખ્ખી કરતો હતો.

મહારાજે તેના હાથમાં દાણો મુક્યો. એ વૃદ્ધ પિતામહ જેવા માણસે તેને પારખી દૃષ્ટિથી જોયો અને હલાવી-ડોલાવી ને પારખ્યો. પછી બોલ્યો - “આજે એક જ માના પછી આવો ઘઉં જોવાના નસીબ થયા છે.” આવું કહીને તેણે જરાક કાતરીને જીભ પર મુકી દીધો.

બોલ્યો - “હાં એ જ જાતનો દાણો છે.”

રાજાએ પુછ્યું - “પિતામહ એ બતાવવાની કૃપા કરો કે ક્યારે અને ક્યાં આ પ્રકારનાં ઘઉંનું ઉત્પાદન થતું હતુ ? શું તમે ક્યારેય આવા ઘઉં ઉગાડ્યા છે કે ખરિદ્યા છે ?”

તો વૃદ્ધ માણસે જવાબ આપ્યો.

“મહારાજ અમારા જમાનામાં આવા જ ઘઉં ખેતરમાં ઉપજતા હતા. હું આવા અનાજનું જ ભોજન કરીને જુવાન થયો છું. બીજાને પણ મેં આવું અનાજ ખવડાવ્યું છે. બરાબર આવા જ પ્રકારનાં ઘઉંના દાણા અમારા ખેતરના વાડામાં પડ્યા રહેતા હતા. આવા અનાજને બધા વાવતા કાપતા અને ઉગાડતા હતાં.

રાજાએ પુછ્યુ - “પિતામહ, એ પણ બતાવવાની કૃપા કરો કે આ ઘઉંનો દાણો ક્યાંયથી કિંમત આપી. ખરીદીને લાવ્યા હતા કે, કે જાતે જ આ ધરતીમાં ઉપજયા હતાં.

વૃદ્ધ માણસ રાજાની વાત સાંભળીને હસ્યો અને બોલ્યો - “અમારા જમાનામાં અન્ને વેચવું એ વાત પાપ સમજાતી હતી. એને વેચવાથી કોઈ પાપનું ભાગીદાર બનતું ન હતું. એવી વાત સ્વપ્નામાં વિચારથી પાપ છે. રહી સિક્કાની વાત તો તેને અમે જાણતા પણ ન હતા. દરેકની પાસે પોતાના પુરતું અનાજ રહેતું જ હતું.”

રાજાએ કહ્યું - “તો તારા તે ખેતર ક્યાં હતા જયાં આ પ્રકારનું અનાજ ઉપજતું હતું.

વૃદ્ધ પુરુંષે જવાબ આપ્યો - અમારા ખેતર શું મહારાજ, પ્રભુની આ વસુંધરા ત્યારે પણ હતી જયાં હળ જોતવામાં આવતું, પરિશ્રમ કર્યું એ જ અમારું ખેતર થયું.

જમીન છુટી બિછાયેલી હતી. માલિક, માલિકીની વાત જ ન હતી. જમીન ઉપર ક્યારેય પડત તારા-મારાનો સવાલ જ ઉઠતો નહતો. એક હાથનો પરિશ્રમ જ એવી ચીજ હતી કે જેમાં દરેક વ્યાક પોતાનો હક માનતો હતો. બીજુ કોઈ નહીં.

રાજાએ કહ્યું - બે પ્રશ્નોના જવાબ આપો પિતામહ ! પ્રથમ પ્રશ્ન એ છે કે વસુંધરા પહેલા આવા દાણા કેવી રીતે ઉપજાવતી હતી હવે ઉપજવા કેમ બંધ થઈ ગયા ? બીજો પ્રશ્ન એ કે તગારો પૌત્ર ઘોડીના સહારે ચાલતો અહીંયા આવ્યો પુત્ર લાકડીનાં સહારે ચાલતો પહોંચ્યો અને તમે કોઈ સહારા વગર ચાલતા કેવી રીતે આવી ગયા. તમારી આંખોની રોશની પણ હજી એવી જ છે. દાંત પણ ઘણા મજબુત છે. અને વાણી સ્પષ્ટ અને ચોખ્ખી છે આ કેવી રીતે સંભવ થયું ?''

તે વ્યક્તિએ જવાબ આપ્યો.

''આવું એ કારણે સંભવ થયું કે આ જે વ્યક્તિઓને પોતાની મહેનતાના ભરોસે રહેવાનું છોડી દીધું છે. અને બીજાના પરિશ્રમનો આશરો લઈ રહ્યા છે. અમારા જમાનામાં લોકો પ્રભુના નિયમોનું પાલન કરતા હતા અને તે પ્રમાણે જ રહેતા હતા. જે એનું હતું, તે એમનું હતું. બીજાના પરિશ્રમ અને તેના ફળની ઇચ્છાનો તેમને કોઈ લોભ ન હતો. જાતે પોતાના પરિશ્રમના ફળની પ્રાપ્તિની કલ્પના કરતા હતા. કોઈ અન્ય લાભથી તેનો કોઈ મોહ ન હતો.

# પાપનો ભાગીદાર

લગભગ ચાર કે સાડા ચાર વાગ્યાનો સમય રહ્યો હશે. હું હું શહેરી કંગાલી ની મધ્યમાં રહેલા ખિત્રોફ બજારની તરફ જવા રવાના થયો. જયારે તે દિવસ કામકાજનો હતો. આ ઘટના ઈ.સ. ૧૮૮૧ ના ડિસેમ્બર મહિનાની છે. જયારે ધુમ્મસ પોતાની પાંખો ફુલાવી ચારે બાજુ ઉડી રહ્યા હતા અને હવામાં ઘણી ઝડપ હતી. થોડે દુર ચાલ્યા ગયા પછી લોકો મને વધારે સંખ્યામાં આવો વિચિત્ર પહેરવેશ પહેરેલ દેખાયા. જે નિશ્ચિત ઢંગથી પોતાના માપના હતા જ નહીં અને જુતા પણ વધારે વિચિત્ર હતા. તેમના ચહેરા કાંતિહીન, બીમારો જેવા દેખાતા હતા અને તેમની ચાલછાલ કંઈક એવી હતી. જાણે પોતાના ચારે બાજુ દુનિયાદારી સાથે કોઈ મતલબ નહોય.

મેં જોયું કે એક વ્યક્તિ ખુબ જ વિચિત્ર થી વધારે બેઢંગ પહેરવેશને પહેરી નિશ્ચિંતતાથી આગળ વધી રહ્યો છે. અને તેને એ વાતની બિલકુલ પરવાઈ ન હતી, કે તે અન્ય કોઈને કેવો લાગે છે. આ રીતે જેટલા પણ માણસો હતા, તે બધા એક દિશા તરફ વધતા જઈ રહ્યા હતા. હું ત્યાંના રસ્તાથી પરિચિત ન હતો. પરંતુ છતાં પણ કોઈને પુછ્યા વગર હું પણ તેમની સાથે સાથે આગળ તરફ વધતો ગયો અને ખિત્રોફ બજારમાં પહોંચી ગયો. ત્યાં મેં જોયું કે પુરુંપો અને સ્ત્રીઓમાં કોઈ ફરક ન હતો - કારણ કે ત્યાંની સ્ત્રીઓ પણ પુરુંષોની જેમ જ અને રંગોથી સજ્જિત ટોપીઓ કપડા, જેકેટ અને પગમાં જુતા પહેરેલા હતા અને તેમને પણ બેઢંગી પોશાકની પરવાહ ન હતી. શું વૃદ્ધ, શું જવાન, બધા કાં તો બેફિકરાઈ સાથે બેસી કોઈ વસ્તુ વેચી રહી હતી કે આમાં તેમ-ધુમી રહી હતી અને એકબીજા ને ગાળો આપતી કોસી રહી હતી એ સમયે કદાચ બજાર બંધ થવાની અણી પર હતું, કારણ કે ત્યાં ઘણી ઓછી વ્યક્તિ હાજર હતી અને મોટા ભાગના લોકો ત્યાંથી પસાર થઈને પહાડી તરફ જઈ રહ્યા હતા. હું પણ તેમની પાછળ-પાછળ ચાલતો રહ્યો અને જેમ-તેમ આગળ વધ્યો. મને એ જ પ્રકારની વ્યક્તિ વધારે સંખ્યામાં એક દિશામાં આગળ વધતા દેખાયા.

પરંતુ બજારમાંથી હું નીકળી સડક પર પહોંચ્યો તો મને બે મહિલાઓ મળી એક વૃદ્ધ સ્ત્રી હતી, બીજી નવયૌવના બંનેએ પોતાના શરીરને ભુરા રંગના ફાટેલા-જુના પહેરવેશથી ઢાંકી રાખ્યા હતા અને એકબીજા સાથે કોઈ બાબતે વાત કરતી જઈ રહી હતી. દરેક જરૂરી શબ્દ પછી એક બે બિનજરૂરી તથા અશ્લીલ શબ્દના ઉપયોગ કર્યા વિના રહેતી નહતી. એવું પણ ન હતું કે તે બંનેમાં નશામાં હોય, હાં એક વાત તો હતી. એ પોતાની વાતોમાં મસ્ત જરૂર હતી. મને તો તેમની વાતા કરવાનો ઢંગ ઘણો અજીબ - ગરીબ હતો. પરંતુ જે વ્યક્તિ તેને મળતા હતા કે તેની

આગળ પાછળ ચાલ્યા જતા હતા. તે તેના પર બિલકુલ પોતાનું ધ્યાન આકર્ષિત કરી રહ્યા ન હતા. એનાથી સ્પષ્ટ ખબર પડતી હતી કે ત્યાંનાં વ્યક્તિઓના બોલચાલનો ઢંગ જ આ પ્રકારનો છે.

બરાબર સડકની ડાબી બાજુ ધર્મશાા બનેલી હતી કેટલીક વ્યક્તિ તો તેમાં સમાઈ ગઈ અને કેટલાક લોકો સતત આગળની તરફ વધતા રહ્યા. પહાડીની ઉપર ચઢ્યા પછી અમે એક ખુણામાં વિશાળ ભવનની નજીક પહોંચ્યા જે વ્યક્તિઓની સાથે હું ચાલી રહ્યો હતો, એમાંથી મોટા ભાગના ત્યાં જ અટક્યા.

બરફથી ઢંકાયેલી રસ્તો અને પાટા પણ તે પ્રકારની વ્યક્તિ હતા. જેમાંથી કેટલાક તો બેઠેલા હતા. પ્રવેશદ્વારની જમણી તરફ સેંકડોની સંખ્યામાં મહિલાઓ હતી અને બરોબર એ જ રીતે ડાબી તરફ સેંકડો પુરુંષો એ બંનેની કતારોની વચ્ચે થઈને હું પણ આગળ વધ્યો અને ત્યાં તેની હરોળ સમાપ્ત થતી હતી. ત્યાં જઈ અટકી ગયા. જે ભવનની બહાર આ બધા ઉભા હતા. તે વ્યાયિન અનાથાલય હતું. જ્યાં આ બધા રાતના સમયે મફતમાં સુતા હતા અને અંદર ઘુસવાની રાહ જોતા હતા. અનાથાલયનું મુખ્ય દ્વાર બરોબર પાંચ વાગ્યે ખુલતું હતું. રસ્તામાં હું જેને - જેને પાછળ છોડી આવ્યો હતો. તે બધા હવે ધીરે ધીરે ત્યાં જ આવી ગયા હતા.

પુરુંષોની લાઈન ત્યાં સમાપ્ત થતી હતી. હું પણ તેમની પાછળ ઉભો રહી ગયો. જે લોકો મારી આસપાસ ઉભા હતા. તે મારા તરફ એ રીતે જોઈ રહ્યા હતા કે મારી નજર ન ઇચ્છવા છતાં પણ તેમના તરફ ચાલી જતી હતી. તેમના શરીરના પહેરવેશ તો એક બીજાથી અલગ અને રંગ-બિરંગી હતા. પરંતુ તેમની ઉપર ઉઠેલી નજરોમાં બિલકુલ એક જ ભાવ ઉભરી રહ્યો હતો. તેમની આંખોમાં પ્રશ્નચિત્ર ઉભરેલા હતા. એવું લાગતું હતું. જાણે કંઈક પુછી રહી હોય. - "આ બીજી દુનિયાના માણસો ! તું અમારી પાસે કેમ ઉભા રહી ગયા ? તમે કોણ છો ? તમે કોઈ સ્વયં સંતુષ્ય શ્રીમંત વ્યક્તિ તો નથી, જે પોતાના જીવનની એકરસતાના બદલવા માટે આપણી દુર્દશાની મજાક લેવા કે મજાક ઉડાડવા આવી હોય ? કે તમારા પર કરુંણા દેખાડવાવાળા મનુષ્ય હોય, જેનું અસ્તિત્વ ન આ સૃષ્ટીમાં છે. ન ક્યારેય હોઈ શકે ?"

દરેકના મુખ-મંડળમાં એ જ પ્રશ્ન ઉભરતો દેખાઈ રહ્યો હતો. તેમણે મારી તરફ જોયું. નજરથી નજર મળી અને મોં ને બીજાની તરફ ફેરવી લીધું. મેં તે વ્યક્તિઓમાંથી એકાદ સાથે વાતચીત કરવા ઇચ્છતો હતો. પરંતુ ઘણીવાર સુધી હું તેમની સાથે વાતચીત કરવાનું સાહસ ન કરી શક્યો. પરંતુ શાંત રહેવા છતાં પણ અમારી નજરોથી નજરમાં એકબીજાની ઘણા નજીક આવી ગયા. બે ત્રણ વાર એક બીજા સાથે નજર મેળવ્યા પછી અમે આભાસ કરી લીધો કે અમારા જીવનમાં અમે

એક બીજાથી ગમે તેટલા અલગ કેમ ન કરી દીધા હોય અમે છીએ. એક જ અને એ રીતે અમારા એકબીજાના હૃદયમાં સમાયેલો ભય દુર થતો રહ્યો.

મારી નજીકમાં જ એક ખેડૂત ઉભો હતો જેનો ચહેરો સોજાના કારણે ડુબેલું હતું અને દાઢીનો રંગ લાલ હતો. તેનો કોટ પણ ખરાબ હાલતનો હતો અને મોજા વગર જ તુટેલા-ફૂટેલા જુતા પોતાના પગમાં પહેરી રાખ્યા હતા. જો કે તે સમયે જોરદાર ધુમ્મસ હતું. મારી નજર તેની નજર સાથે ત્રણ-ચાર વાર મળી અને પછી મેં પોતાને તેના એટલા નજીક મહેસુસ ક્યો કે, મને તેની સાથે બોલવામાં નહીં પરંતુ ન બોલવામાં શરમ મહેસુસ થવા લાગી. મેં તેને પુછ્યું “તમે ક્યાંના રહેવાવાળા છો ?” તેણે તેનો તરત જ જવાબ આપ્યો અને વાતચીતનો ક્રમ ચાલુ થઈ ગયો. એટલામાં બીજા લોકો પણ અમારી નજીક ઘસી આવ્યા. હું જે વ્યક્તિ સાથે વાત કરી રહ્યો હતો તે સ્થાલંસ્કનો નિવાસી હતો અને મોસ્કોમાં કામની શોધમાં આવેલો હતો. તેને આશા હતી કે શહેરમાં જઈને તે એટલું ધન કમાઈ લેશે કે તેનાથી તે અનાજ પણ ખરીદી લેશે અને ટેક્સ પણ ભરી દેશે.

તે માણસે બતાવ્યું - “પરંતુ અહીં મને કોઈ કામ ન મળ્યું. સિપાહીઓએ બધુ કામ લઈ લીધુ. એ દિવસોમાં સિપાહી ઘણા ઓછા પૈસામાં કામ કરવા માટે મળી જતા હતા. એ જ કારણસર માર્યો માર્યો ફરી રહ્યો છું અને એ વાતનો ઈશ્વર સાક્ષી છે મેં બે ચાર દિવસથી અન્નનો ઘણો ચાખ્યો નથી.

તેણે આ વાત હસવાની ચેષ્ટા કરતા ખુબ જ દુઃખ સાથે કહી. પાસે જ કદાચ મસાલામાંથી બનેલું ગરમ પીણું વેચવાવાળા એક વૃદ્ધ સિપાહી ઉભો હતો. મેં તેને બોલાવ્યો અને મારા કહ્યા પ્રમાણે તેણે ગરમ પીણાનો એક ગ્લાસ ભરીને એ વ્યક્તિને પકડાવી દીધો અને ગ્લાસને હાથમાં પકડીને તેણે પહેલા પોતાના હાથ ગરમાવ્યા કારણ તે તેની જરાપણ ગરમી વ્યંઇ ગુમાવવા માંગતો નહતો.

હાથને ગરમ કરતા જ કરતાં જ તે વ્યક્તિએ પોતાની જીવનગાથા સંભળાવી નાંખી. તેણે બતાવ્યું. પહેલા મને થોડું કામ મળ્યું હતું. પરંતુ તે કામ પુરું કરી ચુક્યો અને મારુ પર્સ જેની અંદર મારો પાસપોર્ટ અને બચેલી રકમ હતી. તે અનાથાલયમાં કોઈએ ઉડાવી લીધી. જેના કારણવશ હવે હું મોસ્કોની બહાર જવા અસમર્થ છું. ઠંડીના કારણે દિવસનાં હું ગરમ પીણાની દુકાનો પર ગરમાવો લઈ લઉં છું અને ક્યારેક ક્યારેક લોકો મને પોતાની બચેલી રોટલીના ટુકડા મને આપી દે છે. તેને ખાઈને દિવસ આખો પસાર કરી લઉં છું. પરંતુ ક્યારેક ક્યારેક તે મને ધુત્કારી પણ કાપે છે. રાતે હું આજ લ્યાયિન અનાથાલયમાં પસાર કરી નાખું છું. ત્યાં મારે કંઈ જ આપવું પડતું નથી. હવે માત્ર હું એની રાહ જોઉં છું કે પોલીસવાળા શોધવા આવે અને પાસપોર્ટ ન હોવાના કારણે અને પકડીને જેલમાં નાખી દે. અને પછી મારા જેવી અન્ય વ્યક્તિઓ સાથે પોલિસ પહેરામાં પગપાળા ઘરે પાછો મોકલી દેવામાં આવે. મેં સાંભળ્યું છે કે

પોલીસ ગુરુંવારે છાપા મારે છે (સ્પષ્ટ જાહેર હતુ તેને જેલ અને ઘરની ઘરની પદયાત્રા સ્વર્ગ જેવી લાગતી હતી)

ભીડમાં ઉભેલી બે-ત્રણ વ્યક્તિઓએ તેની વાતો સાંભળી. તેનું સમર્થન કર્યું અને કહ્યું કે અમે પણ આવી પરેશાનીથી ઘેરાયેલા છીએ. બરોબર એ જ ક્ષણે એક નિર્બળ યુવાન નાક લાંબુ, શરીર દુબળુ પાતળુ ખભા પર ફાટેલી એક માત્ર શર્ટ પહેરેલી હતી. અને જેની ટોપીનું ચંદોબા પણ લાપતા હતું વ્યક્તિઓને ધકેલતા ભીડની અંદરથી નીકળીને મારી નજીક આવ્યો તે ઠંડીથી કાંપી રહ્યો હતો. છતાં પણ તેણે ખેડૂતની વાતો પણ ઘૃણાપૂર્વક હસવાની કોશિશ કરી.

મેં તેને પણ એક ગ્લાસ ગરમ પિણુ અપાવ્યું. ગ્લાસ લઈને તેણે પોતાના હાથ ગરમાવ્યા. પરંતુ જેવું બોલવાનું શરું કર્યું. એક લાંબો કાળો, પોપટ જેવી નાકવાળો વ્યક્તિ તેને ધક્કો મારી આગળ વધી ગયો. તે છીટની એક શર્ટ અને તેના ઉપર જેકેટ પહેરેલું હતું. પરંતુ માથા પર ટોપી ન હતી. તેણે પીવા માટે ગરમ પીણું માંગ્યું. બરોબર તેની પાછળ નશામાં ચૂરી, તિક્ષ્ણ દાઢીવાળો એક લાંબો એવો વૃદ્ધ વ્યક્તિ આવ્યો. તેણે ઓવરકોટ પહેરી રાખ્યો હતો. જેમાં કમરબંધના નામે એક રેશમી દોરી બાંધેલી હતી અને તેના પગમાં ચટાઈના જુતા હતા. તેની પાછળ એક છોકરો આવ્યો જેનું મોં સુજેલું હતું. અને જેની આંખો તર હતી. તેણે એક ભુરા રંગની જેકેટ પહેરેલું હતું. તેના રુંવાટી ઘુંટણ ફાટેલી ઠંડા ખાટલુનમાંથી ચોખ્ખા દેખાતા હતા અને ઠંડીના કારણે એકબીજા સાથે ટકરાઈ રહ્યા હતા. તે એ રીતે થરથરી રહ્યા હતા કે ગરમ પીણાનો ગ્લાસ તેના હાથની પકડમાંથી છુટી જતો હતો. છેવટે તે આ ગ્લાસનું સંતુલન ન જાળવી શક્યો અને બધુ જ પીણુ તેના ઉપર જ છોળાઈ ગયુ. ત્યાં પાસે ઉભેલી અન્ય વ્યક્તિ તેને ગાળો દેવા લાગી. પરંતુ તે કરુંણા ભાવથી માત્ર હસ્યો અને ઉભો ઉભો ધ્રુજતો રહ્યો.

એ છોકરા પછી ફાટેલા જુતા ચીંથરા વિંટાળેલ, એક બગડેલી શકલ સુરતનો વિકૃત શરીરવાળો માણસ આવ્યો. તેણે પોતાના ઉઘાડા પગમાં કપડાની પટ્ટીઓ લપેટી રાખી હતી. પછી તો ખબર નહીં. એક - એક કરીને કેટલાય લોકોએ મને ઘેર્યો. એમાંથી કોઈ તો ઓફિસર જેવા લાગતા હતાં તો કોઈ પાદરી જેવા કોઈને નાક જ ન હતું તો કોઈની શકલ ખુરત અજીબ-અજીબ હતી પરંતુ એ બધા ભુખ્યા, ઠંડીથી પીડિત જિંદી ને દીન-હીન. તે બધા ગરમ પીણાની તરફ ઝુક પડ્યા અને બધુ જ નજર પડતા જ ચટ કરી ગયા. ત્યારે એક વ્યક્તિએ મારી પાસે પૈસા માંગ્યા અને મેં આપી દીધા. એ પછી બીજાએ પછી ત્રીજાએ અને પછી તો ભીડ ભેગી થઈ ગઈ અને મારા પર તુટી પડ્યા અને લોકો એકબીજા સાથે ધક્કા-મુક્તી કરવા લાગ્યા. એટલામાં બરાબરના મકાન મકાનમાંથી એક ચોકીદારે ખીજાઈને કહ્યું - મારા ઘરની સામેથી જુદા હટી જાવ તેમણે શાંત ભાવથી ચોકિદાર ની આજ્ઞાનું પાલન કર્યું અને જમાવડામાંથી કેટલીક વ્યક્તિ સ્વયં સેવક બની મારી રક્ષા કરવા લાગ્યા. તેમને આ ભીડમાંથી કાઢીને લઈ

જવા ઈચ્છતા હતા. પરંતુ જે ભીડ અત્યાર સુધી પાટા પર ઉભેલી હતી તે ધક્કા-મુક્કી કરતી મારી ચારે બાજુ ભેગી થઈ ગઈ. બધા જ બધા મારા તરફ જોઈને ભીખમાં ગયા લાગ્યા. એમાંથી દરેકના ચહેરા એકબીજાથી વધારે કરુંણ, વધારે દુ:ખી અને વધારે ગરીબ લાગતા હતા. મારી પાસે જે કંઈ હતું - વધારે નહીં લગભગ વીસ રુંબલ (રશિયન કરન્સી) રહ્યા હશે. મેં બધા વેંચી દીધા અને ભીડના જમાવડાની સાથે સાથે હું પોતે પણ અનાથાલયમાં ઘુસી ગયો. એ ભવનની ઈમારત ઘણી મોટી હતી. જેના ચાર ભાગ હતા. ઉપરના માળે માત્ર પુરુંષ અને નીચેના ભાગમાં સ્ત્રિઓ.

સૌપ્રથમ હું નીચેના ભાગમાં ગયો. એક મોટો ઓરડો હતો. જેનાં રેલવેના ત્રીજી કક્ષાની સીટોની જેમ ઉપ રનીચે બે બાઈનો લાકડાના પાટિયા લાગેલા હતા. ફાટેલા પહેરવેશમાં અજીબ અજીબ ઢંગની વૃદ્ધાઓ અને વયૌવના સ્ત્રિઓ ત્યાંથી આવી પોત-પોતાના પાટિયા પર કબ્જો કરી લીધો કોઈ ઉપરની તરફ ચઢી ગઈ અને કોઈ નીચે જ રહી કોઈ સ્ત્રી એવી પણ હતી. જે પોતાના હાથ જોડીને અનાથાલય બનાવવાવાળા માટે આશીર્વાદ માંગી રહી હતી. બીજી સ્ત્રીઓ હસી-મજાક અને ગાળા-ગાળી કરવા લાગી. બધુ મળીને મસ્તીભર્યો માહોલ હતો.

એ પછી હું ઉપરના મળી ગયો. એક મોટો ઓરડો હતો. ત્યાંના વાતાવરણ સંપૂર્ણ રીતે શોરબકોર મચેલો હતો. બધા પુરુંષ પોત પોતાનું સ્થાન ગ્રહણ કરવા માટે સંઘર્ષ કરી રહ્યા હતા. એમાંથી એક એ પણ હતો. જેને મેં પૈસા આપ્યા હતા. તેને જોઈને એકાએક મને શરમ આવી. એવું પ્રતિત થયું જાણે કોઈ અપરાધ કરી દીધો છે અને હું ત્યાંથી ઝડપથી બહાર નીકળી ગયો અને સીધો પોતાના ઘર તરફ ચાલી નીકળ્યો. શેતરંજીથી ઢાંકેલા દાદરા પર ચઢતાં હું ગાલીથી થી સુસજ્જિત મોટા ઓરડામાં પહોંચ્યો અને રુંવાંવાળો ઓવરકોટ ઉતારી પાંચ પ્રકારના વ્યંજનવાળુ ખાવાનું ખાવા બેસી ગયો, એ ખાવાનું લાવનાર નોકરની સંખ્યા બે હતી. જે શરીર પર કાયદેસર વર્દી તથા હાથમાં વધઘટ ઈનર પહેરેલા હતા.

ત્રીસ વર્ષ પહેલાની વાત છે. મેં એકવાર પેરિસમાં હજારો દર્શકોની હાજરીમાં જલ્લાદોને એક પુરુંષનું માથુ કાપતા જોયા હતા. હું સારી રીતે જાણતો હતો કે તે માણસે ભયંકર અપરાધ કર્યો હતો. આ રીતે સાર્વજનિક રીતે માથુ કાપવાના પક્ષમાં લખેલી બધી જ દલીલોથી હું પણ સારી રીતે પરિચિત હતો. મને ખબર હતી કે આવો દંડ જાણી જોઈને વિશેષ અભિપ્રાયથી આપવામાં આવે છે. પરંતુ જેવું તે વ્યક્તિનું માથું ધડથી અલગ થઈને નીચે પડ્યું. મારો શ્વાસ રુંધાવા લાગ્યો અને મારા શરીરની મણકાના હાડકામાં જાહેર જેવું દોડી ગયું. અને મારા હૃદયનાં ધબકાર રોકાઈ ગયા હોય એવું લાગતું હતું. મારા રોમે રોમે અનુભવ કર્યો કે મૃત્યુદંડના પક્ષમાં જેટલી પણ દલીલો તે અણધડ અને દુષ્ટાપૂર્ણ છે. અને આ સૃષ્ટિનો સૌથી મોટો અપરાધ 'હત્યા' કરવામાં ભલે ગમે તેટલા માણસોનો યોગ કેમ ન હોય. પોતાને ભલે તે કોઈ

પણ નામ કેમ ન આપે. પરંતુ હત્યા હત્યા જ હોય છે અને કારણ કે ઉપરોક્ત હત્યામાં નજરોની સામે કરવામાં આવી હતી અને હું કોઈ વાંધો લીધા વગર તેને શાંતભાવથી સાથે જોતો રહ્યો હતો. આજ કારણે હું પોતે પણ તેનો સમર્થક અને ભાગીદાર હતો. આ રીતે જ્યારે મેં લ્યાપિન અનાથાલયની બહાર આટલા લોકોને ભુખ્યા ઠંડીમાં થરથરતા અને પતનનું દશ્ય જોયું તો મારા શરીરમાં ધ્રુજારી થવા લાગી અને હૃદય જ નહીં. પરંતુ મારું રોમે-રોમ એ કહેવા વિવશ બની ગયું કે જ્યારે મારા જેવા સેંકડો વ્યક્તિ ઠાંસી ઠાંસીને અનેક પ્રકારના વ્યંજનોનું સેવન કરે છે અને પોતાના ઘોડા અને ઘરની ફર્શ પણ કપડા અને ગાલીચાથી ઢાંકે છે. ત્યારે ભલે આ દષ્ટિની સમસ્ત વિદ્વાન મંડળી એનું ગમે તેટલું સમર્થન કેમ ન કરે - એમાં સંદેહ નથી કે મોસ્કોનાં આ પ્રકારના દસ હજાર કંગાળોનું હોવું એક લાંબાગાળાનો અપરાધ છે અને હું છું કે પોતાની વિલાસીતામાં પડીને આ અપરાધને ન માત્ર સહન કરી રહ્યો છું પરંતુ એમ કહો કે હું પોતે એમાં ભાગ લઈ રહ્યો છું.

મને તો પહેલી અને હવેની અનુભૂતિમાં માત્ર એક અંતર દેખાતું હતું. બધાની સહમતિથી પ્રાણદંડ આપનારા મામલામાં હું વધારે માં-વધારે એટલું કરી શકતો હતો કે શૂળી પાસે ઉભેલા 'હત્યા' ની તૈયારી કરવાવાળ જલ્લા દો ને ચીસ પડીને એ કહેતો કે તેમ ઘણો મોટો અપરાધ કરી રહ્યા છો, અને આ પણ સારી રીતે જાણવા છતાં પણ કે આ હત્યા નહીં અટકી શકે. દરેક સંભવ કોશિમાં તેમાં વિઘ્ન ઉત્પન્ન કરવાની ચેષ્ટા કરતો. પરંતુ ભિખારીઓમાં મારી કામ કરવાની શક્તિ એટલા સુધી સીમીત ન હતી. તેમને ગરમ પીણુ પીવડાવી દેખ અને ખીસામાંથી થોડા રુંપિયા વેચી દેતે પરંતુ હું મારા શરીર પર પહેરેલો પહેરવેશ, ઓવરકોટ અને પોતાના ઘરની વસ્તુઓ આપી શકતો હતો. પરંતુ મેં આવું કંઈ જ ન કર્યું એ જ કારણ છે કે મેં તે સમયે અનુભવ કર્યો. અત્યારે પણ કરું છું અને હંમેશા કરતો રહીશ કે જ્યાં સુધી મારી પાસે બે કોટ હોવા છતાં તથા ભરપેટ વ્યંજનનું સેવન કરવા છતાં પણ કોઈ મનુષ્ય કોટ વગર તથા ભુખ્યા પેટ રહેશે ત્યાં સુધી હું પણ આ સૃષ્ટિમાં સતત થતા રહેનારા એક પાપનો ભાગીદાર બનતો જ રહીશ. હંમેશા કોઈ અન્યના પાપનું સમર્થન કરવું જ તેના પાપનું ભાગીદાર બનવું છે.

# બદી છળે - નેકી ફળે

પ્રાચીન સમયની વાત છે. એક પ્રમાણિક - ધનવાન તથા દયાળુ પ્રવૃત્તિનો એક માણસ હતો. ઘણી બધી વ્યક્તિ તેની ગુલામી કરતા હતા. જે લોકો તેની ગુલામી કરતા હતા. એ બધાને પોતાના પ્રામાણિક માણસ માલિક પર અભિમાન હતું.

તે કહ્યા કરતા હતા, "આ વસુંધરા પર તો અમારા સ્વામી જેવી કોઈ વ્યક્તિ નહીં હોય. અમને સારું ખાવાનું અને પહેરવા સારા કપડા આપે છે. અને અમારી મહેનત ને જોતા એટલું જ કામ અમને કરવા માટે કહે છે. પોતાના હૃદયમાં કોઈ કીન્ના ખોરીની વાત રાખતા નથી. ન ક્યારેકય કોઈની સાથે સખ્તાઈથી વર્તે છે. જે રીતે માલિક પોતાના નોકરો સાથે જાનવરો જેવો વ્યવહાર કરે છે, તે વાત એમનામાં બિલકુલ નથી. અમારા સ્વામી અમારાં હિતેચ્છું છે અને હંમેશા અમારા ભલા માટે વિચારે છે અને મોં એથી મીઠું બોલીને અમારું દિલ જીતે છે. અમને તો તેમની પાસેથી બધા પ્રકારની સુખ-સુવિધા ઉપલબ્ધ છે. અને તેનાથી વધીને અમારે જીવનમાં શું જોઈએ.

આ પ્રકારના શબ્દો કહેતા નોકર લોકો પોતાના સ્વામીના વખાણ કરતા હતા. પરંતુ પાતાળ લોકવાસી શેતાનનો આ બાબતે ઘણી ખીજ થતી હતી કે જુઓ, આ નોકર - સ્વામી બંને કેવી રીતે એકબીજા સાથે હળી મળીને રહે છે. તેથી નોકરો માંથી તેણે આલિખ નામની એક નોકરને ફોસલાવ્યો. એક દિવસ જયારે બધા એક જગ્યાએ ભેગા થયા હતા અને માલિકના વખાણની વાતો કરી રહ્યા હતા. બરોબર એ જ સમયે આલિબ ઉંચા અવાજમાં બોલ્યો.

"આપણા સ્વામીની આટલી-વધી-ચઢીને બઢાઈ શું કામ કરો છો ? આપણે જ પાગલ છીએ. નહીં તો બીજું શું ? જુઓ, સાંભળો જો પાતાળ લોકવાસીનું બધા લોકો કહ્યું કરો તો તે આપણા પર પણ કૃપાદૃષ્ટિ જરૂર કરવાનું કહે છે. હવે તો આપણે આપણા સ્વામીની સેવામાં રહીએ છીએ. બધા કામમાં તેમની ઇચ્છા પ્રમાણે પાર પાડીએ છીએ. એમના મનમાં કંઈક આવ્યું નહીં કે ઝટથી દોડીને આપણે પુરું કરી દઈએ છીએ. તેથી તે આપણા તરફ ન થાય તો શું થાય વાત તો ત્યારે જોવામાં આવે છે કે જયારે આપણે તેમનું કહ્યું ન પુરું કરીએ, અને તેની જગ્યાએ ઉલ્ટાનું તેમનું નુકસાન કરીએ ત્યારે જોઈએ કે તે શું કરે છે. તે સમયે તે પણ બીજાની જેમ ગજબનો બદલો ગાળ જ દઈ દે. ત્યારે વાત છે. તમે જોઈ લેજો કે જે રીતે બે રહમ હમરા માલિક પણ સાબિત થશે.

પરંતુ સેવકોએ આલિબની વાત માની નહીં બોલ્યા કે ના આ બિલકુલ ખોટી વાત છે. પોતાની જાતમાં એનાથી સત્યતા જાહેર થતી નથી. મતલબ આ એકદમ ખોટી વાત છે. તેથી એકબીજા સાથે મતભેદ થયો અને વાત દલીલ સુધી પહોંચી ગઈ. છેવટે તેમનામાં એક શર્ત થઈ આલિબે કહ્યું સારી વાત છે, હું તેમને ગુસ્સો કરાવી દેખાડી દઈશ જો નિષ્ફળ રહ્યો તો મારો પહેરવેશ તારો થશે અને જો હું જીતી ગયો તો તમે બધા તમારા પોતાના પહેરવેશ મારા હવાલે કરી દેજો એ પણ શર્તમાં સામેલ હતુ કે જીતવાથી તે બધા તેની ભલામણ કરશે. અને તેનું કંઈ જ બગડવા નહીં દે. જો સજા થશે તો બચાવી લેશે. જો ક્યાંય પગમાં બેડી નાખી જેલમાં પહોંચાડી દીધો તો ખોલીને છુટો કરી દેશે. શર્ત મંજુર થઈ ગઈ. અને આલિબે બીજા જ દિવસે માલિકમાં બુદ્ધિહિનતા દેખાડવાનો વાયદો કર્યો.

આલિખ ને ચરાવવાનું કામ સોંપવામાં આવ્યું હતું. ઘેટા તેના હવાલે હતા તેના ટોળામાં કેટલીક ખુબ જ કિંમતી જાતિના ઘેટા પણ હતા. માલિક તેને ખુબ જ સારી રીતે રાખતા હતા. એ ઘેટાઓ પર તમને ગૌરવ હતું.

બીજા દિવસે સવારે સ્વામીની સાથે કેટલાક નહોતા લોકો વાડામાં પધાર્યા. ખરેખર સ્વામી તેમને પોતાના અમુલ્ય ઉન આપતા દોટા દેખાડવા માટે સોથ લાવ્યા હતા. એમના આવવાથી આલિબે સાથીઓની તરફ આંખ ભારી, ઈશારો કર્યો કે હવે જુઓ શું કરું છું. જુઓ સ્વામી કેવી રીતે ભડકે છે.

બધા નોકર ચાકર ત્યાં વાડાની આસપાસ ફરતે ઉભા રહી ગયા. કોઈ વાડાની જાળીમાંથી દૃષ્ટિપાત કરતા હતા તો કોઈ ઉપરથી જ ઉંચા થઈને અને પાતાળ લોકમાંથી શેતાન મહારાજ પણ આવીને ઉપર ઝાડ ઉપર ચઢીને બેસી ગયા હતા કે જોઈએ. આપણો સેવક કેવી રીતે મારા બતાવ્યા પ્રમાણે કાર્યને પુરું પાડે છે.

સ્વામી મહેમાનોની સાથે વાડાની અંદર ચાલતા આવ્યા મહેમાનો ને મુલાયમ ચામડીવાળા નાનકડા ઘેટોના બચ્ચા દેખાડવામાં આવતા હતા પરંતુ એમાં સૌથી ઉમદા જાતિનો હતો તેને ખાસ બતાવવા ઇચ્છતા હતાં.

તે બોલ્યા એમ તો આ ઘેટા પણ ઓછી કિંમતના નથી પરંતુ એક તો અમુલ્ય જ છે. તેના શિંગડા પણ પાસે પાસે છે અને એવા પેચાદાર અને પૈને પણ ઘણા ખુબસુરત લાગે છે. જાનવર શું છે. મારી આંખોના રતન છે.

વાડામાં અજાણ્યા ચહેરાઓને જોઈને ઘેટા અને તેના બચ્ચા આમ-તેમ છુટી-છુટીને ભાગતા હતા અને ચીરચે પાડતા હતા. તેથી મહેમાન લોકો નજર કરીને તે અમુલ્ય જાનવરને સારી રીતે જોઈ શકતા ન હતા. તે ક્યાંય એક જગ્યાએ ઉભો રહેતો કે આલિબ અજાણ્યો બનીને ટોળાને વેર-વિખેર કરી દેતો હતો. તેથી ફરી આ પ્રતિક્રિયાથી ઘેટાઓ એકબીજામાં ભળી જતા અને કોઈ ખાસ ઘેટા પર નજર જમાવવી મુશ્કેલ થઈ જતું હતું.

એવામાં મહેમાન લોકો સારી રીતે નજરમાં ન લાવી શક્યો કે ઉત્તમ જાતિનું ઘેટુ આમાં કયું છે. છેવટે સ્વામી પણ તેનાથી પરેશાન થઈ ગયા. બોલ્યા, "ભાઈ આલિબ, મહેરબાની કરીને એ ઘેટાને જરા પકડીને મારી પાસે લાવો હાં, એ જ પેચદાર સીંગડા વાળો ગૌહર. જો, જરા હોશિયારીથી પકડજે. અને આ એક-બે ને હાથથી પકડી પણ રાખજે.

સ્વામીના કહેવાથી આલિબ સિંહની જેમ એમાં ઘુસ્યો અને જોરથી જઈને ગરદન પરથી એ મુલાયમ ઘેટાના બચ્ચાને દબોચ્યું. તેની ચામડીને એક હાથમાં પંજાથી ઘણા જોરથી મુઠ્ઠિમાં કસીને બીજા હાથના પંજાથી પાછલી કાળી ટાંગથી પકડી ને જમીનથી ઉપર ઉઠાવી લટકાવી અને સ્વામી પાસે લાવ્યો એવા જોરવાર ઝટકાથી આ કર્યું કે પાતળી ડાળીની જેમ એ બિચારા ઘેટાના બચ્ચાના પગમાં મોચ આવી ગઈ. આલિબે આ રીતે તેની ટાંગ જ તોડી દીધી અને ઘેટાનું બચ્ચું ફફડતું પડી ગયું. ડાબી ટાંગના દર્દને કારણે વળીને લટકી ગઈ હતી કે આલિખે જમણી ટાંગને પકડી ને લટકાવ્યો. મહેમાન, આસપાસ ઘેરાયેલા નોકર એ સમયે દર્દ અને સહાનુભૂતિ ને કારણે ચીસ પાડી ઉઠ્યા. પરંતુ ઉપર ઝાડ પર ચઢીને બેઠેલો શેતાન પોતાના સેવક આલિબ્ની ચતુરાઈ પર હસી રહ્યો હતો.

સ્વામીનો ચહેરો ગુસ્સાના કારણે તમ તમી ગયો. જેમ કે વિજળી ભર્યા વાદળ ગરજી રહ્યા હોય. ભ્રમર માથા પર વળખાતી સંકોચાઈ ગઈ. પરંતુ તે માથુ લટકાવીછ રહી ગયા અને મોં માંથી એક શબ્દ પણ ન કાઢ્યો. મેહમાન અને નોકરચાકર પણ શાંતિપૂર્વક જોતા રહી ગયા હતા. હવે ખબર નહીં શું થશે. થોડીવાર ગુમસુમ રહીને સ્વામીએ પોતાનું માથુ હળવેથી ઝાટક્યું. જેમ કે કોઈ બોજ ઉપરથી અલગ કર્યો હોય. પછી માથાને સીધુ કરી પોતાની આંખો આકાશની તરફ ઉઠાવી. થોડી ક્ષણો આસમાનમાં પોતાનું મોં કરી તે ઉભા રહ્યા એટલામાં તેમના ચહેરા પરનો તણાવ વિલય થઈ ગયો. ત્યાં નીચે સામે આલિબની તરફ જોઈને હાસ્ય સાથે બોલ્યા - "અરે આલિબ તારા સ્વામીનો તને હુકમ હતો કે મને ગુસ્સો દેવડાવો. પરંતુ મારા પ્રભુ તારા સ્વામી કરતા વધારે મજબુત છે. હું તારાથી નારાજ નથી કે તેના ઉલટા તારા સ્વામીને ગુસ્સો આવી જશે. તને ભય છે હું તને સજા કરીશ. તારા હૃદયમાં મારાથી છુટકારો પામવાની ઈચ્છા છે તો હું મારા મહેમાનોની સામે તને મારી સેવામાંથી આઝાદ કરું છું જ્યાં તારી ઈચ્છા હોય ત્યાં જઈ શકે છે અને પહેરવેશ અને જે કંઈ પાસે છે બધુ તારી સાથે લઈ જઈ શકે છે."

એ પછી સ્વામી મેહમાનોને પોતાની સાથે પાછા ઘર આવ્યા. પરંતુ શેતાન પોતાના દાંડ પીસતો ઝાડ પરથી ધડામથી પડ્યો અને પડીને પાતાળમાં સમાઈ ગયો.

# ત્રણ પ્રશ્ન

એક સમયની વાત છે. એક રાજાના મનમાં ત્રણ પ્રશ્નો એ જન્મ લીધો. જો આ ત્રણેય પ્રશ્નો હલ થઈ જાય તો ક્યારેય કોઈના મનની ઈચ્છા અધૂરી ન રહે અને કાર્ય સરળતાપૂર્વક પુરું થઈ જાય. પહેલા પ્રશ્ન એ હતો કે કોઈપણ કાર્ય કયા સમયે આરંભ કરવામાં આવે.

બીજો પ્રશ્ન એ હતો કે કયો માણસ સાચો છે જેની વાત સાંભળવામાં આવે અને કઈ ખોટી છે. જેની વાતો ને વણસૂની કરી દેવામાં આવે.

ત્રીજો પ્રશ્ન એ હતો કે સૌથી જરૂરી અને મુખ્ય કાર્ય કયુ છે ? મનમાં આ વિચારો ઉત્પન્ન થતા જ તેણે પોતાના રાજ્યમાં ઘોષણા કરી દીધી કે જે કોઈ મારા આ ત્રણ પ્રશ્નનો જવાબ આપશે તે ઈનામ મેળવવાનો હકદાર બનશે.

આ એલાન સાંભળીને મોટા-મોટા વિદ્વાન પંડિત દુર-દુર થી મહારાજ પાસે પધાર્યા બધાએ પોત-પોતાનો મત રાખ્યો પરંતુ બધાના જવાબ અલગ-અલગ હતા.

સૌપ્રથમ પ્રશ્નના જવાબમાં કોઈએ કહ્યું કે દરેક કાર્ય સમય માટે વર્ષ, મહિના, દિવસના પહેલાથી જ એક આયોજન (ચિઠ્ઠા) તૈયાર રાખવું જરૂરી છે. એમા જ બધા કાર્યનો સમય લખી નાખવો જોઈએ. બસ પી એક પછી એક તે પ્રમાણે જ કાર્ય કરવું જોઈએ. તેનું માનવુ હતુ કે મીત્ર આ પ્રકારના કાર્ય પોતાના સમય પ્રમાણે થઈ શકે છે. નહીં તો ક્યારેય નહીં.

અન્યનું કહેવાનું હતું કે પહેલેથી જ દરેક કાર્યનો સમય બાંધી લેવો શક્ય નથી. વાસ્તવિકતા એ છે કે આમ-તેમની નકામી વાતોમાં ઉલઝેલ વ્યક્તિ પોતાની આસપાસનો ખ્યાલ રાખે અને જે જરૂરી અને ઉપયોગી હોય તે પતાવતો જાય.

કેટલાવુ બીજાએ બતાવ્યું કે મહારાજ, આસપાસનું ગમે તેટલું ધ્યાન રાખો પરંતુ હકીકતમાં એક માણસ સાચે-સાચુ કાર્ય બરોબર સમયે કરી શકતો નથી. એટલા માટે સમસ્ત પંડિતોની સભા થવી જોઈએ. જો એમાં મહારાજની સહાયતા કરે અને દરેક કાર્ય માટે યોગ્ય સમય નિર્ધારીત કરે.

પરંતુ આ વાત પર બીજા પણ બોલ્યા કે વાહ, કેટલીક વાતો આ પ્રકારની હોતી નથી. જે સભા સમક્ષ આવે. ત્યારે જોઈને ક્યાંક નિર્ણય થાય. એ વાતો પર તુરન્ત નિર્ણય આપવો પડે છે કે શું કરવાનું છે. શું નહીં લઈને જ છોડે ? પરંતુ એ નક્કી કરવાના હેતુ પહેલાથી જ થોડી જાણકારી હોવી જરૂરી છે અને તેનું ફળ શું થવાનું છે અને આગળની વાત બસ જ્યોતિષી તંત્ર-મંત્ર ચલાવવાવાળા જાણે છે. તેથી દરેક કાર્યનું સાચું મુહૂર્ત જાણવા પુછીને ચાલવું જોઈએ.

બીજા પ્રશ્નનો ઉત્તર પણ પહેલાની જેમ જ બધાએ અલગ-અલગ બતાવ્યો કોઈએ જવાબ આપ્યો કે મહારાજ માટે સૌથી મહત્ત્વની વ્યક્તિ સ્વયં તેના દરબારી છે. કોઈએ કહ્યું કે પૂરોહિત કોઈએ કહ્યું વૈદ્ય કોઈ બીજાએ જવાબ આપ્યો કે સૌથી મહત્ત્વપૂર્ણ નાગરિક હોય છે.

અને ત્રીજા પ્રશ્નના જવાબમાં સૌથી મહત્ત્વપૂર્ણ કાર્ય કઈ રીતે જાણી શકાય છે. કેટલાકે જવાબ આપ્યો કે સંસારમાં સૌથી મહત્ત્વની વસ્તુ છે વિજ્ઞાન.

અન્યોએ પણ પોતાનો મત રાખ્યો. કહ્યું કે સંસારમાં રણ-આતુર્ય (રણનીતી) સૌથી મહત્ત્વની વાત છે.

કેટલાક અન્ય બોલ્યા કે સર્વશ્રેષ્ઠ ધર્મની પૂજા છે. એનાથી આગળ તો કંઈ જ નથી.

જવાબ બધાના અલગ-અલગ હતા તેથી રાજાને પણ પ્રશ્નોથી સંતોષ ન થયો. આવેલી બધી વ્યક્તિઓને રાજાના ઈનામથી વંચિત થવું પડ્યું. પરંતુ રાજાના પ્રશ્નોનો ઠીક ઉત્તર મેળવવાની ઇચ્છા હજી પણ મનમાં એકાગ્રતા સમાયેલી હતી. તેથી એક જોગી પાસે જઈને તેની પાસે પ્રશ્નોનો જવાબ મેળવવાની ઇચ્છા થઈ. તે જોગી પોતાના જ્ઞાન-ધ્યાનથી ઘણા દુર-દુર સુધી પ્રસિદ્ધિ પામી ચુક્યા હતા.

તે જોગી એક ગાઢ જંગલમાં રહેતા હતા અને પોતાના સ્થાનમંથી ક્યારેય બાહર નીકળતા નહતા. ગામડાના સીધા સાદા ગામડિયા લોકો સિવાય તે અન્ય કોઈ સાથે સંપર્ક કરતા નહતા. તેથી તેના વિશે સંપૂર્ણ જાણકારી પ્રાપ્ત કરવા માટે રાજા-ગામડાના ગામડિયાની જેવો સીધો-સાદો વેશ ધારણ કરી જોગીની ઝુંપડી તરફ રવાના થયા, સાથે એક સિપાહીઓનો એક નાનકડો કાફલો પણ હતો. ચાલતા ચાલતા જ્યારે તે જોગીની ઝૂંપડીની નજીક આવી ગયા. તો તેમણે તેના પહેલા જ પોતાના રક્ષક સિપાહીઓને ત્યા જ રોકાઈ જવાનો આદેશ આપ્યો અને પોતે ઘોડા પરથી ઉતરીને તે પગપાળા એક લાજ ઝૂંપડી તરફ ચાલી નીકળ્યા.

ઝૂંપડીની પાસે પહોંચતા જ જોયુ તો જોગી ઝૂંપડીની આગળ જમીન ખોદી રહ્યા હતા, રાજાને જોઈને જોગીએ સ્વાગત વચન કહ્યા અને પછી પોતાના જમીન ખોદવાના કામમાં લાગેલો રહ્યો. જોગી શરીરથી દુબળો-પાતળો અને કૃશ હતો. જમીન ખોદવા માટે જેવો તે પાવડો ચલાવતો તેનો શ્વાસ ફુલવા લાગતો પરિણામે તે હાંફવા લાગતો હતો.

રાજા તેની નજીક પહોંચ્યો અને બોલ્યો - “હે જ્ઞાની જોગી હું તમારી પાસે મારા ત્રણ પ્રશ્નોનો જવાબ જાણવા માટે આવ્યો છું. પહેલો સવાબ્લ, ઠીક કાર્યનો ઠીક સમય હું કેવી રીતે જાણી શકું છું. બીજો સવાલ કોણ મારો માટે સૌથી વધારે જરૂરી છે. અને તેથી કયા અન્યોથી મારે ખાસ ખ્યાલ રાખવો જોઈએ. ત્રીજો સવાલ

કયું કાર્ય સૌથી મહત્ત્વપૂર્ણ છે જેના પર મારે સૌથી પહેલા ધ્યાન આપવું જોઈએ.

જોગીએ મહારાજની વાતો સાંભળી. પરંતુ કોઈ પ્રતિક્રિયા વ્યક્ત ન કરી. પોતાના હાથની હથેળીમાં થુંકીને ભીનુ કરીને ફરીથી પાવડો લઈને જમીન ખોદવામાં વ્યસ્ત થઈ ગયો.

મહારાજે કહ્યું - "હે જ્ઞાની યોગી ! તમે થાકી ગયા છો, કૃપા કરીને મને પાવડો આપી દો. થોડી જ વારમાં હું તમારું કાર્ય પુરું કરી આપુ છું."

"સારું" કહીને પાવડા ને જોગીએ મહારાજને હવાલે કર્યો અને પોતે અલગ થઈને જમીન પર વિરાજમાન થઈ આરામ કરવા લાગ્યા.

બે ક્યારી ખોદી મહારાજ રોકાયા અને તેમણે પોતાના પ્રશ્નો દોહરાવ્યા જોગીએ તેની વાત સાંભળી પહેલાની જેમ જ કોઈ પ્રતિક્રિયા વ્યક્ત ન કરી. પરંતુ ઉભા થઈ ગયા અને હાથ આગળ ધરી બોલ્યા -

"લાવો, મહારાજ થાવણે મને આપી દો અને તમે આરામ કરો, હું ખોદીન ।ખું છું.

પરંતુ મહારાજે પાવડો ન આપ્યો અને પોતે જ ખોદવા લાગ્યા. એક કલાક વિત્યો, પછી વીત્યો આ રીતે સુરજ પોતાની મંદ થતી જયોત્સ્નાની છટા ઝાડની પાછળ વિખેરતો. પોતે છુપાઈ જવાની ઘોષણા કરી રહ્યો હતો. છેવટે મહારાજે પાવડો જમીન પર લગાવી છોડી કહ્યું - "હે જ્ઞાની જોગી, હું મારા પ્રશ્નોના જવાબ માટે તમારી પાસે આવ્યો છું. જો તમે મને કોઈ જવાબ આપી શકતા નથી તો એમ કહો હું પાછો ઘરે ચાલ્યો જઈશ.

જોગીએ કહ્યું - "જુઓ કોઈ દોડતું આવી રહ્યું છે. ખબર નહીં કોણ છે.

મહારાજે પલટીને જોયુ તો એક દાઢીવાળી વ્યક્તિ દોડતી આવી રહી હતી. તેણે પોતાના બંને હાથથી પેટ ને દબાવી રાખ્યું હતું અને ત્યાંથી લોહી વહી રહ્યું હતું. મહારાજની નજીક જ પહોંચ્યો કે તે ધીમી અવાજે કણસતો ધરતી પર પડી ગયો અને બેહોશ થઈ ગયો. મહારાજે અને જોગીએ તેના શરીર પરથી એક-એક પહેરવેશ દુર કર્યા. તેમણે જોયુ કે તેના પેટ પર મોટો ઘા હતો. જેવી સુવિધા રહી મહારાજે ઘા ધોયા અને જોગીએ અંગોછો લઈ પોતાનો રુંમાલ ફાડી. તેની પટ્ટી કરી દીધી. પરંતુ લોહી રોકાવાનું નામ જ લેતુ ન હતું. મહારાજે લોહીવાળી પટ્ટીને ફરી ખોલી ફરીથી ધોઈને બાંધી દીધી.

છેવટે લોહીની પટ્ટી પર વહેતુ બંધ થયું તો ત્યારે જઈને વ્યક્તિને હોશ આવવાનું શરું થયું અને ધીમા અવાજે કંઈક પીવાની ઇચ્છા વ્યક્ત કરી. મહારાજે તાજુ શીતળ પાણી લાવીને તેને પીવડાવ્યું. સુરજે પોતાની આંખો બંધ કરી લીધી હતી અને ઠંડી પડવા લાગી હતી. તેથી જોગીની મદદથી મહારાજે તે ઘાયલ વ્યક્તિને ઝૂપડીની અંદર

લઈ ગયા અને ત્યાં પથારીમાં સુવડાવ્યો અને તેને કંઈક સારું લાગતું હોય એવું મહેસુસ થયું. પરંતુ મહારાજ હવે થાકી ગયા હતા. થાકનું કારણ ખાસ એ રહ્યું કે તેમની લાંબી મુસાફરી અને થોડો કામનો થાક હતો. તેથી મહારાજે ત્યાં જ ઉમરા પાસે ચોખટ નો તકિયો લગાવી થાકી-થાકીને સુઈ ગયા. સુતા જ તેમને એવા પ્રકારની નીંદરે ઘેરી લીધા કે ઉનાળાની તે નાની રાત ખબર નહીં ક્યાં વિતી ગઈ. સવાર થતાં જ જ્યારે મહારાજે પોતાની પકો ચોળતા જો ઉઠ્યા તો થોડીવાર સુધી એ જ વિચાર કરતા રહ્યા કે હું ખબર નહીં ક્યાં છું અને આ વ્યક્તિ કોણ છે. આ અજાણ્યો દાઢીવાળો વ્યક્તિ પથારીમાં પડ્યો ચમકીલી આંખોથી નજર બાંધીને તેમના તરફ જ જોઈ રહ્યો હતો.

જ્યારે તેણે જોયુ કે રાજા જાગી ચુક્યા છે અને તેના તરફ જ જોઈ રહ્યા છે તો દાઢીવાળી વ્યક્તિએ ધીમા અવાજે કહ્યુ - "જી મને માફ કરો.

મહારાજ બોલ્યા - "ભાઈ, હું તો તને ઓળખતો પણ નથી અને માફ તને કઈ વાત માટે કરી શકું છું."

દાઢીવાળી ઘાયલ વ્યક્તિ બોલી - "તમે મને જાણતા નથી પરંતુ હું તમને ઓળખું છું હું તમારો એ શત્રુ છું જેણે તમારી સાથે બદલો લેવાના સોગંધ ખાધા હતા. તમે મારા ભાઈને ફાંસી આપી હતી અને મિલકત છીનવી લીધી હતી. હું જાણતો હતો કે તમે અહીંયા જોગીની પાસે એકલા પધાર્યા છો. મેં મનમાં વિચાર્યું કે પાછા ફરતી વખતે હું તમારું કામ તમામ કરી નાખીશ પરંતુ આખો દિવસ વિતી ગયો અને તમે પાછા ન ફર્યા. આ કારણે જ હું તમારી છુપાવવાની જગ્યામાંથી નીકળ્યો કે તમારો આભાર કરી શકું. બાહર નીકળતા જ તમારા સિપાહી લોકો મળ્યા તેમણે મને ઓળખી લીધો અને ઘાયલ કરી દીધો. જેમ-તેમ બચીને હું ભાગી આવ્યો. પરંતુ જો તમે મારા ઘા ઉપર પટ્ટી ન બાંધતા તો હું મરી જ જાત. તેથી જુઓ મેં તો તમને મારી નાંખવાનું વિચાર્યું અને તમે જ મારો જીવ બચાવ્યો. હવે હવે હું જીવનો રહ્યો તો જીંદગીભર તમારો ગુલામ બનીને તમારી ચાકરી કરીશ અને મારા પુત્રને પણ આ જ શિખામણ આપતો જઈશ. મારી પ્રાર્થના છે કે મને માફ કરી દો.

મહારાજને તેની વાત સાંભળી ઘણી ખુશી થઈ. એમ જ સહજતાથી શત્રુ સાથે સુલેહ જ ન થઈ. પરંતુ શત્રુની જગ્યાએ તે વ્યક્તિ જાતે તેનો મિત્ર બની ગયો. તેથી મહારાજે તેને માફ જ ન કર્યો. પરંતુ એ કહ્યું કે હું હમણાં જ તારી દેખભાળ માટે તેને માફ જ ન કર્યો પરંતુ એ કહ્યું કે હું હમણા જ તારી દેખભાળ માટે માણસો અને રોજ વૈદ્યને મોકલું છું અને તારી મિલકત પણ પાછી આપવાનું વચન આપું છું.

તે ઘાયલ વ્યક્તિ પાસેથી રજા લઈ મહારાજ બહાર જોગીને જોવા માટે આવ્યા જતા પહેલા તે એકવાર ફરી જોગી પાસે પોતાના પ્રશ્નો માટે જવાબ મેળવવા માટે

વિનંતી કરવા ઇચ્છતા હતા. જોગી બાહર જમીન પર ઘુંટણભર બેસીને કાલના ખોદેલા ક્યારના દાણા વાવી રહ્યા હતા.

મહારાજ તેની નજીક પહોંચીને બોલ્યા - "હે જ્ઞાની પુરુંષ છેલ્લી વાર હું ફરી તમને મારા પ્રશ્ન માટે પ્રાર્થના કરું છું.

પોતાના દુભળા પાતળા પગ પર એજ રીતે સંકોચાઈ જમીન પર બેઠેલા જોગીએ પોતાની સામે મહારાજને જોઈને કહ્યું - "જવાબ તો તમને મળી ગયા છે ભાઈ."

"મળી ગયા છે" રાજાએ પૂછ્યું, "કેવી રીતે ? તમારો મતલબ શું છે.

જ્ઞાની પુરુંષ જોગી બોલ્યા - "જોતા નથી. જો કાલે તું મારી દુર્બળતા પર દયા ન કરતા અને મારી જગ્યાએ ક્યારી ન ખોદતા અને પાછા ઉલટા પોતાના રસ્તે ફરી જાત તો તે વ્યક્તિ તારા પર ઘાત (હુમલો) કરી બેસતો કે નહીં ? અને પછી અહીંયા ન રોકવા બદલ તમને પસ્તાવો થાત. તો સૌથી જરૂરી સમય તારા માટે હતો જ્યારે તુ ક્યારી ખોદી રહ્યો હતો અને ત્યારે સૌથી જરૂરી વ્યક્તિ હું હતો તારા માટે અને પછી મારી ભલાઈ કરવી. તારુ એ સમયે સૌથી જરૂરી કામ હતું. તેના ઉપરાંત જ્યારે દોડી-દોડી ને આવીને આપણી નજીક પડ્યો તો તે સૌથી મહત્ત્વપૂર્ણ સમય હતો, જ્યારે તું તેની ચાકરીમાં લાગ્યો. કારણ એ હતુ કે જો તું તેનો ઘા ન બાંધતો તો હૃદયમાં તે તારી સાથે વેર લઈને જ મૃત્યુ પામતો અને કારણે જ એ સમયે તે તારા માટે સૌથી મહત્ત્વપૂર્ણ અને જરૂરી માણસ હતો અને જે તેની સાથે કર્યું. એ જ તારું મહત્ત્વપૂર્ણ કાર્ય હતું. એથી યાદ રાખો કે એક જ સમય જે મહત્ત્વનો છે અને તે છે સંજોગનો સમય એ જ સૌથી મહત્ત્વનો છે. કારણ કે એ જ સમય છે જે આપણે જીવીએ છીએ અને આપણા હાથમાં હોય છે. કારણ કે કોણ જાણી છે કે આગળ કોઈ બીજા સાથેની મુલાકાત આપણી કિસ્મતમાં લખેલી હશે કે નહીં અને સૌથી મહત્ત્વપૂર્ણ કાર્ય તે વ્યક્તિની એ સમયે કરેલી સેવા કારણ એ છે કે તે એ એક કાર્ય છે જેને વ્યક્તિના હાથમાં આપીને અહીંયા મોકલ્યો છે.

# દેર થાય, અંધેર નહીં

એક નગર પાટણપુરના નામેથી ઓળખાતું હતું. એ નગરમાં એક વેપારી પણ રહેતો હતો. જેની બે દુકાનો અને રહેવા માટે પોતાનું એક ભવન પણ હતું. તેનું નામ હરજીતરાય હતું. જે શારીરિક રીતે હૃષ્ટ-પુષ્ટ તથા નવયુવાન હતો. લચ્છેદાર વાળ, હસમુખો ચહેરો બધુ મળીને તે વિનોદી સ્વભાવનો માલિક હતો. અને થોડો ઘણો સંગીતનો પરિચિત હોવાના કારણે ગીત ગાવાનો શોખ રાખતો હતો.

ઉંમરના હિસાબથી તેને દારુંનો ચસકો પણ લાગતે અને પૈસા હોવાના કારણે તેને રંગરેલીયા પણ સુઝતી હતી પરંતુ કહેવત છે કે જ્યારે નાકમાં નકેલ પડી જાય તો સારા-સારા બગડેલા સાંઢ પણ ખુંટાથી બંધાઈ જાય છે. તેથી તેના લગ્ન થઈ ગયા. જે કારણે તેની આદતો પણ ધીરે ધીરે બદલાઈ ગઈ. ખાસ અવસરની વાત અલગ છે. નહીં તો દારું તો તેણે છોડી દીધો જ હતો.

એકવાર તે કાર્તિકી મેળામાં જઈ રહ્યા હતા. જવા માટે તે બસ પોતાની પત્ની પાસે વિદાઈ લઈ જ રહ્યા હતા કે તે બોલી "જુઓ જો તમે આજે ન જાઓ તો જ સારું છે રાત્રે મેં એક ખરાબ સ્વપ્ન જોયું છે."

હરજીત હસતો બોલ્યો : "હું જાણું છું કે તને એ ભય છે કે હું મેળામાં ગયો તો બહેકી જઈશ અને પૈસા બરબાદ કરીને આવીશ એ જ ને ?"

પત્નીએ કહ્યું બરોબર ખબર નથી કે આ ભય છે કે બીજો છે. પરંતુ મેં ખરાબ સ્વપ્ન જોયુ છે. સ્વપ્નમાં જોયુ કે તે પાછા આવીને ટોપી ઉતારી તો તારા માથાના બધા વાળ સફેદ ફક્ક થઈ ગયા છે.

હરજીત ફરીથી જોરથી હસતો બોલ્યો, "એ તો સારા ભાગ્યનું સ્વપ્ન છે. જોઈ લેજે એનું ફળ એ આવશે કે જેટલો માલ હું લઈને જાઉં છું. બધો જ વેચાઈ જશે અને તારા માટે જાત-જાતની ભેટો લઈને પાછો આવીશ."

આ રીતે તેણે પોતાના પરિવાર પાસેથી વિદાઈ લીધી અને રાજી ખુશીથી મેળા તરફ ચાલી નીકળ્યો.

અડધા સફર પછી રોકાવાના સમયે તેને પોતાની ઓળખીતો એક વેપારી મળ્યો. એ બંને એક સાથે સરાયમાં ઉતર્યા. બંને એ સાથે ખાધુ-પીધુ અને પછી પાસે-પાસેના ઓરડામાં સુવા માટે ચાલ્યા ગયા.

સવારે મોડે સુધી સુવાની આદત હરજીતમાં ન હતી. ઠંડી-ઠંડીમાં રસ્તાની ખબર પણ પડતી નથી, આ જ કારણે સવાર પડતા જ તેણે તેના ગાડી ચાલકને જગાડ્યો. કહ્યુ ગાડી જોતો અને ચાલો.

આવુ કહીને તે સરાપના સ્વામી પાસે ગયો. જે ત્યાં પાછળ જ રહેતો હતો. સરાપવાળા એ હિસાબ કિતાબ કર્યો અને તેને ધન્યવાદ કરી હરજીત પોતાના સફર પર આગળની તરફ વધ્યો.

લગભગ દસેક કોસની મુસાફરી કર્યા પછી તેણે બળદ ખોલ્યા કે તેને કંઈક ખવડાવી-પીવડાવી દે. પોતે પણ થોડો આરામ કરી શકે. આરામ કર્યા પછી ફરી નજીક સરાપવાળાને ચા માટે કહીને પોતાની વાંસળી કાઢીને વગાડવા લાગ્યો.

ત્યારે તેણે જોયુ કે એક એક્કો ત્યાં આવીને રોકાયો. એક્કો સજેલો ધજેલો હતો અને ઘોડી ગળામાં ઘંટડી વગાડી રહી હતી. એમાંથી એક ઓફિસર ઉતર્યો. બરોબર તેની પાછળ બે સિપાહી હરજીતની નજીક આવીને ઓફિસરે તેને પ્રશ્ન પૂછવા શરું કર્યા. તું કોણ છે ક્યાંથી આવ્યો છે.

હરજીતે ઓફિસરનાં પુછેલા પ્રશ્નોના યોગ્ય જવાબ આપ્યા અને કહ્યુ - "આવો ચા મારી સાથે લો."

પરંતુ ચાના નિમંત્રણને ઓફિસરે નજર અંદાજ કરી. પોતાની પુછપરછ ચાલુ રાખી. "પાછલી રાત્રે તું ક્યાં હતો ? એકલો હતો ? કે કોઈ પણ વેપારી તારી સાથે હતો ? આજે સવારે તે બીજો વ્યક્તિ તને મળ્યો ? સવાર પડતા પહેલા જ તું સરાપમાંથી કેને ચાલી નીકળ્યો ?" વગેરે.

હરજીત આશ્ચર્યમાં હતો કે આ બધા પ્રશ્નો તેને શા માટે પુછવામાં આવી રહ્યા છે ? ખૈર જેવું હતું. તે બધુ બતાવતો ગયો પછી તેણે કહ્યું. તમે મને આ પ્રકારના પ્રશ્ન - પર - પ્રશ્ન એવી રીતે પુછી રહ્યા છો જાણે કોઈ ચોર-ડાકુ ને પુછવામાં આવે છે. શું હું તમને કોઈ ચોર-ડાકુ લાગુ છું. મારા કામ માટે જઈ રહ્યો છું. મને પ્રશ્ન પુછવાની જરૂર નથી."

આનાથી ઓફિસરે પોતાની સાથે આવેલા સિપાઈઓને પાસે બોલાલી લીધા અને કહ્યું - "હું આ જિલ્લાનો પોલીસ અધિકારી છું અને પ્રશ્ન હું તને કોઈ કારણવશ પુછી રહ્યો છું કે જે વ્યક્તિ સાથે તું કાલે સરાપમાં રોકાયો હતો, તે વ્યક્તિનું આજે ગળુ કાપેલુ મળી આવ્યો છે હવે અમે તારી તલાશી લઈશું."

આથી ત્રણેય ઓરડામાં આવી ગયા અને અધિકારી સિપાહી બધાએ મળીને હરજીતનો સામાન ખોલવાનો શરું કરી દીધો અને જુએ છે શુ કે સામાનમાં એક છરો પકડાયો.

તે ઓફિસર બોલ્યો - "આ કોનો છે."

લોહીવાળો છરો પોતાના સામાનમાંથી મળેલો જોઈ હરજીત આશ્ચર્ય ચકિત થઈ ગયો તથા તેના ચહેરા પર ભયના વાદળ મંડરાવા લાગ્યા. તે ડરી ગયો.

"આ ચાકુ પર લોહીના નિશાન કેવા છે ?"

હરજીતે જવાબ આપવાની કોશિશ કરી પરંતુ શબ્દો ગળા ગળામાં જ અટકીને રહી ગયા. લડખડાતી અવાજમાં કહ્યું, "હું... મારું નથી... હું નથી જાણતો એ વિશે"

પોલિસ ઓફિસરે કહ્યું - "આજે સવારે જ પોતાની પથારીમાં તે વેપારી મરેલો મળી આવ્યો છે. કોઈએ ગળુ કાપી નાખ્યું છે. સંજોગો બતાવી રહ્યા છે કે એક તું જ હોઈ શકે જેણે તેને મોતની નિંદ્રામાં સુવડાવ્યો છે. મકાન અંદરથી બંધ હતુ અને તારા સિવાય ત્યાં અન્ય કોઈ હાજર નહતું. પછી તારા સામાનમાં આ છરો પણ મળી આવ્યો છે. જેના પર લોહીના નિશાન પણ હાજર છે. જેના પર તારો ચહેરો અને તેના પર ઉભરેલી ભાવ ભંગિમાં સ્પષ્ટ બપાન કરી રહી છે કે આ કામ તારું છે એટલે માત્ર સાચું બોલો કે તે તેને કેવી રીતે મોતના ઘાટ ઉતાર્યો અને કેટલા રુંપિયા તારા હાથમાં આવ્યા ?"

હરજીતે શપથ-પૂર્વક કહ્યું, "આ મારું કામ નથી. સાંજે સાથે વાળુ કર્યા બાદ જો તેણે વેપારીને જોયો પણ નથી. મારી પાસે પોતાના પાંચ હજાર રુંપિયા સિવાય બીજુ કંઈ જ નથી. આ ચાકુ મારુ નથી."

પરંતુ બતાવવા તેની જીવ અચકાતી હતી. ચેહરો હળદર જેવો પીળો પડી ગયો હતો અને ભયના કારણે તે સુકાયેલા પાંદડા પાંદડા જેવો ધ્રુજી રહ્યો હતો. જેનાથી સ્પષ્ટ જાહેર થતું હતું કે તે ગુનેગાર છે.

પોલીસ અધિકારીએ સિપાહીઓને આદેશ આપ્યો કે તેને પકડીને ગાડીમાં નાખો.

સિપાઈઓએ હરજીતના હાથ પગ બાંધી તેને ગાડીમાં નાખી દીધો. હરજીતની આંખમાં આંસુ આવી ગયા અને તેણે પ્રાર્થનાનું શરણુ લીધું. તેની પાસે નમાલ રહ્યો ન રકમ. બધુ તેની પાસેથી છીનવી નજીકના કસ્બામાં જેલમાં બંધ કરવા મોકલી દીધો. પાટણપુરમાં પણે તેની બાબતની પુછપરછ કરવામાં આવી કે આ કેવા ચરિત્રનો વ્યક્તિ છે. ત્યાંના વેપારીઓ અને અન્ય લોકોએ બતાવ્યું કે પહેલા તો તે પીધા કરતો હતો અને સમય મોજ-મસ્તીમાં પસાર કરતો હતો. પરંતુ તે વ્યક્તિ સંપૂર્ણપણે ભલો માણસ છે અને આ તરફ આવીને રાહ રસ્તા પર ચાલે છે. ખેર કેસ તો દાખલ થયો અને અજબપુરના એક વ્યક્તિની હત્યા કરવા અને તેના આઠ હજાર રુંપિયા ચોરવાનો આરોપ તેના પર લાગ્યો.

હરજીતની પત્ની આ બધુ સાંભળીને બેસુધ્ધ જેવી  થઈ ગઈ. એને એ સમજણમાં આવતું ન હતું કે કેવી રીતે પોતાના કાન પર વિશ્વાસ કરે. એક તો દુધ પીતી બાળકી હતી. બધાને સાથે લઈને તે શહેર તરફ રવાના થઈ જયાં તેનો પતિ જેલમાં હતો. પહેલા તો તેને મળવાની રજા ન મળી. ઘણી બધી કોશિશ કર્યા પછી તેને મળવા માટે મંજુરી આપવામાં આવી. તેને તેના પતિ પાસે લઈ જવામાં આવી. જેલના કપડા અને બેડિયો અને કેદીની જેમ જ્યારે તેના પતિને જોયા તો તે સહી ન શકી.

અને ધડામથી પડી ગઈ. ઘણીવાર પછી તેને હોશમાં લાવવામાં આવી. ત્યારે તેણે બાળકને ગોદમાં ખેંચીને પતિની પાસે બેસી ઘર-બારની વાતચીત શરું કરી એણે પુછ્યું આ બધુ કેવી રીતે થયું ?

હરજીતે જે થયુ હતું. બધું ટુંકમાં જણાવ્યું.

પુછવા લાગી - "હવે શું કરવું જોઈએ ?"

"રાજા પાસે પ્રાર્થનાપત્ર મોકલવો જોઈએ કે એક નિર્દોષ માણસની મોતથી રક્ષા કરવામાં આવે."

પત્નીએ કહ્યું - "પ્રાર્થના પત્ર તો મેં મોકલ્યો હતો. પરંતુ મંજુર ન થયો"

હરજીત જવાબ ન આપી શક્યો. પ્રતિક્રિયામાં તે પોતાનો ચહેરો નીચે ઝુકાવીને જોવા લાગ્યો.

પત્નીએ કહ્યુ - "સાંભળે છો. મારું સ્વપ્ન કારણ વગરનું ન હતું. મેં એકદમ તમારા વાળ સફેદ જોયા હતા. યાદ છે ? એ જ દિવસે તમારે જવુ જોઈતું ન હતું. પરંતુ ... "

આગળ તે કંઈ ન બોલી. પછી પતિની વાળમાં આંગળી ફેરવતા બોલી, "મારા સ્વામી. પોતાની પત્નીથી ખોટુ ન બોલતા સત્યવાત બતાવની-હત્યા તમે નથી કરી?"

"ઓ, તો તું પણ મારા પર સંદેહ કરે છે." કહીને હાથોમાં મોં છુપાવી હરજીત જોર જોરથી રડવા લાગ્યો.

એ સમયે સિપાહીએ આવીને કહ્યું કે મુલાકાતનો સમય હવે પુરો થઈ ચુક્યો છે હવે ચાલો.

હરજીતે જોયુ કે પત્ની બાળકોને લઈને ચાલી ગઈ તેણે છેલ્લીવાર પોતાના પરિવારને હસરતભરી નજરોથી નિરખી ને વિદાય કર્યા.

તેના ચાલ્યા ગયા પછી. હરજીતને ધ્યાનમાં આવ્યું કે ચારે બાજુ શું શું કહેવામાં આવી રહ્યું છે. બીજી તો ઠીક પત્ની એ પણ તેના પર શક કર્યો. તે યાદ કરી તેણે મનમાં ધારી લીધુ કે ઈશ્વર બસ બધુ જ જાણે છે. એ જ એકમાત્ર સહારો છે. એની પાસે જ દયાની આશા રાખી શકાય. બીજા કોઈની નહીં આવુ વિચારી પછી કોઈ અન્ય અરજી તેણે ન કરી.

તેને કોરડા અને ડામુલની સજા મળી. પહેલા તેને પણ બેતના કોડા લાગ્યા. જ્યારે તેના જખમ ભરાઈ ગયા. બીજા કેદીની જેમ તેને પણ ડામુલ મોકલી દેવામાં આવ્યો.

છવ્વીસ વર્ષ તે ત્યાં કાળા પાનીમાં કેદી રહ્યો. એમાં જ તેના વાળ રું જેવા સફેદ થતા ગયા. મેલા સન જેવા રંગની દાઢી વધી ગઈ. હસી-ખુશી તેના ચહેરા પરથી હવા થઈ ગઈ. કમર ઝુકી ગઈ. હવે અવાજ પણ ધીમો થઈ ગયો હતો. ઓછું

બોલતો હતો અને હાસ્ય નો તો મતલબ જ ઉઠતો નહતો. મોટે ભાગે પ્રભુની પ્રાર્થનામાં લીન રહેતો હતો, અને બીજે ક્યાંય તેને આશા ન હતી.

જેલમાં તેણે જુતા સિવવાનું શીખી લીધા હતા. તેનાથી થોડા રુંપિયાની બચત પણ થઈ ગઈ હતી અને કેદીઓ પણ તેનું માન-સન્માન કરતા હતા. તે તેને 'દાદા' કે 'ભગતજી' બચેલા પૈસામાંથી તેણે સત્યની આત્મકથા' નામની ચોપડી મંગાવી લીધી હતી. જેલમાં ભગિયા માટે રોશની હાજરની હતી. તે ભજન થઈ ગાઈને સંભળાવતો હતો. તેના અવાજમાં હજુ દમ હતો અને તે ઘણા જ ભક્તિભાવ સાથે પદ કહેતો હતો.

જેલ ઓફિસર હરજીતને ચાહતા હતા. તે સીધો-સાદો નેક અને વિનયી માણસ હતો અને કૈદીનું પણ માન-સન્માન કરતો હતો. તે તેને 'દાદા' કે 'ભગતજી' કહીને બોલાવતા હતા. જ્યારે તેમને જેલના ઓફિસર કે સિપાહી સાથે કોઈ વાત માટે દરખાસ્ત કરવાની હોય કે કંઈ કહેવા સાંભળવાનું હોય તો હરજીતને જ પોતાનો મુખિયા બનાવતા અને ક્યારેય એકબીજા સાથે ઝઘડો કે વિવાદ ઉત્પન્ન થાય, ત્યારે તેની પાસે જઈને જ ઉકેલ અને ફેસલો માંગતા હતા.

ઘરેથી હરજીતને કોઈ કુશળપ્રેમના સમાચાર ન મળ્યા. તેને ખબર ન હતી કે તેના પત્ની બાળકો જીવીત છે કે નહીં.

એક દિવસની જેલમાં કેદીઓની એક નવી ટુકડી આવી. તેથી સાંજ થતા જ જુના કેદી નવા કેદીની આસપાસ જમા થઈ ગયા અને બેઠા અને પુછવા લાગ્યા ક્યાં ક્યાંથી આવ્યા છો ? અને કેટલી કેટલી સજા થઈ ? વગેરે આ બધાની વચ્ચે હરજીત પણ હતો તે પણ આવનારાઓની પાસે બેઠો હતો અને પોતાની નજર નીચી કરી જે કહેતા હતા સાંભળતો હતો.

નવા કૈદીમાંથી એક પોતાની આપવીતી બતાવી રહ્યો હતો. તે લાંબો પહોળો શારીરિક રીતે શક્તિશાળી એ કોઈ સાંઈઠ વર્ષનો વ્યક્તિ હતો. દાઢી તેની ઝીણી છુટીછવાઈ હતી. ઘણી મજાથી પોતાની આપ વીતી બતાવી રહ્યો હતો.

"ભાઈઓ, હું બતાવું છું વાત એ છે કે મેં ગાડીમાંથી ખોલીને ઘોડો લઈ લીધો. તેથી હું પકડાઈ ગયો અને ચોરીનો આરોપ લાગ્યો. મેં કહ્યું કે વાહ, હું ઘરે આવવા માટે ઘોડો ખોલ્યો હતો. જેથી જલ્દી ઘરે પહોંચી શકું. ઘરે આવીને મે તેને પાસે ન રાખ્યો. ખુલ્લો મુકી દીધો. જેના પર તે 'ગાડીવાળો મારો મિત્ર હતો. એ જ કારણ વશ મેં અદાલતને કહ્યું. એમાં કંઈ ખરાબ નથી.

તેમણે કહ્યું, શાંત રહો તે ચોરી કરી છે ?

"પરંતુ ક્યાં અને કેવી રીતે ચોરી કરવામાં આવી તે તે સાબિત ન કરી શક્યા એક વાર ખરેખર મેં અપરાધ કર્યો હતો. તે અપરાધની કોઈને ખબર ન પડી. એના

પરિણામે હું પકડાયો નહીં અને હવે અહીંયા આવ્યો તે. એક કંઈક વાત માટે.. પરંતુ ભાઈઓ, હું ખોટું બકુ છું હું અહીંયા પહેલા પણ આવી ચુક્યો છું, પરંતુ વધારે દિવસો ટકી શક્યો નહીં"

એકે પુછ્યું - છો ક્યાંના ?"

"પાટણપુર નગરનો નામતો સાંભળ્યુ જ હશે, એ જ મારું ગામ અને વતન છે. મારું નામ બલવંત છે. આમ તો બધા મને બલ્લી-બલ્લી કરીને પણ બોલાવે છે.

હરજીત પાટણપુર સાંભળતા જ પોતાની નજર એ તરફ લઈ ગયો, જે પોતાની બાબત પાટનપુરનો રહેવાસી બતાવી રહ્યો છો ? તેના શું હાલ છે ? શુ એમાંથી કોઈ જીવીત છે ?"

"શું પુછ્યુ, જાણું છું ? સારી રીતે જાણુ કેમ નહીં તે શ્રીમંત માણસો છે. હા તેના વ્યાપ અહીં ક્યાય ડામુલમાં કૈદીઓની જેમ કેદ છે. પરંતુ દાદા તમે અહીંયા કેવી રીતે પહોંચ્યા."

હરજીત પોતાના દુર્ભાગ્ય વિશે કથા સંભળાવવી. રુંચિકર ન લાગી. તેણે ઉંડો શ્વાસ લીધો બોલ્યો, છવ્વીસ વરસથી અહીંયા મારા પાપની સજા ભોગવી રહ્યો છું."

બલવંતે પુછ્યુ, "પાપ શું "

હરજીતે કહ્યું, "હું છોડો હવે કંઈક તો કર્યું હશે."

હરજીત કંઈ જ ન બોલ્યો પરંતુ સાથીઓએ બલ્લીને બતાવ્યું કે હરજીત રાયને કેવી રીતે જેલમાં પહોંચાડ્યો. કોઈ હત્યારાએ એક સોદાગરનું ગળુ કાપી હત્યા કરી અને ચાકુ તેમના સામાનમાં છુપાવી દીધું. આ રીતે આ નિર્દોષ ખબર નહીં કયા પાપનું ફળ ભોગવી રહ્યો છે.

આ વાત સાંભળી બળવંત હરજીત રાયની તરફ જોવા લાગ્યો પછી ઘુંટણ પર હાથ મારીને બોલ્યો કે "આ ખુબ રહ્યું ! વાહ આ એક જ રહ્યું. પરંતુ દાદ, તમે ઘરડા કેટલા થયા છો ?"

બીજી વ્યક્તિ પુછવા લાગી તને એમના વિશે આશ્ચર્ય કેમ થઈ રહ્યું છે ? શું તે તેમને પહેલા ક્યાંય જોયા હતા ? ક્યાં જોયા ?

પરંતુ બલવંતે કંઈ જવાબ ન આપ્યો. તેણે માત્ર એ જ કહ્યું કે મિત્રતા છે. સંયોગની વાત છે કે અમે લોકો અહીંયા આવીને મળ્યા.

બલવંતના આ શબ્દો પર હરજીતને પણ આશ્ચર્ય થયું. તેણે મનમાં વિચાર્યું કે આ માણસ જાણે છે કે કોણે તે વેપારીનું ગળું કાપીને હત્યા કરી હતી. પુછ્યુ, "બલ્લી કદાચ તારી પાસેથી કદાચ એ મામલાની વાત સાંભળી હશે. હાં, બની શકે છે કે તે પણ પહેલા ક્યારેય પણ જોયો હોય.

"સાંભળ્યું કેમ નથી ? દુનિયા વાતોથી ભરી છે. કાન કોઈના બંધ થોડા રહી

શકે છે. પરંતુ આ મુદ્દત વિતી ગઈ. હવે શું યાદ કે મેં શું સાંભળ્યું હતું ?"

હરજીતે પોતાની વાત પર જોર દેતા પુછ્યું કે કદાચ તે સાંભળ્યું હોય કે કોણે તે વેપારીનું ગળુ કાપીને હત્યા કરી હતી ?"

બલવંત તેના પર હસવા લાગ્યો. બોલ્યો, "કેમ જેના સામાનમાં છરો નીકળ્યો. એજ તો હત્યારો. જો કોઈ બીજાએ ત્યાં રાખી. દીધો તો તે જ્યાં સુધી પકડાઈ ન જાય, અપરાધી કેવી રીતે માની શકાય. અન્ય કોઈ તારા થેલામાં ચાકુ કેવી રીતે રાખી શકતો હતો. જ્યારે થેલો તે તારા માથા નીચે મુકી રાખ્યો હતો ? આવી દશામાં તારી આંખ ખુલી ન જાય ?"

હરજીતે તેની વાતો પર વિચાર કરતા એ આભાસ કર્યો કે, આ જ વ્યક્તિએ વેપારીનું ગળુ કાપ્યું હશે. આનાથી તેનો મુડ ખરાબ તથા મગજમાં તણાવ ઉત્પન્ન થઈ ગયો અને ત્યાંથી ઉઠીને ચાલ્યો ગયો.

આખી રાત જાગતો રહ્યો. તેને ઘણું કષ્ટ હતું. કાલ પળતી ન હતી. જુદી-જુદી તસવીરો તેના મનમાં બેસતી હતી. પત્નીનો ચહેરો આવ્યો. જ્યારે તે મેળામાં જવા માટે તેની પાસેથી વિદાઈ લઈ રહ્યો હતો. તેને એવું પ્રતિત થતું હતું કે જાણે તેની સામે આવીને ઉભી છે. એવી પ્રત્યક્ષ કે તેને તે અડી શકે છે. જાણે તેના હસવાનો અવાજ અને વાતચીતનો એક-એક શબ્દ સાંભળી રહ્યો હોય.

પછી તેના મનમાં બાળકોની તસવીરો પ્રતિબિંબ થવા લાગી. ફુલ જેવા બાળકો ! એક મોટોથી ચોંગામાં દુબડો હતો, બીજો માનુ દુધ પી રહ્યો હતો. છેવટે તે પોતાને જોવા લાગ્યો. જેમ કે તે જેવો દેખાતો હતો. જુવાન ખુશ તંદુરસ્ત અને ખુબસુરત તેને યાદ આવ્યું કે સરાપમાં કેવો મગ્ન થઈને હું વાંસળી વગાડી રહ્યો હતો. ચિંતાની રેખાનો સ્પર્શ પણ ન હતો કે ત્યારે જ પકડી લીધો. પછી તે જગ્યા અને દૃશ્ય યાદ આવ્યા જ્યાં કોરડા લાગ્યા હતા. ઓફિસર અને કેદીઓ આજુબાજુ ઉભા હતા. ત્યારપછી આ જેલના છવ્વીસ વર્ષોનું સમગ્ર અસ્તિત્વ આંખો સામે થીરકવા લાગ્યું. ત્યાંની મુસિબતો કુસંગ બોડઓ અને સમય પહેલાં તેના પર આવી ચુકેલું ઘડપણ આ બધાને યાદ કરી તેનું મન ભારે થઈ ઉઠ્યું. તેને ઘણી વ્યથા થઈ, એવા કે તે મૃત્યુને આમંત્રણ આપવા વિવશ થઈ ગયો.

"અને આ બધું એ દુષ્ટનું કામ છે." હરજીત વિચારવા લાગ્યો. ભલે મરવું પડે તે બદમાશને તેના કર્મોનું ફળ જરૂર મળવું જોઈએ. તે રાત આખી પ્રાર્થના કરતો રહ્યો, પરંતુ તેને શાંતિ ન મળી. દિવસમાં તે બલવંતની નજીકથી બચતો રહ્યો. ન પોતાની નજર ઉઠાવી.

આ રીતે બે અઠવાડિયા વીતી ગયા. રાતમાં હરજીતને નિંદર આવતી ન હતી. તેને એટલો ત્રાસ હતો કે ખબર પડતી ન હતી કે શું કરું ન કરું ?

એક રાતે જેલમાં ફરી રહ્યો હતો કે તેને પાસે ક્યાંક માટી પડવાનો આભાસ થયો. તે રોકાયો કે જોઉં તો શું વાત છે ? એટલામાં જોવે છે કે એક તરફ દિવાલની નીચે બલવંતનો ચહેરો દેખાય છે. હરજીતને જોઈને બળવંતનો ચહેરો ભયના કારણે હળદર જેવો પીળો થઈ ગયો.

હરજીતે વિચાર્યું કે આ વાતને તે ભુલી જવા દે. પરંતુ બલવંતે બહાર નીકળીને તેનો હાથ પકડી લીધો. કહ્યું કે મેં કોઠરીમાંથી બહાર નીકળવાનો રસ્તો ખોદી નાખ્યો છે. રોજ માટીને જુતામાં ભરીને કામ પર બહાર જતી વખતે આમ-તેમ ફેંકી આવ્યા કરતો હતો. પરંતુ તે જ્યારે જોઈ લીધું છે તો શાંત જ રહો. અવાજ ન કરીશ. ચલ તું પણ મારી સાથે ભાગી જા. અને જો તે જરાપણ અવાજ કાઢ્યો તો તે મને પકડીને સુખી પર ભલે ચઢાવી દે. પરંતુ તે પહેલા તને જરૂર જાનથી મારી નાખીશ.

હરજીત પોતાના શત્રુને જોઈ તણતમી ઉઠ્યો. ચહેર પર તણાવના ભાવ સ્પષ્ટ ચમકી રહ્યા હતા. પરંતુ તેણે શાંત ભાવથી પોતાનો હાટ ઝાટકી તેની પકડમાંથી અલગ કરી બોલ્યો - હું ભાગવા ઇચ્છતો નથી અને તું હવે મને શું મારીશ ? પહેલા જ બધુ કરી ચુક્યો છે અને તારી ખબર આપવાની વાત છે. તો હું નથી જાણતો જે ઈશ્વરને મંજુર હશે તે થશે.

બીજા દિવસે જ્યારે કેદિઓને બહાર કામ માટે મોકલવામાં આવ્યા તો વોર્ડરોએ જોયુ કે એક જગ્યાએ માટીનો ઢગલો થઈ રહ્યો છે. કોઈ કેદીએ અહીંયા લાવીને નાખી હશે અને કોણ નાખે ? જેલમાં અંદર ઝીણવી ભર્યું નિરિક્ષણ કરવામાં આવ્યું. તો તેમને ચોરની પણ ખબર પડી ગઈ. જેલ સુપરિડેન્ટેડ આવ્યા અને બધા કેદિઓની પુછપરછ કરવામાં આવી. આ કરતુત કોનું છે ? બધા એનામાંથી જવાબ આપ્યો કે અમને આ બાબતની કોઈ જાણકારી નથી. જેને ખબર હતી તેમણે પણ ભેદ ખોલ્યો નહી. કારણ કે સુપરિડેન્ડેટને બતાવી દે તો બલવંતની જાનની ખેર ન હતી. છેવટે સુપરિડેન્ડ પણ તેનું દિલ થી માન રાખતા હતા. અને માનતા હતા કે હરજીત સત્યવાદી છે.

"હરજીત અમને તારા પર પૂર્ણ વિશ્વાસ છે તું એક સત્યવાદી અને પ્રમાણિક માણસ છો. ઈશ્વર પ્રત્યે ભય રાખે છે. સત્યરુંપથી બતાવ કે આ કાર્ય કોનું હોઈ શકે છે ?"

બલવંત પોતાને એ રીતે દર્શાવી રહ્યો હતો કે કંઈ જ જાણતો નથી. સુપરિટેન્ડેન્ડે પણ તેના તરફ આંખો જમાવી રાખી અને ભુલથી પણ હરજીત તરફ જોયું નહી. સાહેબના આ પ્રશ્ન પર હરજીતનું સંપૂર્ણ અસ્તિત્વ કાપી ઉઠ્યું. ઘણીવાર સુધી તેના મોંમાંથી એક શબ્દ પણ નીકળ્યો નહીં. એકવાર વિચાર્યું. જેણે મારું જીવન બરબાદ કરી નાખ્યું. એને હું ક્યાં કારણથી બચાવું ? મેં કેટલું દુઃખ ઉઠાવ્યું છે હવે તેની સાથે

બદલો લઉં પરંતુ પછી ખ્યાલ આવ્યો કે જો હું કહી દઈશ તો જેલવાળા તેના જીવના ગ્રાહક થઈ જશે અને શું ખબર કે મારો શક હોય અને વાત સાચી ન હોય. જે થયું તે થયું. હવે તેની તકલીફથી શું મળવાનું છે.

સાહેબે પોતાનો પ્રશ્ન ફરીથી દોહરાવ્યો - "સાંભળે છે હરજીત ? તું પાપથી ડરે છે. સત્ય નિડર થઈને બતાવો. દિવલમાં બાકોરું કોણ કર્યું છે ?"

હરજીતે બલવંત તરફ જોયું પછી કહ્યું - "હું નથી જાણતો હુજુર ! પ્રભુની આજ્ઞા નથી. હું બતાવું એટલે તમારું જે ઇચ્છો તે કરો. હુ તમારા હાથમાં જ છું."

સાહેબે અને જેલના દરોગાએ ઘણી કોશિશ કરી. પરંતુ હરજીતે આગળ કંઈ જ કહ્યં નહીં. પછી શું થાય ? મામલો ત્યાં જ છોડવો પડ્યો.

એ રાત્રે જ્યારે હરજીત પોતાની પથારીમાં પડ્યો હતો. અને આંખમાં નીંદર ભરી આપી હતી કે કોઈ દબાતા પગલે આવ્યં અને શાંતભાવથી બેસી ગયું. અંધારામાં ધ્યાન જોયું તો હરજીતે ઓળખ્યો, તે બલવંત હતો.

હરજીત બોલ્યો, "અરે હવે તું શું ઇચ્છે છે ? તું અહીંયા શા માટે આવ્યો છે ? શું હજી પણ તારું મન ભરાયું નથી ?"

બલવંત ચુપ થઈને સાંભળતો રહ્યો હરજીત ઉઠીને બેસી ગયો અને બોલ્યો, "શું છે તારા જાનમાં ? બોલાવું પહેરેદારને બલવંત હરજીતના પગમાં પડી ગયો. ધીમા અવાજે બોલ્યો.

"હરજીતભાઈ મને માફ કરી દો."

"માફી શેના માટે ?"

હું ગુનેગાર છું. મેં જ તે વેપારીનું ગળુ કાપીને હત્યા કરી હતી અને ચાકુ તારા સામાનમાં રાખી દીધું હતું. હું તને પણ મારવા ઇચ્છતો હતો. પરંતુ બહાર અવાજ સાંભળી ચાકુ તારા સામાનમાં છુપાવી બારીના રસ્તેથી ભાગી ગયો.

હરજીત શાંત હતો તેને કંઈ જ બોલવાનું ન સુઝયું. બલલવંત જીમન પર ઘુંટણના બળ પર બેસી બોલ્યો "હરજીતભાઈ મને માફ કરી દો. હું મારો બધો જુલ્મ કબુલ કરી લઉં છું કહીશ હું જ હત્યારો છું ત્યારે તમે છુટી જશે અને પાછા તમારા ઘરપરિવારમાં ચાલ્યા જશો.

હરજીતે કહ્યું, "બલવંત હવે હું શું કહું ? કહેવું તો સરળ છે. પરંતુ આ છવ્વીસ વર્ષ જીંદગીના મેં કેવી રીતે વિતાવ્યા છે કેમ ? બધું તારા કારણે જ પરંતુ હવે હું ક્યાં જાઉં ? મારી પત્ની જીવીત નથી. તે સ્વર્ગે સિધાવી ગઈ. મારા બાળકો મને ભુલી ચુક્યા કોણ મને ઓળખશે ? બલવંત હવે મારા જવા માટે કોઈ સ્થાન નથી."

બલવંત જમીન પરથી ઉઠ્યો નહીં. પરંતુ તે ફર્શ પોતાના માથુ પટકી પટકે. પીટવા લાગ્યો.

"હરજીત, મને માફ કરી દો. મને બેંતથી પીટ્યો ત્યારે આટલુ દર્દ ન થયું. જેટલું હવે તને જોઈને થાય છે. મારાથી સહન થતું નથી." હું તકલીફ આપતો ગયો, તું મને બચાવતો રહ્યો.... હરજીત, હા હા ખાઉ છું. ઈશ્વર માટે મને માફ કરી દો. હું ઘણો અધર્મી છું પાપી છું, દુરાચારી છું.

બલવંતને ટીબકા ભરી ભરીને રડતા સાંભળ્યા તો હરજીતનું મન પણ ભરી આવ્યું, બોલ્યો, "ભગવાન તને માફ કરે કોને ખબર હું તારા કરતા સોગણો અધર્મી નહીં હોઉં.

આવું કહેતા કહેતા તેની અંતરઆત્માં જેમ ક એક નવી જ્યોતિનો ઉદય થઈ ગયો. બધી ઈચ્છાઓ જેમ કે તેની સમાપ્ત થઈ ગઈ. ઘર જવાની અભિલાશા અને અલખ પણ હવે બિલકુલ રહી નથી. જેલમાંથી છુટવાની જરૂર જ તેમનામાં નથી રહી. માત્ર પ્રભુ અંતિમ સમય હવે આવે. એ જ આશા રહી ગઈ.

હરજીતે કેટલું સમજાવ્યું, પરંતુ બલવંતે પોતાનો કરેલો અપરાધ સ્વીકાર કરીને જ માન્યું. પરિણામો હરજીતનો જેલમાંથી છુટવાનો હુકમ આવ્યો. વોર્ડરોએ હરજીનની પાસે પહોંચીને તેને છુટવાનો આદેશ બોલાવ્યો. હરજીતની તરફથી કોઈ પ્રતિક્રિયા ન થઈ. તેણે વધારે મોટેથી ફરીથી અવાજ લગાવ્યો. પરંતુ તે સાર્થક ન થઈ શકે. કારણ હરજીતનો પરવાનો કદાચ ઈશ્વરે જ મોકલી દીધો હતો. બિચારો હરજીત તો પોતાના શરીરમાંથી છુટકારો પામી ચુક્યો હતો. ઈશ્વરને ત્યાં ભલે દેર થાય પરંતુ અંધેર નથી.

# જીવન-મૂળ

ઘણા સમય પહેલાની વાત છે. એક રૈદાસ પોતાના પત્ની બાળકો સહિત એક ખેડૂતની ઝુંપડીમાં રહેતો હતો. તેનું નામ નનકુ હતું. ન તો તેની પાસે ઘર હતું. ન જમીન રોજ જુતા સીવીને પોતાનું જીવન પસાર કરી રહ્યો હતો.

તેની આવકના પ્રમાણમાં તેનું ઘરખર્ચ ઘણું વધારે હતું. જે કંઈ તે કમાતો તે ખાવાનું ભેગુ કરવામાં જ ખર્ચાઈ જતું. શિયાળામાં પણ તેની પાસે ઓઢવા માટે એક જ ચાદર હતી. તે પણ કેટલીય જગ્યાએ ફાટેલી વિચારતા વિચારતા બીજું વરસ થઈ ગયું હતું. આ વખતે ધાબળા જરૂર બનાવીશું. નનકુ એ શિયાળો આવવા સુધીમાં થોડા પૈસા બનાવીને રાખી લીધા હતા. એક પાંચની નોટ તેના ઘરના બોક્સના તળિયે રાખેલી હતી અને એને એટલા જ પૈસા ઉધારીના વસુલ કરવાના હતા.

એથી એક દિવસ સવારમાં જ નાનકુ ધાબળો લેવાના ખ્યાલથી વસ્તી જવા માટે તૈયાર થઈ ગયો. તેણે તૈયાર થઈને પોતાના ખીસામાં પૈસા નાખ્યા. એક ડંડો ઝાડ પરથી તોડીને તેણે પોતાના સહારા માટે હાથમાં લઈ લીધો હતો અને તે ત્યાંથી રવાના થઈ ગયો. તેણે વિચાર્યું - પાંચ રુંપિયા મારા ખીસમાં છે, કેમ પાંચ રુંપિયા તો મારા ઉધારીમાં પડેલા છે તે વસુલ કરવામાં આવે, પછી મારી પાસે દસ રુંપિયા થઈ જશે અને સારી રીતે ઠંડીના કપડા ખરીદી શકાશે.''

આવું વિચારી ને પોતાના કર્જદાર એક ખેડૂત પાસે પહોંચ્યો. પરંતુ તે સમયે ખેડૂત ઘરે ન હતો, તેની પત્નીએ કહ્યું કે પૈસા આગલા અઠવાડિયે મળી જશે. પરંતુ જ્યારે તે દુકાનદાર પાસે પહોંચ્યો તો તેણે ઉધાર આપવાની ચોખ્ખી ના પાડી દીધી અને તે બોલ્યો - ''પહેલા પૈસા લઈને આવો, પછી મનફાવે તે ધાબળો લઈ જજે. તું તો જાણે છે ઉધાર આપવામાં કેટલી ઝંઝટ છે.

વસ્તીમાંથી તો લઈ દઈને નતકુએ જે કમાણી કરી હતી તે હતા કુલ પાંચ આના હાં, એક માણસે પોતાના જોડા પણ આપ્યા હતા. એના તળિયે મોટું જાડુ ચામડુ ચઢાવી તેને ઠીક કરી દેવું.

નનકુનું દિલ પરેશાન, તેણે પાંચ આનાનો દારું પી લીધો અને કોઈ ધાબળો લીધા વગર પાછો આવી ગયો. સવારે જ્યારે ઘરેથી નીકળ્યો હતો તો ઠંડી લાગતી હતી. પરંતુ હવે દારું પીધા પછી તેના શરીરમાં ગરમી આવી ગઈ હતી. એના હાથમાં લાકડી હતી અને બીજા હાથમાં જુતાનું જોડુ હતું, પોતાની જાત સાથે વાત કરતો તે ઘરની દિશામાં વધતો જઈ રહ્યો હતો.

તે બડબડતા બોલ્યો - 'ધાબળો ન હોવા છતા મારી અંદર ઘણી ગરમી આવી ગઈ છે. એક ઘુંટડો દારુંનો શું પી લીધો નસ નસમાંથી ઠંડી ભાગી ગઈ. હવે ધાબળાની જરૂર નથી. હું તો એવો જ માણસ છું, ફિકર પાળતો નથી. હવે તો ધાબળા વગર જ સારી રીતે વિતરો જ. પત્ની ઝગડશે, બકશે. અને સાચુ પણ છે, માણસ આખો દિવસ મહેનત કરે અને મજુરી ન મળે ઉભો રહે, જો તું પૈસા નહીંઅ ાપે તો શું સમજ્યો છે. હું ચમડી ખેંચી લઈશ. મારું નામ પણ નનકુ છે શું ? દેવીના નામે માત્ર પાંચ આના ! પાંચ આનામા ભલા શું થાય ? બસ આનાથી વધારે નહીં કે એક બે ઘુંટડા તાડી પી લેવામાં આવે. આવ્યા મોટા કહેવાવાળા તંગી છે ! અમારી તંગીનું પુછે છે પણ કોણ ? અરે તમારી પાસે મકાન છે. બાગ છે બધુ જ છે અને મારી પાસે આ વસ્ત્રો સિવાય બીજુ તો કાંઈ પહેરી રાખી નથી.

તમારી પાસે ખેતીનું અનાજ છે અને હું એક-એક દાણો મોલનો લાવું છું. કંઈ કરું. અનાજ તો જોઈએ જ. માત્ર રોટલી ખાવા માટે મારો પરસેવો વહાવું છું તો પણ જોડાતી નથી. અઠવાડિયામાં ત્રણ રુંપિયા મજુરી બને છે. અઠવાડિયું પુરું થવા આવ્યું કે ચુન ખતમ તે તો જેમ-જેમ રુંપિયા-ઘેલી ઉપર બનાવી લઉં છું. તો કામ ચાલી જાય છે. નહીં તો બસ રામનું નામ સાંભળો છો જી, જે આપણું લેવા આવે છે. હમણાં રહેવા દો. હીલ હુજ્જત ન કરો.

આવું બબડતો તે સડકના વળાંક પર આવી ગયો હતો. ત્યાં શિવજીનું એક મંદિર હતું. તેણે જોયું કે મંદિરની પાછળ ધોળા જેવું કંઈક દેખાઈ રહ્યું હતું. દિવસ છુપાતો જઈ રહ્યો હતો એટલે નનકુ આંખો ફાડીને જોવા લાગ્યો કે ધોળો ધોળો પડછાયો પછી છે શું પરંતુ તે સમજી ન શક્યો. વિચારવા લાગ્યો જે સમયે હું અહીંથી જઈ રહ્યો હતો. એ વખતે તો અહીંયા કોઈ સફેદ પથ્થર ન હતો. ક્યાંય બળદ તો નથી પરંતુ તેનું માથુ તો માણસ જેવું છે. પરંતુ તે સફેદ કેમ છે અને માણસનું આ સમયે અહીંયા શું કામ હોય શકે છે ?

પછી તેણે પાસે આવીને જોયુ તો હેરાન થઈ ગયો. તે ખરેખર માણસ હતો અને દિવાલને અડીને બેઠો હતો. હલી-ચલી રહ્યો પણ ન હતો. નાનકુ ખરાબ રીતે ગભરાઈ ગયો. વિચાર્યું કે આને મારીને અહીંયા નાખી દીધો છે. જો મેં નજીક જઈને કોઈ છેડછાડ કરી તો મુસીબતમાં પડી જઈશ.

એથી નાનકુ આગળ વધી ગયો. તે ત્યાંથી દુરથી જ નીકળ્યો હતો. જેથી તેની નજર તે વ્યક્તિ ઉપર ન પડે. થોડે દુર આગળ જઈને પાછા વળીને જોયું તો જુએ છે કે તે માણસ દીવાર સાથે અડેલો હતો. તે હવે ઝુકેલો નથી બેઠો પરંતુ ચાલી રહ્યો છે. તેણે વિચાર્યું એ ક્યાંય મારા તરફ તો નથી આવી રહ્યો ને ? ક્યાંય મને તો પકડવા ઇચ્છે છે.

તે વધારે ભયભીત થઈ ગયો વિચાર્યું - "હું ફરી તેની પાસે જાઉં કે આગળની

તરફ દોડ લગાવું ? પાસે ગયો તો ખબર નહીં શું છે, એમાં ખતરો પણ હોઈ શકે છે. ખબર નહીં કોણ છે. આ સુમસામ જગ્યાએ તેના ઈરાદા કંઈ સારા લાગી રહ્યા નથી. જો હું પાસે ગયો તો કદાચ બની શકે કે તે મારું ગળુ દબાવી દે. અને પછી તો ભાગવાનો મોકો પણ ન મળે. નાગો ધગધડા જેવો જ છે. મારું શરીરના કપડા તો હું તેને આપવાથી રહ્યો, પછી પોતાના રસ્તે જવું જ વધારે યોગ્ય રહેશે.

એવું વિચારતા તેના પગલા ઝડપથી આગળ વધવા લાગ્યા. મંદિર ઘણું પાછળ રહી ગયું હતું. ત્યારે જ તેના મગજમાં એક વિચાર આવ્યો. વચ્ચે જ રોકાઈને તેણે પોતાના મનમાં કહ્યું - નનકુ આ શું કરી રહ્યો છે ? ખબર નહીં તે માણસ ભુખ્યો હોય અને તું આરી તે ડરીને ભાગી રહ્યો છે. શું તું પણ અમીર છે કે જે આ રીતે ચોરડાકુથી ડરતો રહે. આ તારા માટે શરમની વાત છે.

તે ફરીથી પલટ્યો, નજીક પહોંચીને જોયું તો તે હૃષ્ટ-પુષ્ટ માણસ હતો. પરંતુ ઠંડીના કારણે ઠુંઠવાઈ રહ્યો હતો. અને થોડો ડરેલો પણ હતો. એટલે તે દિવાલને ટેકો લઈને બેઠો હતો. તેણે નનકુ તરફ દૃષ્ટિ પણ ન ઉઠાવી. એવું લાગતું હતું જેમાં જેમ કે જીવન જ ન હોય.

નનકુ થોડો વધારે નજીક ગયો. નજીક પહોંચી જોયુ તો તેને થોડો હોશ આવી રહ્યો છે. પોતાનું માથુ વાળી ને તેણે આંખો ખોલી પછી નાનકુ તરફ જોયું. તેની નજર પર નાનકુ ન્યોછાવર થઈ ગયો. તેને તે માણસ ભલો લાગવા માંડ્યો. એક નજરમાં જ તેને તે ગમી ગયો. તેણે હાથમાં પકડેલા જુતા નીચે મુકી દીધા અને પોતાનો અંગો છો પણ નીચે મુકી દીધો પછી પોતાના શરીર પર પહેરેલી મિર્જઈ ઉતારવા લાગ્યો. - "સાંભળ મિત્ર, કંઈ કહેવા સાંભળવાની જરૂર નથી. હવે કંઈ પણ કહ્યા સાંભળ્યા વગર તું આ કપડા પહેરી લે."

તેણે હાથનો સહારો આપી તે વ્યક્તિને ઉઠાવ્યો, ઉભા થયા પછી નાનકુએ જોયું કે તેનું શરીર સ્વસ્થ છે. અને ચહેરો ભોળો-ભાળો છે તથા તેનો સાથ પણ સુંદર છે. નનકુ એ મિરજાઈ ઉઠાવી. તેના ખભા પર નાખી દીધી, પરંતુ એ ભલા માણસને બાંયોની અંદર હાથ કરતા પણ આવડતો ન હતો. આ જોઈ તેણે પોતે મિર્જઈ પહેરાવી દીધી. અંગોછા લપેટી ને જુતા પણ પહેરાવી દીધા.

પછી નાનકુએ પોતાની માથાની પણ ઉતારીને આપવાની ઇચ્છા થઈ. પરંતુ પછી તેને ઠંડીનો અહેસાસ થયો, તેણે વિચાર્યું મારું માથુ તો ટાલિયું છે અને તેના તો મોટા મોટા વાળ છે. એ વિચારીને તેણે ટોપી ઉતારી નહીં બોલ્યો - "જુઓ મિત્ર ! હવે તું થોડો ચાલ ફર તારામાં ગરમી આવી જશે. ચાલી શકીશ ?"

અજાણ્યો ઉઠીને ઉભો થયો અને કૃતજ્ઞતાથી નાનકુ તરફ જોયું, પરંતુ તેના મોંમાંથી એક શબ્દ પણ નીકળ્યો નહીં.

નનકુ બોલ્યો - "બોલતો કેમ નથી ભાઈ ? અહીં ઠંડી ઘણી છે. ઠઠવાઈ જઈશ. ચાલ ઘરે જોઈએ ! જો ચાલી ન શકાય તો આ લાકડી નો સહારો લઈને અને પગલા આગળ વધારો ?"

અજાણી વ્યક્તિ ચાલી નીકળી. તે એ રીતે ચાલી રહ્યો હતો જેમ કે હવામાં તરી રહ્યો હોય, એને પાછળ રહેવાની આદત ન હોય.

ચાલતા-ચાલતા ઘણીવાર થઈ ગઈ તો નનકુએ પૂછ્યું - "ભાઈ એ તો બતાવી દો કે તું છે ક્યાંનો"

"હું અહીં નથી રહેતો"

"એ જ વાત હું વિચારી રહ્યો હતો. અહીંના લોકોને તો હું સારી રીતે ઓળખું છું. પરંતુ અહીંયા મંદિર પાસે કેવી રીતે પહોંચ્યો.

"ખબર નથી"

"કોઈએ તને લુટ્યો તો નથી ?"

"ના કોઈએ મને લુંટ્યો નથી. આ બધી ઈશ્વરની સજા છે... જે હુ ભોગવી રહ્યો છું."

"એ તો છે. તે બધાનો માલિક પછી કંઈ પણ ખાવાની અને ક્યાંય માથુ ટેકવવા જગ્યા મેળવવા માટે પણ મહેનત કરવી પડશે ને તારે ક્યાં જવાનું છે ?"

"મારે તો બધી જગ્યા બરાબર"

નનકુ હેરાન હતો કે આ માણસ દુષ્ટ તો લાગતો નથી. કેટલી મિઠાશ હતી તેના અવાજમા. પરંતુ તેનું કોઈ ઠામ-ઠેકાણું તો ન હતું. એથી નકુએ વિચાર્યું કે જરૂર તેની સાથે કંઈક અઘટિત થયું છે.

એવું વિચારતા તેણે અજાણ્યાને કહ્યું - "સારું, જો એ વાત છે તો મારી સાથે ઘરે ચાલ ત્યાં થોડો આરામ મળશે."

એટલું કહીને નનકુએ ઘરની તરફ ચાલવા લાગ્યો. તે માણસ પણ સાથે-સાથે ચાલી રહ્યો હતો. નનકુને એકલા કુર્તામાં ઠડી લાગી રહી હતી. નશો ઓછો થતો જતો હતો. ઠંડી વધતી જતી હતી. પરંતુ તે સીટી વગાડતો ઘરની તરફ આગળ વધતો જતો હતો. પરંતુ વારે વારે તેના મસ્તિષ્કમાં એક જ વિચાર આવતો હતો કે ઘરે જઈને શું થશે. ગયો હતો ધાબળો લેવા અને કેવા હાલમાં ઘરે પાછો ફર્યો છું એક તો ખાલી હાથ છે. તેના પર શરીર પર નિર્જઈ પણ રહી નથી અને પછી એથી પણ વધારે તો એ કે હવે એક માણસ વધારે સાથે થઈ ગયો. જેનું કંઈ ઠામ-ઠેકાણું છે અને ન તો તેની પાસે કપડા લેતા. મન્નો જોઈને શું વિચારશે ? ખુશ તો તે થવાથી રહી.

એ જ વાત વિચારી વિચારી પરેશાન થતો રહ્યો. પરંતુ જયારે તે અજાણ્યા માણસને જોતો અને તેની હાલત વિશે વિચારતો ખુશ પણ થતો હતો અને હિંમત પણ વધી જાય છે.

એ દિવસે સવારે નનકુની પત્નીએ બધુ કામ પત્નીની પાણી પણ ભરી લાવી અને બાળકોને પણ પીવડાવી પીવડાવી. પરવારી ગઈ. પછી સાંજે બેસીને વિચારતી રહી ખાવાનું બનાવું કે નહીં રોટલી તો ઘણી વધેલી છે. જો માનકુ એ વસ્તીમાંથી ખાઈને આવ્યો તો પછી શું ખાશે ? પછી તો કાલ માટે પણ ઘણી રોટલી રહેશે.

એવું વિચારી તેણે રોટલીઓ ફરી જોઈ અને બોલી- "બસ આજના માટે આ રોટલી પુરતી છે હવે નહીં બનાવું ઘરમાં લોટ પણ છે અને રવિવાર સુધી પુરો કરવાનો છે."

આવું વિચારી નનકુની પત્ની માનવંતીએ રોટિઓ ઢાંકીને રાખી દીધી અને પતિનો કુરતો સરખો કરતા વિચારવા લાગી કે - 'હમણાં જ ધાબળા પણ ખરીદીને લાવતા હશે' પરંતુ તે મનમાં જ બોલી. ક્યાંય દુકાનદાર તેને ઠગી ન લે.. એ તો ઘણા સીધા છે. એક બાળક પણ તેને મુર્ખ બનાવી શકે છે. દસ રુંપિયા પાસે છે કોઈ ઓછી રકમ નથી. એટલામાં ધાબળો અને દોહટ બંને આવી શકે છે. કપડા વગર શિયાળો કેવી રીતે પસાર થશે ? જો ધાબળો આવી જાય તો ઠીક રહેશે. નહીં તો બહાર પણ નહીં નીકળી શકીએ. ઘરમાં જેટલા કપડા હતા બધા પોતાની સાથે લઈ ગયા. મારી મિર્જઈ પણ પોતાની સાથે લઈ ગયા. ખબર નહીં ક્યારે આવશે. ઘણો સમય વિતી ચુક્યો છે. હવે તો તેમણે આવી જવું જોઈએ. ક્યાંય બહકી ન જાય, શરુંની વાસ..."

હજી તે આ બધું વિચારી જ રહી હતી કે દરવાજે કોઈ નો પગરવ સંભળાયો. તે ઝડપથી તે તરફ દોડી. તેણે જોયું કે નનકુની સાથે બીજો માણસ પણ છે. તેને માથા પર ટોપી ન હતી અને તેણે ઉંચા જુતા પહેરાલા હતા.

માનવંતીએ દારુંની વાસથી અંદાજો લગાવી દીધો કે આજે જરૂર નનકુ પીને આવ્યો છે અને પછી નનકુના શરીર પર મર્જઈ પણ ન હતી. અંગો છો ગાયબ હતો સાથે ન ધાબળો ન લોઈ અને ચુપચાપ ઉભો છે. એ જોઈને તેના ચહેરા પર હતાશા છવાઈ ગઈ.

તેણે વિચાર્યું પાસે જે પૈસા હતા, તેની તો દારું પી લીધો અને આ કોઈ ઉધાવગરી માણસ સાથે મળીને આખો દિવસ મોજમસ્તી કરી હશે અને હવે મારા માથે ઘડવા પોતાની સાથે લાવ્યો છે.

તે બંનેને અંદર આવવાનો રસ્તો આપ્યો અને તેની પાછળ-પાછળ પોતે પણ અંદર આવી ગઈ. તેણે જોયું કે તે માણસ જે સાથે આવ્યો હતો તે કંઈક નાજુક શરીરનો હતો અને જુવાન પણ છે અને મારી મિર્જઈ પણ તેણે જ પહેરેલી છે અને તેની નીચે ન કુર્તો છે અને ન તો કમીજ અને ન માટે ટોપી ત્યાં આવીને સીધો ઉભો રહી ગયો હતો. ન તો તે હલતો હતો ન ઉપર જોતો હતો. માનવંતી એ અંદાજ લગાવ્યો જરૂર કોઈ બદકાર છે. નહીં તો આ રીતે કેમ ડરે. તે ગુસ્સાથી એક તરફ ઉભી રહી ગઈ.

નનકુએ પોતાની ટોપી ઉતારી ખાટલા પર મુકી. એવી રીતે બેસી ગયો. જાણે કોઈ વાત જ ન થઈ હોય.

પછી બોલ્યો - “મન્નો કંઈ ખાવાનું હોય તો લેતી આવ.

માનવંતી બડબડીને રહી ગઈ. અને ટસથી મસ ન થઈ પહેલા તેણે નાનકુની તરફ જોયું અને પછી તે અજાણ્યા તરફ.

નાનકુએ માપી લીધું હતું કે તેની પત્નીનો મુડ ઠીક નથી. એથી તેણે વાતને રફા દફા કરવાનું વિચાર્યું અને અજાણ્યાનો હાથ પકડીને બોલ્યો - “અરે બેસ, હવે કંઈક ખાઈ-પી લે”

તેની વાત સાંભળી અજાણ્યો ત્યાં બેસી ગયો.

નનકુએ પત્નીની તરફ જોઈને કહ્યું - “અરે, અમારા માટે કયુ બનાવ્યું છે કે નહીં અને જો ન બનાવ્યું હોય તો બોલતી કેમ નથી”

માનવંતી ગુસ્સામાં બોલી - “રાખ્યું છે પરંતુ તારા માટે નથી, મને લાગે છે કે અક્કલ તો તું દારું સાથે પીને આવ્યો છે. લેવા તો તું ગયો હતો ધાબળો અને પાછો આવ્યો તો મિર્જઈ પણ ગાયબ છે. અને સાથે એક ઉઠાવગીરને પણ લઈને આવ્યો છે, જેની પાસે શરીર ઢાંકવા ચિથરું પણ નથી.

“માનવતી, હવે ચુપ રહે, તું નકામી જ જીભ ચલાવી રહી છો. પહેલા પુછતો ખરી આ કોણ છે અને ક્યાંથી આવ્યો છે ?”

“તો પછી, હું પહેલા એ પૂછું છું કે તે રુંપિયાનું શું કર્યું મને તેનો જવાબ આપ” તું ગુસ્સાથી ભડકી.

નનકુએ પોતાના ખીસામાંથી પાંચની નોટ કાઢીને તેની આગળ ધરી દીધી.

“આલો પાંચ રુંપિયા બેસી એ કંઈ આપ્યું નહીં પરંતુ જલદી આપવાનો વાયદો કર્યો છે.”

પરંતુ માનવંતીનો ગુસ્સો ઓછો ન થયો - “જુઓ તો ધાબળો તો લાવ્યા નહીં, પોતાની મિર્જઈ પણ કોઈ બીજાને આપી દીધી અને પોતાની સાથે લઈ આવ્યા.

તેણે આગળ વધીને નાનકુ પાસેથી નોટ છીનવી લીધી અને અંદર મુકવા ગઈ. પછી બોલી - “મારી પાસે કંઈ જ નથી. ખવડાવવા માટે દુનિયા આખીના ઉઠાવગીરોને ખવડાવવા માટે શું હું જ બચી છું.

સાંભળતો મન્નો. થોડીવાર માટે ચુપ થઈ જા અને મારી વાત સાંભળ” નાનકુએ કહ્યું.

“શું સાંભળું તારું ? બધુ જ તો પીવામાં જ ઉડાવી નાખ્યું. મારી માં એ જે કંઈ આપ્યું હતું તે પણ પી ગયા. હવે તો લાઈના પૈસાથી પણ દારું પી લીધો.

નનકુએ ઘણી સફાઈ આપવાની કોશિશ કરી પરંતુ માનવતીએ તેની એકપણ વાત ન સાંભળી અને બરાબર તેને વાતો સંભળાવતી રહી.

પછી તેણે ગુસ્સામાં આવીને નનકુનો હાથ ખેંચતા કહ્યું લાવ મારી મિર્જઈ મને પાછી આપ. એક લઈ-દઈને મારી પાસે બચી હતી. તેને પણ છીનવીને લઈ ગયા અને બીજાને આપી દીધી હમણાં જ તેની પાસેથી ઉતરાવી લો."

નાનકુ બોલ્યો, "લે લે "

પછી તેણે જોરથી ઝટકો આપીને પોતાનો કુર્તો શરીર પરથી ખેંચી ઉતાર્યો.

માનવંતી ચિલ્લાઈને બોલી - "આને હું શું કરું !"

પરંતુ નનકુ એ ગુસ્સામાં કુર્તો ઉતારી માનવંતીના માથામાં માર્યો.

માનવંતી કુર્તાને લઈને ચીસો-બુમો પાડવા લાગી. તે પોતાનો ગુસ્સો ઉતારી નાખવા ઈચ્છતી હતી. ગુસ્સામાં તેને એ વાતનો પણ ખ્યાલ ન રહ્યો કે એમાં આ બિચારા બીજા માણસનો શો વાંક છે ?

પછી તે થોડીવાર રોકાઈને બોલી - "જો તે સારો માણસ હોત તો ઉઘાડા શરીર ન હોત. તેના શરીર પર કુર્તો પણ નથી જો તેનું ઠામ -ઠેકાણું હોત તો તું બતાવી દે તને ખબર નહીં ક્યાંથી મળી ગયો.

નનકુએ ઉંડો શ્વાસ લેતા બોલ્યો - હું આટલીવારથી તને એ જ બતાવવાની કોશિશ કરી રહ્યો છું" પછી તેણે બધી વાત કહી સંભળાવી.

માનવંતીનો ગુસ્સો શાંત થયો ન હતો - પરંતુ તે માણસનો ચહેરો જોઈને તે ચુપ થઈ ગઈ. તે ખાટલાના પાયા પર ચુપચાપ બેઠો હતો તેની ગરદન નીચે ઝુકેલી હતી એ જોઈને માનવંતી ખામોશ થઈ ગઈ.

નનકુ બોલ્યો - "શું તને ઈશ્વરનો પણ ડર નથી ?"

માનવંતી નનકુની વાત સાંભળી થોડી નરમ થઈ ગઈ. તેના દિલમાં થોડી રહેમ આવી ગઈ. તે અંદરથી ખાવાનું લઈ આવી અને ખાટલા પર લાવી મુકી દીધું અને બોલી - "લો ભુખ લાગી હોય તો, થોડું ખાઈ લો."

પછી નનકુ અને તે માણસ મહાની સાથે રોટલી ખાવા બેસી ગયા માનવંતી આંગણામાં એક બોરી પાથરી બેસી ગઈ અને આશ્ચર્યથી તે માણસને જોવા લાગી. જોતા-જોતા જ તે માણસ માટે તેના દિલમાં દયા આવી ગઈ હતી.

હવે માનવંતી થોડી શાંત થઈ ગઈ હતી. તે જમ્યા પછી વાસણ હટાવ્યા અને તે નવા માણસ સાથે વાત કરવા લાગી.

તે બોલી - "ક્યાંનો રહેવાવાળો છો"

"હું અહીંનો નથી"

"તો પછી અહીંયા સુધી કેવી રીતે આવી પહોંચ્યો"

"બતાવી શકતો નથી."

"તારી આવી હાલત કેવી રીતે થઈ ગઈ ? કોઈએ લુટ્યો તો નથી"

માનવંતી એ આશ્ચર્યથી પુછ્યું.

"જી... બધો ખેલ પરમાત્માનો છે."

"તું ત્યાં ઉઘાડો પડ્યો હતો ?"

"જી હા હું ઠંડીમાં ઠુંઠવાઈ રહ્યો હતો. તેમણે મને જોયો તો પોતાના કપડા મને પહેરાવી દીધા અને પોતાની સાથે લઈ આવ્યા. પછી તમે મને ખાવાનું પણ ખવડાવ્યું. અને મારા પર દયા કરી ભગવાન તમને આનું ફળ આપશે.

માનવંતીએ ઉઠીને નનકુનો કુર્તો તે માણસને આપ્યો અને સાથે ધોતી પણ લાવી દીધી.

પછી તેને પૂછ્યું - સારું બતાવ સુઈશ ક્યાં જગ્યા ઘણી પડી છે. જયાં મન થાય ત્યાં સુઈ જા.

અજાણ્યો તે કપડા પહેરી ઓરડીમાં જઈને સુઈ ગયો. માનવંતીએ દીવો ઓલવી નાખ્યો અને ખાટલા પર સુઈ ગઈ. બંને પતિ-પત્ની ફાટેલો ધાબળો ઓઢીને સુઈ ગયા પરંતુ માનવંતીની આંખોમાં નીંદર ન હતી, તે સુતા-સુતા તે માણસ વિશે વિચારી રહી હતી. બધી રોટલીઓ ખત્મ થઈ ગઈ હતી. ઘરમાં લોટ પણ બચ્યો નથી. લઈ-દઈને જે કપડા હતા તે પણ આ માણસ પાસે પહોંચી ગયા એ વિચારીને તેને થોડી ચિંતા થઈ રહી હતી.

પરંતુ જયારે તેને તે માણસનું હાસ્ય યાદ આવતું હતું, તો તે બધું ભુલી જતી અને મન હળવું થવા લાગતું.

એ જ રીતે મોડી રાત સુધી જાગતી રહી. તેણે જોયું તો નનકુ પણ જાગી રહ્યો હતો. તેણે રજાઈ તેના તરફ કરતા કહ્યું-

"નનકુ"

"શું છે "

"રોટલી તો બધી ખત્મ થઈ ગઈ, અને લોટ પણ એક મુઠ્ઠિ બચ્યો છે. હવે શું થશે ? હવે તો માસી પાસે લોટ ઉધાર માંગવો પડશે.

"અરે જેણે જીવન આપ્યું છે તે ખાવાનું પણ આપશે"

પછી થોડીવાર વિચાર્યા પછી બોલી - "માણસ તો મને ભલો લાગે છે ? પરંતુ તે બતાવતો શા માટે નથી કે તે કોણ છે ?"

"હશે કોઈ મજબુરી"

"નનકુ"

"હાં"

"કેમ જી. આપણે બીજાને આપીએ છીએ તો પછી આપણને કેમ કોઈ આપતું નથી."

નનકુ સમજી ન શક્યો કે તે શું કહે તે બોલ્યો - "અરે છોડો બધી વાતો ને ? હવે સુઈ જાવ."

સવારે - સવારે નનકુની આંખ ખોલી. બાળકો હજી સુતેલા પડ્યા હતા અને માનવંતી ક્યાંથી લોટની વ્યવસ્થા કરી લાવી હતી. તે માણસ ચુપચાપ બેઠો આસમાનને નીરખી રહેતો હતો. તેના ચહેરા પર ખુશી છલકાઈ રહી હતી.

નનકુ બોલ્યો - "સાંભળ મિત્ર, પેટને રોટલી જોઈએ. અને શરીર ને કપડા એનો ઉપાય છે મહેનત તું કંઈ જાણે છે."

"હું તો કંઈ જ નથી જાણતો."

નનકુ હેરાન રહી ગયો પરંતુ પછી તેણે કહ્યું "જો કોઈ શીખવવા વાળુ હોય તો બધુ જ સખી લે છે."

"ઠીક છે. જો તમે કહો છો તો હું સીખી લઈશ.

"શું નામ છે તમારું ?"

"મંગલ"

"સારું મંગલ તું તારા વિશે બતાવવા નથી ઇચ્છતો તો રહેવા દે. ન બતાવ. પરંતુ ગુજારા માટે કંઈક તો કરવું પડશે. જેમ હું કહું કરીશ તો પછી તો તારા રહેવા અને ખાવામાં અમને કોઈ મુશ્કેલી નહીં થાય.

"જો ઈશ્વરની કૃપા રહી તો હું જલ્દી કંઈક કામ સીખી લઈશ. ભગવાન તમારું ભલુ કરે તમે મને બતાવતા રહો.

નનકુએ સુતર લઈને પગના અંગુઠા સાથે બાંધીને અને તેને ગુંથતાં કહ્યું - "જોઈ રહ્યો છે ને કંઈ જ પણ તો મુશ્કેલ નથી.

મંગળ ધ્યાનથી બધુ જોઈ રહ્યો હતો. પછી તેણે એ જ રીતે અંગુઠામાં સુતર બાંધી તે ગુંથવા લાગ્યો. તેણે જલ્દી આ શીખી લીધું અને ઘણું બધું સુતર ગુંથી લીધું.

પછી તેણે નનકુએ બતાવ્યું કે કેવી રીતે મીણબત્તીથી ચીકણું કરવામાં આવે છે. એ પણ મંગળ શીખી ગયો પછી તેણે બતાવ્યું કે કેવી રીતે ફંદો નાખવામાં આવે છે કેવી રીતે કંતાય છે. બધુ જ તેણે સરળતાથી સીખી લીધું.

ત્રણ દિવસમાં જ મંગલ કામને એવી રીતે કરવા લાગ્યો જાણે વરસોથી કરી રહ્યો હોય. આખો દિવસ લગનથી એ કામ કરતો રહેતો. થોડું એવું ખાતો અને પછી ચુપચાપ બેસીને આસમાન ને જોતો રહેતો, તે ન હસતો ન મજાક કરતો. બસ કામની જ વાતો કરતો હતો. પહેલા દિવસે જ્યારે માનવંતીએ તેને ખાવાનું આપ્યું. તે સમયે તો તેના ચહેરા પર થોડું હાસ્ય જોવા મળ્યું હતું. પરંતુ ત્યારપછી ક્યારેય તેના ચહેરા પર હાસ્ય દેખાયું નહીં.

આ રીતે દિવસો પસાર થતા ગયા. આખુ એક વર્ષ વીતી ગયું, મંગળ નનકુની

સાથે રહીને જ કામ કરતો લોકોમાં એ મશહુર થઈ ગયું હતું કે નનકુની સાથે જે માણસ રહે છે. તે એટલા સારા જુતા સીવે છે કે આસપાસમાં એવા કોઈ જુતા સીવતું નથી. તેથી નનકુની પાસે દુર દુરથી લોકો જુતા સીવડાવવા આવવા લાગ્યા. આ રીતે નનકુના ઘરની ખુશાલી વધવા લાગી.

શિયાળાના દિવસો હતા. નનકુ અને મંગલ કામ કરવા બેઠા જ હતા. ત્યારે બે ઘોડાવાળી બગી આવીને ત્યાં રોકાઈ. કોચવાને બગીનો દરવાજો ખોલ્યો તો તેમાંથી એક કિંમતી વસ્ત્ર પહેરેલો માણસ નીચે ઉતર્યો અને નજીકના ઘરની તરફ ગયો. માનવંતી એ જલ્દીથી આગળ વધીને દરવાજો ખોલી નાખ્યો.

તેના અંદર જતા જ નનકુએ સલામ કરી. તે આશ્ચર્ય સાથે આ અમીર માણસને જોઈ રહ્યો હતો. આ પહેલા તેણે ક્યારેય આવો માણસ જોયો ન હતો. તે માણસનો સુર્ખ ચેહરો બેવડિયું શરીર, ગરદન એવી કે પુછવું જ શું, કોઈ દેવતા જેવો લાગતો હતો.

એ સજ્જને પોતાના પરનો ચોંગો જેવો ઉતાર્યો તરત જ નોકરે સંભાળી લીધો હતો. તે બોલ્યો "તારામાંથી કોના બનાવેલા જુતા મશહુર છે ?"

નનકુએ આદરપૂર્વક બતાવ્યું - "જી, હું હાજર છું"

ત્યારે તે સજ્જને કોઈને અવાજ લગાવતા કહ્યું - "એ છોકરા, તે ચાકડુ લઈ આવતો"

નોકર ચામડાનું બંડલ લાવ્યો.

"ખોલ આને"

નોકરે ખોલી નાખ્યું સજ્જને લાકડાથી ચામડુ દેખાડતા કહ્યું - "જો આ ચામડુ છે."

"જી હાં"

"જાણે છે કેવું ચામડું છે ?"

નનકુ એ હાથથી ચામડાને જોયુ અને બોલ્યા - "સારું ચામડું છે."

"સારું છે ! મુર્ખ આવું ચામડુ તે તારા જનમમાં ક્યારેય જોયું નહીં હોય, જર્મનીથી મંગાવ્યું છે. એકલો આ ટુકડો વીસ રુંપિયાનો છે.

નનકુએ ધીમા અવાજે કહ્યું - "હુજુર ! આવું ચામડે અમે અમારા જીવનમાં કયારેય નથી જોયું.

"હાં, તો આના જુતા તૈયાર કરી શકો છો."

"જી હુજુર ! બનાવીશ"

તે સજ્જન વ્યક્તિ જોરથી બોલ્યા - "કહી તો દીધુ બનાવીશ બનાવી પણ સકીશ ? યાદ રાખજે કે કોણે કહ્યું છે અને કેવું ચામડુ છે ? એવા પ્રકારના જુતા બનવા

જોઈએ આખુ વર્ષ ચાલે ના ઉખડે ના બગડે કરી શકશી, તો લો આ ચામડુ અને શરું થઈ જાવ. અને જો ન કરી શકો તો સીધુ બતાવ. જો તારા બનાવેલા જુતા એક વર્ષમાં ઉકલી ગયા તો તને જેલમાં નાખી દઈશું, અને જો તે જુતા સારા બનાવ્યા તો તને દસ રુંપીયા મળશે''

નાનકુનો ડરનો માર્યો જવાબ ન બન્યો. તેણે મંગલની તરફ જોયું અને ઈશારાથી પુછ્યું - ''શું ઈરાદો છે. આ કાઈ લઈ લઉં ?

મંગલે માથુ હા માં હલાવ્યું.

નનકુએ કામ લઈ લીધું અને વાયદો કર્યો - ''એ ! અમારા પગ નું આ ઉતારો તો'' તેણે પોતાનો પગ આળ વધાર્યો પછી મનકુની તરફ જોઈને કહ્યું - જુઓ છો શું ? ચપ લઈ લો જુતાનું ''

નનકુ એ હાથ સાફી કરી માપ લેવાનું શરું કર્યું, ત્યારે તે સજ્જની નજર મંગલ પર પડી.

''આ કોણ છે.''

''માલિક એ મારી સાથે કામ કરે છે.'' મંગલે બતાવ્યું છે.

સજ્જન વ્યક્તિએ મંગલને કહ્યું - સાંભળ, તું પણ સારી રીતે કામ સમજી લે જુતા આખુ વર્ષભર ચાલવું જોઈએ.

નનકુએ આશ્ચર્યથી મંગળની તરફ જોયું મંગલ તે શ્રીમંત જોતો જ ન હતો. પરંતુ તેની પાછળ ખબર નહીં બીજા કોઈને જોઈ રહ્યો હતો. જોતા જોતા તેના ચહેરા પર હાસ્ય આવી ગયું.

ત્યારે સજ્જન ગુર્રાયા - ''દાંત કેમ બતાવે છે. મુર્ખ ખ્યાલ રાખજે. સમય પર જુતા તૈયાર થઈ જવાજોઈએ.

મંગળે કહ્યું - ''જી ઘણું સારું''

પછી તે સજ્જન પોતાનો ચોંગો ઉઠાવી દરવાજાની તરફ આગળ વધી ગયા. પરંતુ દરવાજામાંથી નીકળતી વખતે નીચે જોવાનું યાદ ન રહ્યું અને બાર સાખ તેના માથામાં વાગી.

ઘુંઘવાઈને બબડતો તે પોતાની ગાડી તરફ આગળ વધી ગયો.

તેના ગયા પછી નનકુ બોલ્યો ''માણસ હોતો આવો બિલકુલ દેવ જેવો લાગે છે. માથુ વાગ્યું તો બાર સાખ તુટવાથી બચી ગઈ પરંતુ તેના માથાનું કંઈ ન બગડ્યું.

માનવંતી બોલી - જે ખાશે-પીશે તે મજબુત જ બને. આવાં પથ્થરને તો મોત પણ નથી અડી શકતું.

નનકુએ મંગલને સમજાવ્યો - જો મિત્ર ! કામ તો લઈ લીધું પરંતુ ક્યાંય હું મુસિબતમાં ન પડી જાઉં. ચામડુ કિંમતી છે અને તે માણસ કડક છે. એટલે જુતામાં

ક્યાંય ખામી ન રહેવી જોઈએ. હું તો તારી પાસે નાદાન છું એટલે આ કામ તું જ કર. હું ત્યાં સુધીમાં તળીયા સીવી નાખું છું.

મંગલે ચામડુ ઉઠાવી લીધું. તેને પાથર્યું. મોડા અને રાપી લઈ ચામડાને કાપવાનું શરું કર્યું.

માનવંતી આશ્ચર્યથી મંગળને જોઈ રહી હતી, કારણ કે મંગળ ચામડાને એ રીતે નહોતો કાપતો જેમ કે એક જુતા માટે કાપવામાં આવે છે, તે કંઈક બીજી રીતે જ ચામડુ કાપી રહ્યો હતો.

તેને ટોકવાની ઇચ્છા થઈ પછી વિચાર્યું - "હું વધારે તો જાણતી નથી. કદાચ કોઈ ખાસ બુટ તૈયાર થઈ રહ્યા હોય.

ચામડુ કાપ્યા પછી મંગળે તેને સિવવાનું શરું કર્યું તે બેવડી સિલાઈ મારી રહ્યો હતો. જેમ કે કોઈ બાળકના સ્વિપર બની રહ્યા હોય. નનકુ જોઈને ગભરાઈ ગયો. તેણે વિચાર્યું - "મંગલ, એક વર્ષ સુધી મારી સાથે કામ કરતો રહ્યો, ક્યારેય તેણે ભૂલ કરી નથી. આજે શું થઈ ગયું. તેણે બધું ચામડુ નકામું કરી નાખ્યું. આ હવે હું તેને શું જવાબ આપીશ"

પછી તે બોલ્યો, "મંગલ તે બધા ચામડાનો નાશ કરી દીધો, તેણે તો ઉંચા બુટ બનાવ્યા હતા, આ તે શું બનાવી નાખ્યું.

તે મંગલને ખીજાઈ જ રહ્યો હતો કે ત્યારે બાહરથી કોઈનાં આવવાનો અવાજ આવ્યો. તેણે દરવાજા પર જોયું તો કોઈ ઘોડા પર સવાર થઈને આવ્યું હતું.

દરવાજો ખોલ્યો તો તે સજ્જન વ્યક્તિના સાથેવાળો માણસ સામે દેખાયો અને બોલ્યો - "જય રામજી કી"

"જય રામજી કી !" નનકુ એ કહ્યું - "કેમ આવવાનું થયું ?"

'માલિકણે જુતાના કારણે મને મોકલ્યો છે"

જુતાના કારણે ! શું મતલબ ?"

"હવે માલિક તો રહ્યા નથી. તે સ્વર્ગે સિધાવી ગયા.

"શું"

"તે અહીંથી ઘર સુધી પણ પહોંચ્યા ન હતા કે તેમનું મૃત્યુ થઈ ગયું. માલિકણે મને એટલા માટે મોકલ્યો છે કે હવે તેમને જુતાની જરૂર નથી. મુલાયમ સ્લિપર બનાવી છે. જેની સિલાઈ જેની સિલાઈ એકવડી હોય છે. તેમણે કહ્યું છે. જ્યાં સુધી તૈયાર ન થાય. ત્યાં જ રહે જે તારી સાથે લઈને જ આવજે.

મંગલે જે સ્લિપર તૈયાર કર્યા હતા. તેને સારી રીતે લુછીને વધેલું ચામડુ સમેટી બંને ચીજો તેના હવાલે કરી દીધી સ્લીપર લઈને તે ચાલ્યો ગયો.

આ રીતે દિવસો પસાર થઈ રહ્યા હતા. મંગલ ને નનકુની સાથે રહેતા-રહેતા

છ વર્ષ વીતી ગયા. આટલા વર્ષોમાં તે માત્ર બે વાર જ હસ્યો હતો. એકવાર તો ત્યારે જ્યારે માનવંતી એ તેને પહેલીવાર ભોજન આપ્યું હતું. બીજીવાર જ્યારે તે શ્રીમંત આવ્યો હતો. નનકુ તેનાથી ઘણો ખુશ હતો. તે વધારે સવાલ પણ તેમને પુછતો નહતો, કે ક્યાંય નારાજ થઈને ચાલ્યો ન જાય.

એક દિવસની વાત છે. મંગલ અને નનકુ કામમાં લાગેલા હતા. ત્યારે એક છોકરો હતો. તે મંગળની કમર પર ચઢતા બોલ્યો. "જુઓ કાકા, કોણ આવી રહી છે ? બે નાની છોકરીઓ પણ છે. એવું લાગે છે કે અહીં જ આવી રહી છે."

મંગલે ઓજાર નીચે રાખ્યા અને દરવાજાની બહાર જોવા લાગ્યો.

નનકુએ મંગલને આ રીતે જોવા પર ઘણું આશ્ચર્ય થયું તેણે પહેલા ક્યારેય આ રીતે જોયું ન હતું. નનકુ એ પણ બહાર નજર કરી. શું જુએ છે કે એક સ્ત્રી સારા કપડા પહેરેલી તેના ઘર તરફ જ આવી રહી છે. તેની સાથે બે છોકરીઓ છે. જે કદાચ જોડિયા હતી. એમાંથી એક છોકરી લંગડી હતી. તેણે પણ ગરમ અને સારા કપડા પહેરેલા હતા.

તે સ્ત્રી ચાલીને તેમના ઘરે જ આવી. અંદર આવીને તેણે બંનેનું અભિવાદન કર્યું.

નનકુ બોલ્યો - "આવો, આવો અમારે લાયક કંઈક કામ છે ?"

હું આ બંને છોકરીઓના જુતા બનાવવા ઈચ્છું છું જુતા જરા નરમ હોવા જોઈએ. ગરમીને લાયક."

"જરૂર બનાવી દઈશું અમે નાની જોડી ક્યારેય બનાવી નથી. પરંતુ હવે બનાવી દઈશું. મારા આ માણસનાં હાથમાં હુન્નર છે."

કહીને તેણે મંગલ તરફ જોયું. જુએ છે તો મંગલ કામ છોડી આ છોકરીઓ તરફ ધ્યાનથી જોઈ રહ્યો છે. નનકુને ઘણું આશ્ચર્ય હતું કે છોકરીઓ પણ ઘણી સુંદર હતી. નનકુની સમજણમાં આવતું ન હતું કે તે એ તરફ શા માટે જોઈ રહ્યો છે. એવું લાગતું હતું કે તે તેને ઓળખતો હોય. પરંતુ તે એ સ્ત્રી સાથે બરાબર કામની વાતો કરી રહ્યો હતો. કીંમત પટી જવાથી નનકુ માપ લેવા આગળ વધ્યો. તે સ્ત્રીએ લંગડીને પોતાના ગોદમાં ઉઠાવી કહ્યું - "આ છોકરીના પગના માપથી જ બંને જોડી જુતા બનાવી દો બંનેનું માપ એક જ છે." નનકુએ માપ લેતા કહ્યું - "જી આ કેવી રીતે થઈ ગયું. કેટલી સારી બાળકીઓ છે. શું જનમથી જ આવી છે.

"ના ના તેની માતાથી જ પગ કચડાઈ ગયો હતો ?"

ત્યારે માનવતી ત્યાં આવીને બોલી, "તો શું તું એની માં નથી ?"

"ના હું તેની માં નથી, હું તો તેમને જાણતી પણ ન હતી. પરંતુ હવે તે મારી પાસે જ રહે છે."

"તારી નથી છતાં પણ તું તેમને આટલો પ્રેમ કરે છે."

"પ્રેમ કેમ નહીં કરું, બંને ને દુધ પીવડાવી મોટી કરી છે. મારે પણ એક છોકરો હતો એને ભગવાને લઈ લીધો. હવે તો બસ આ જ છે."

"તો પછી આ બાળકી કોની છે."

લગભગ છ વર્ષ પહેલા તેના મા-બાપ મરી ગયા. બે દિવસ પહેલા બાપ મરી ગયો હતો. ત્યારબાદ તેની માં મૃત્યુ પામી. બાપ આ દુનિયામાં એકલો હતો અને લાકડા કાપવાનું કામ કરતા હતા, એક દિવસ જંગલમાં ઝાડ કાપવા જઈ રહ્યો હતો. ઝાડ તેના પર આવી પડ્યું. ઘરે લાવતા પહેલા જ તે મૃત્યુ પામ્યો તેના ત્રીજા દિવસે માં એ આ જોડિયા છોકરીઓને જન્મ આપ્યો અને જન્મ આપતા જ મરી ગઈ.

બીજા દિવસે સવારે હું જોવા ગઈ તો તે બિચારી મરેલી પડી હતી. અને આ બાળકી. ટાંગ નીચે દબાયેલી હતી. પછી ગામના લોકો એ જ તેના ક્રિયાકર્મ કર્યા. એ બંને છોકરીઓ એકલી રહી ગઈ. ગામમાં માત્ર હું જ હતી. જેને દોઢ મહીનાનું બાળક હતું અને મારું દુધ પીતો હતો. એટલે જ આ બંને છોકરીઓને પણ મેં જ લઈ લીધી.

ગામના લોકોએ પણ મને કહ્યું હતું કે ભગવતી ! અત્યારે આને માત્ર તુજ પાળી શકે છે. પછી જોયું જશે કે આનું શું કરવાનું છે. મેં બંને બાળકીઓને મારું દુધ પીવડાવ્યું અને પાળવા લાગી. પરમાત્માએ પણ મને એટલું દુધ આપ્યું કે એને પીવડાવવામાં ક્યારેય ઓછું નથયું અને મારો પુત્ર પણ પેટ ભરીને દુધ પીતો હતો.

આ રીતે ત્રણેય જણ વર્ષના થઈ ગયા. પરંતુ ઈશ્વરનું કરવું એવું જ હતું. તેણે મારા પુત્રને પોતાની પાસે બોલાવી લીધો. હવે મારું કોઈ સંતાન નહતું. પરંતુ અમે દિવસે ને દિવસે ખુશહાલ થતા ગયા. હવે મારા પતિ એક ભાડાના વેપારીને ત્યાં એજન્ટ છે. સારો એવો પગાર મેળવે છે. અને મજાથી દિવસો પસાર થાય છે અને હવે આ છોકરીઓ જ મારા માટે બધુ છે."

માનવંતીએ ઉંડો શ્વાસ લેતા બોલી - "સાચી વાત છે. મા-બાપ વગર તો જીવી શકાય છે પરંતુ ઈશ્વર વિના ન જીવી શકાય.

આ પ્રકારની વાતો કરવામાં લાગેલા હતા ત્યારે ત્યાં એટલા જોરથી વિજળી ચમકી કે રોશની થઈ ગઈ. બધાને આશ્ચર્ય થઈ રહ્યું હતું. જુએ છે તો રોશની ત્યાંથી આવી રહી છે. જ્યાં મંગળ બેઠો છે. બધા મંગલ તરફ જોઈ રહ્યા હતા. મંગળ ઘુંટણો પર હાથ રાખી આકાશની તરફ જોઈ રહ્યો હતો અને તેના ચહેરા પર હાસ્ય ખીલી આવ્યું.

તે સ્ત્રી પોતાની છોકરીઓને લઈને ચાલી ગઈ. પછી મંગલ પોતાની જગ્યાએથી ઉઠ્યો અને નનકુ અને તેની પત્ની ને હાથ જોડીને કહ્યું - "હવે મને આજ્ઞા આપો, ઈશ્વરેમારા અપરાધને ક્ષમા કરી દીધો. જો જાણતા-અજાણતા મારાથી કોઈ ભુલ થઈ ગઈ હોય તો મને માફ કરી દેજો."

મંગળના ચહેરા પર આશા ફુટી રહી હતી. મગલ નીં પાસે નનકુ માથુ ઝુકાવી બોલ્યો - "મને લાગે છે કે તું કોઈ સાધારણ મનુષ્ય નથી. હું એ લાયક તો નથી કે તને રોકું પરંતુ મને તારા વિશે બતાવ કે તું તે મંદિર પાસે કેવી રીતે પહોંચ્યો અને જ્યારે મારી પત્ની એ તને ભોજન આપ્યું તો તું હસ્યો. બીજી વારતું ત્યારે હસ્યો જ્યારે તે શ્રીમંત અહીંયા આવ્યો હતો અને આજે હું ત્રીજી વાર આટલો ખુશ જોઈ રહ્યો છું. મંગલ મને એ વિશે બતાવ કે તું ત્રણ વાર કેમ હસ્યો અને એ સમયે તારા ચહેરાની શોભા જોવાલાયક હતી.

મંગલે જવાબ આપ્યો - "મને સજા મળેલી હતી, હવે ઈશ્વરે મને માફ કરી દીધો. હું ત્રણ વાર હસ્યો. કારણ કે ઈશ્વરે તને ત્રણ સત્ય જાણવા અહીંયા મોકલ્યો હતો. હવે તે હું જાણી ગયો છું. ત્યારે મેં જ્યારે જાણ્યું જ્યારે તમારી પત્નીએ મને ભોજન આપી મારા પર કરુંણા કરી ત્યારે મેં પહેલી વાર જાણ્યું. બીજું સત્ય મેં ત્યારે જાણ્યું જ્યારે તે શ્રીમંત અહીંયા આવ્યો એટલે બીજી વાર હું હસ્યો હતો. હવે આ છોકરીઓને જોઈને મેં ત્રીજુ સત્ય જાણ્યું એટલે હું ત્રીજી વાર હસ્યો.

"આનાથી નનકુએ પુછ્યું - "મંગલ અમને બતાવો કે ઈશ્વરે તને દંડ શા માટે કર્યો અને તે ત્રણ સત્ય શું છે ?

મંગલે જવાબ આપ્યો - "મેં ભગવાનની આજ્ઞા ટાળી હતી. એટલે મને સજા મળી. હું સ્વર્ગનો દેવતા છું. ઈશ્વરે મને એક સ્ત્રીના પ્રાણ લેવા માટે મોકલ્યો હતો. જ્યારે હું ધરતી પર આવ્યો અને જોયું કે તે એકલી છે અને તેણે હમણાં જ બે બાકીને જન્મ આપ્યો છે. બાળકીઓ માંની બાજુમાં પડીને રડી રહી હતી. પરંતુ માં તેને ઉઠાવી છાતી સુધી લઈ જઈ શકતી ન હતી.

મને જોઈને તે સમજી ગઈ કે હું ઈશ્વરનો દુત છું. તે રડતા રડતા બોલી - "મારા પતિની ચિતા હજી ઠંડી નથી થઈ, મારા પછી મારી બાળકીઓને જોવા વાળુ કોઈ નથી. હું થોડું તેને દુધ પીવડાવી મોટી કરી લઉં, જ્યારે તે પોતાના પગ પર ચાલવા લાગશે ત્યારે તું બેશક મને લઈ જજે."

મને દયા આવી ગઈ. મેં તેની બંને છોકરીઓને તેના હાથ પર મુકી દીધી અને પાછા આવીને ઈશ્વરને આખી વાત સંભળાવી.

ઈશ્વરે કહ્યું - "જાવ, તેની માં ની આત્માને લઈને આવો અને ત્રણ સત્યને સીખો કે માણસોમાં કયા તત્ત્વનો વાસ છે, માણસનાં શું વશમાં નથી અને તે કોનું ખવડાવેલું જીવે છે. જ્યારે આ ત્રણેય વાત સીખી લઈશ, ત્યારે જ તું સ્વર્ગમાં પાછો આવી શકીશ."

મેં ધરતી પર આવીને તે સ્ત્રીના પ્રાણ લઈને જેવો ઉઠ્યો, ત્યારે મને એવું લાગ્યું કોઈ એ મને ફેંકી દીધો હોય અને હું ઉડવા અસમર્થ થઈ ગયો છું. અને તે સ્ત્રીની

આત્મા એકલી જ ઈશ્વર પાસે જઈ રહી હતી અને હું ધરતી પર રસ્તા કિનારે અસહાય પડયો હતો.

નનકુ અને તેની પત્નીની સમજણમાં બધી વાત આવી ગઈ હતી. પછી દેવદુતે બતાવ્યું કે - "હું ત્યાં એકલો પડેલો હતો, માણસ થતા પહેલા મેં ક્યારેય મેં ઠંડી કે ભુખ જાણી ન હતી. પરંતુ અહીંયા આવવાથી મને આ ચીજોનો અહેસાસ થયો. મારી સમજમાં એ આવતું ન હતું કે હું શું કરું ? ત્યારે મારી નજર મંદિર પર પડી. હું ત્યાં એ વિચારી ચાલી નીકળ્યો કે શરણ મળશે. પરંતુ મંદિરમાં તાળુ લાગેલું હતું એટલે ઠંડીથી બચવા માટે હું મંદિરની દિવાલને અડીને બેસી ગયો એ સમયે હું ભુખ્યો હતો અને ઠંડીથી ઠુઠવાઈ રહ્યો હતો ત્યારે જ મને કોઈ મનુષ્યનો પગરવ સંભળાયો, પોતે માણસ થયા પછી પહેલીવાર મેં માણસનો ચહેરો જોયો હતો. મને જોઈને ઘણું ભયાનક લાગ્યું. મેં આંખો બંધ કરી દીધી. પરંતુ તે માણસ આગળ વધી ગયો. તે જોઈને મારી હતી એ આશા પણ જતી રહી.

ત્યારે મેં જોયું કે તે પાછો આવી રહ્યો છે, તેણે પાસે આવીને મને કપડા આપ્યા અને મને પોતાના ઘરે લાવ્યો તેની પત્નીએ જ્યારે ભોજન લાવીને મારી સામે રાખ્યું અને કરુંણાથી ભરેલી દૃષ્ટિએ મારી સામે જોયું તો તેનામાં રહેલા ઈશ્વરની મહિમા મને દેખાવા લાગી. એ સમયે મને પહેલી સચ્ચાઈની વાત યાદ આવી. - ઈશ્વરે કહ્યું હતું કે એ જાણો કે માણસની અંદર શેનો વાસ છે. ત્યારે મેં જાણ્યું કે માણસની અંદર પ્રેમનો વાસ છે.

ત્યારે મને એ વાતની ખુશી થઈ કે ઈશ્વરની ક્યાં દૃષ્ટિ મારા પર બનેલી છે અને સત્ય દર્શનમાં તે મારા મદદગાર છે. આ જોઈને જ હું હસ્યો.

બીજુ સત્ય મેં જ્યારે જાણ્યું તે અમીર માણસ જુતા બનાવવા અહીંયા આવ્યો હતો તે જુતા બનાવવા ઈચ્છતો હતો. જે એક વર્ષ સુધી ચાલે ન ઉકેલાય, ન ખરાબ થાય. પરંતુ હું જાણી ચુક્યો હતો કે આજનો સુરજ છુપતા પહેલા તે મરી જશે. આ જોઈ મેં વિચાર્યું કે જુઓ, આ માણસ વર્ષ આખાનો બંદોબસ્ત કરી રહ્યો છે. પરંતુ તેને ખબર નથી કે તે કેટલીવારનો મહેમાન છે. એ સમયે મને ઈશ્વરની વાત યાદ આવી ગઈ કે એ સીખો કે શું તેના વશમાં નથી.

હવે મેં જાણી લીધું હતું કે માણસના વશમાં શું નથી. માણસના વશમાં એ નથી કે પોતાની આગળની જરુંરિયાતો જાણે. બીજી સચ્ચાઈ જાણવાથી મને હસવું આવ્યું હતું.

પરંતુ હજી પણ હું આ ત્રીજા સત્યથી અજાણ હતો. તે એ કે માણસ કોના શ્વાસથી જીવે છે. પછી કેટલાક દિવસ પછી તે મહિલા આ જોડિયા છોકરીઓને લઈને અહીંયા આવી. મેં જોતા જ એ છોકરીઓને ઓળખી લીધી. અને એ બધુ પણ જાણી લીધુ કે કેવીરીતે એ બંને છોકરોઓનો ઉછેર થયો. તે બધું સાંભળી મેં વિચાર્યું કે તેની

માં એ એ બાળકીઓના કારણે જ મને રોકી રાખ્યો હતો અને મેં તેની વાત માની લીધી હતી.

પરંતુ જુઓ, એક અજાણી સ્ત્રીએ કેવી રીતે તેનો ઉછેર કર્યો ત્યારે જ મેં જાણી લીધું કે લોકો કોના જિવાડેલા જીવે છે. એ સમયે હું ઘણો ખુશ થયો કારણ કે પરમાત્માએ મને ત્રણેય સચ્ચાઈઓના દર્શન કરાવી દીધા હતા. મારા અપરાધને માફ કરી દીધા હતા. તેથી હું ત્રીજી વાર હસ્યો.

તે દેવદુતનું શરીર વ્યિ બનીને દસેય દિશાઓમાં ભળી ગયું. તેની અંદર થી એટલો પ્રકાશ નીકળી રહ્યો હતો કે નજર રોકાતી ન હતી. માત્ર અવાજ જ સંભળાતો હતો. એ જ વાણીમાં દેવદુતે કહ્યું - "હું જાણી ગયો છું કે લોકો પોતાની ચિંતા કરતા નથી, પરંતુ પ્રેમથી રહે છે.

આ બાળકીઓની માં ને ખબર ન હતી કે તેના જીવનને શું જોઈએ છે. ના તો એ અમિર માણસને ખબર હતી કે કોઈ માણસના વશમાં નથી કે સાંજ સુધીમાં શું થશે.

માણસ બનીને હું જિવતો રહ્યો એટલા માટે નહીં કે પોતાની પરવાહ કરી કે કરી શક્યો. પરંતુ એટલા માટે કે એક રાહગીરના દિલમાં પ્રેમનો અંશ છે, તેણે અને તેની પત્નીએ મારા પર કરુંણા કરી અને મને પ્રેમ આપ્યો. અનાથ બાળકીઓ જીવતી રહી તો માંની ચિંતાના સહારે નહીં માત્ર એટલા માટે કે એક અજાણી સ્ત્રીના દિલમાં પ્રેમ હતો.

"મેં જાણ્યું છે કે - ઈશ્વર એ નથી ઇચ્છતો કે લોકો અલગ અલગ જીવે. ઈશ્વર તો એ ઇચ્છે છે કે બધા એક જ ભાવથી જીવે. એથી જ બધાને ખબર છે કે બધાની જરુંરિયાત શું છે ?"

આટલુ કહીને તે દેવદુત ધરતી પરથી આસમાન તરફ એક સળગતી. જયોતના રુંપમાં ચાલ્યો ગયો. જેની ગુંજથી આખુ વાયુમંડળ હલી ગયું.

નનકુ અને તેની પત્ની ડરેલા સહેમેલા ત્યાંજ ઉભા રહી ગયા. ત્યારે જ દેવદુતમાં પ્રકાશના પંખ લાગી ગયા અને તે ઉડતો આસમાનની તરફ ચાલ્યો ગયો.

જયારે નનકુને હોશ આવ્યો તો મકાન એવું ને એવું જ હતું અને તેની સામે તેના પરિવારના સભ્ય જ હતા.

# સૂરતની વાત

ઘણા સમય પહેલાની ઘટના છે. ભારતના એક શહેર સુરતમાં અતિથિઓને રોકાવા માટે એક ધર્મશાળા હતી. એ દિવસોમાં સુરત એક મોટું બંદર હતું અને આખી દુનિયાના દેશ-વિદેશનાં યાત્રીઓ અહીંયા આવતા હતા. અને તે ધર્મ શાળામાં ઉતરતા હતા.

એક દિવસની વાત છે. એક ફારસી આલિમ ત્યાં પહોંચ્યા તેમણે પોતાનું આખું જીવન ઈશ તત્ત્વ પર ચિંતન મનન કરીને જ વિતાવ્યું હતું. અને એ વિષયમાં ઘણું બધુ વાંચ્યું-લખ્યું હતું. પરમાત્માના વિષયમાં તેમણે એટલું વિચાર્યું હતું કે તેની બુદ્ધિ ભ્રમમાં પડી ગઈ હતી. અને ઈશ્વરની સત્તા પરથી તેનો વિશ્વાસ જતો રહ્યો હતો. એ વાતની ખબર જ્યારે ત્યાંના બાદશાહને પડી તો તેણે તેમને દેશમાંથી કાઢી મુકવાનો આદેશ કર્યો.

આ આલિમ ફાજિલની સાથે આફ્રિકાનો એક હબસી ગુલામ પણ ગયો હતો. હંમેશા તે તેની સાથે રડતો હતો. જ્યારે આલિમ ધર્મશાળામાં દાખલ થયો તો ગુલામ દરવાજાની બહાર જ રોકાઈ ગયો, ત્યાં બાહર એક પથ્થરની ઉપર તડકામાં બેઠો હતો ત્યાં માખીઓ કંઈક વધારે હતી તેથી તેને ઉડાવી રહ્યો હતો.

અંદર પહોંચી તે ફારસી આલિમ આરામથી પલંગ પર સુતેલા હતા. તે જાણે પોતાના માટે એક નોકરને શરબતના પ્યાલા માટે આદેશ આપ્યો. એ શરબત પીતા જ તેમના દિમાગમાં તેજી આવવી શરું થઈ ગઈ હતી. ત્યારે ધરમશાળાના ખુલ્લા દરવાજામાં એ તરફ બાંધેલા ગુલામને તેમણે કહ્યું - "કેમ રે, તારો શું ખ્યાલ છે - ખુદા છે કે નહીં"

"ખુદા તો છે" ગુલામે કહ્યું પછી કમરમાં બાંધેલી પોતાની પેટીમાંથી લાકડાની એક મૂર્તિ કાઢતા બોલ્યો - "જુઓ જી આ છે. એ જ ખુદાએ મારા જન્મથી લઈને આજ સુધી મને બચાવ્યો છે. અને મારો ઉછેર કર્યો છે. અમારા દેશમાં દરેક માણસ જે વડની પૂજા કરે છે. તે ખુદા મારા એ જ લાકડાના બનેલા છે."

જેટલા પણ અતિથી શાળામાં લોકો હતા, બધા ગુલામની વાત આશ્ચર્યથી સાંભળી રહ્યા હતા. સૌપ્રથમ તો તેમના માલિકના સવાલ પર આશ્ચર્ય થયું અને બીજીવાર ગુલામની જવાબ આપવા પર.

ત્યાં એક બ્રાહ્મણ પણ બેઠા હતા. ગુલામની વાત સાંભળી તેમણે તેના તરફ જોઈને કહ્યું - "અરે મુર્ખ ! શું તું એ વાતને હકિકત માને છે કે તું ખુદાને તારી પેટીમાં

લઈને ફરે છે, અરે, ઈશ્વર તો એક જ છે. તે બ્રહ્મ છે. સમસ્ત સૃષ્ટિમાં તે મોટો છે. કારણ કે સૃષ્ટા છે. બ્રહ્મ જ સત્ છે. એ જ સત્તાધીશ છે. તેની મહિમા પુજામાં ગંગા કિનારે અનેક ને અનેક અમારા મંદિર બનેલા છે."

બ્રાહ્મણ પંડિતના કહેવાના તાત્પર્ય હતું કે અહીં ઉપસ્થિત મંડળી બધા તેમના પ્રભાવથી વિશ્વસ્ત રહેશે. પરંતુ ત્યાં એક યહુદી દલાલ પણ હાજર હતા. તેના જવાબમાં તે બોલ્યા - "ના, હિન્દુસ્તાનના મંદિરોમાં સાચા ખદા નથી ન તો ઈશ્વર બ્રાહ્મણોને વિશેષ માને છે. સાચો ઈશ્વર બ્રાહ્મણોનો ઈશ્વર ન માની શકાય. પરંતુ ઈબ્રાહિમ, ઈસહાક અને યાકુળના ખુદા સાચા છે. અને તેમનો પડછાયો બધાનો છોડીને પહેલા ઈઝરાયેલ વાળાને મળ્યો છે. જ્યારથી દુનિયાનો આરંભ થયો. ત્યારથી જ અમારી જાતિને તેમના શરણનું વરદાન મળ્યું છે. એની પાસે એટલું કોઈ નથી. જેટલા અમે છીએ.

આ તો અમારી પરિક્ષા છે. કારણ કે તેનું કહેવાનું છે કે એક દિવસ હશે કે તેની પ્રિય જાતિના લોકો થેરુસલેમમાં ભેગા થશે. ત્યારે યેરુંસલેમનું અમારું પ્રાચીન મંદિર પોતાની પહેલાવાળી મહિમા પર આવી જશે. અને ઈજરત ઈજાઈલ ત્યાં બેસીને તમામ જાતિઓ અને દેશો પર રાજ કરશે.

આ વાત કહેતા યહુદીની આંખમાં આંસુ આવી ગયા તે એક માણસની તરફ જોઈને કહેવા લાગ્યો - "તે હમણાં જે કહ્યું તે સાચું નથી તું ઈશ્વર પર અન્યાય કરી રહ્યો છે. તે બીજા લોકો કરતા તારી જાતિને વધારે પ્રેમ કરતા નથી અને કોઈ કારણસર આ વાત સાચી હોય તો પણ ઈઝરાયેલના લોકો ઈશ્વરને વધારે પ્યારા હતા તો પછી અહીં ૧૯૦૦ વર્ષથી આ લોકોએ પોતાની કરતુતોથી તેમને નારાજ કર્યા છે.

તેથી જ ગુસ્સામાં આવીને ઈશ્વરે તમારી જાતિને વેરવિખેર કરી નાખી અને લોકોને તમારા ધર્મમાં વધારી પણ શકતા નથી. પરમાત્મા કોઈ ખાસ જાતિ સાથે પક્ષપાત નથી કરતા. પરંતુ રોમન ચર્ચે તેના માટે ખાસ પ્રકાશ આપ્યો છે તથા જેનું કલ્યાણ થવાનું છે. તે વ્યક્તિને તે જાતે જ ચર્ચમાં મોકલે છે. તેથી જ ચર્ચ સિવાય કોઈ મુક્તિનો માર્ગ નથી."

એ લોકોમાં એક પ્રોસ્ટેસ્ટેટ પણ હતા તે એમન પાદરીની વાત સાંભળીને બોલ્યા - "તું કેવી રીતે કહી શકે છે કે મુક્તિ તમારા ધર્મમાં છે ? વાસ્તવમાં તો મુક્ત અને રક્ષા એ લોકોને જ મળશે જે ઈશુના આપેલા ઉદેશોનો મનથી તથા સચ્ચાઈથી માનશે અને એ પ્રમાણે જ ચાલશે.

એ સમયે એક તુર્ક પણ ત્યાં હાજર હતો જે જકાત ઓફિસમાં ઓફિસર હતા, તે ત્યારે ત્યાં ચિરુંટ પીવા બેઠા હતા. એ બંનેની વાત સાંભળી તેની તરફ એ રીતે જોયું જેમ કે બંને ખોટુ કહી રહ્યા હોય તે બોલ્યા - "ઈસાઈ કે રોમન ધર્મના મજહબ." પર તમને રાખવા ખોટા છે. આજથી બારસો વર્ષ પહેલા તેની જગ્યા એક સાચા મજહબે લઈ લીધી છે. તે મજહબને નબી હજરત મોહમ્મદ પર ઈમાન લાવો.

આ મજહબ એ ઈસ્લામ છે. તમે લોકો એ વાતથી અજાણ્યા નથી કે ઈસ્લામ મજહબ કેવી રીતે એશિયા અને યુરોપમાં વધતો જઈ રહ્યો છે. જે લોકો મોમિન હશે તથા મોહમ્મદને ખુદાના છેલ્લા પૈગમ્બર માનીને તેના પર ઈમાન લાવશે, એમાંથી પણ તે લોકો ઉમરનાં માનવાવાળા છે. અલીને માનવાવાળા લોકો કાફિર છે.

ફારસી આલિમ અલીના માનવા વાળા હતા. તેથી તેમણે કંઈક કહેવાનું જ ઈચ્છયું હતું પરંતુ ત્યાં સુધી ત્યાં બેઠેલા અનેક લોકોની વચ્ચે વિવાદ છેડાઈ ગયો હતો. બધા લોકો પોતપોતાના પરમાત્મા ને લઈને ઝગડતા હતા એ લોકોનું કહેવાનું હતું કે એમનો જ ઈશ્વર સાચો છે.

ચર્ચા ખુબ જ વધારે વધી ગઈ હતી, પરંતુ તેમની વચ્ચે એક માણસ બિલકુલ ચુપચાપ બેઠો હતો. એ ચીન દેશનો હતો. કન્ફ્યુશિયસમાં શ્રદ્ધા રાખતો હતો. તે ખુણામાં બેસીને ચુપચાપ ચા પી રહ્યો હતો.

તે તુર્ક માણસે તેને કહ્યું - "એ ચીની મિત્ર ! જે મેં હમણા કહ્યં છે તેની તાઈદ મને તારી પાસેથી મળશે. તમારા દેશના વેપારી જે જકાત અંગે મારી પાસે આવતા રહે છે. તે કહે છે કે ચીનમાં અનેક મઠ છે. પરંતુ ચીની લોકો ઈસ્લામને જ શ્રેષ્ઠ માને છે. તે પોતાની ખુશીથી તેને કબુલ કરતા જોઈ રહ્યા છે. આ મામલામાં તારો શું વિચાર છે ?"

એ ચીની મહાશયે પોતાની આંખો બંધ કરી દીધી. જેમ કે કંઈક વિચારી રહ્યા હોય. પછી બંને હાથને પોતાની છાતી પર મુકી દીધા અને સૌમ્ય અવાજમાં કહ્યું - "ભાઈઓ મને લાગે છે કે તમારા બધામાં ઘણો અહંકાર છે. અને એ જ ધર્મ વિશ્વાસના મામલામાં આપણને એકબીજા સાથે સહમત થતા રોકે છે. જો તમારા લોકોની પરવાનગી હોય તો હું તમને એક વાર્તા સંભળાવવા ઈચ્છું છું."

લોકો ચુપ થઈ ગયા તેણે કહેવાનું શરું કર્યું.

"આપણે બધા લોકો પાણીના જહાજ પર સવાર થઈને અહીંયા આવ્યા છીએ એ જહાજે આખી દુનિયાનું ચક્કર લગાવ્યું છે. આપણે પાણી માટે રસ્તામાં રોકાવાનું હતું. એટલે આપણે નારિયેળનાં ઝાડના છાંયડામાં બેસી ગયા. નજીકમાં એક ગામ હતું. આપણે અનેક દેશના લોકો ત્યાં એકત્રિત હતા.

ત્યારે ત્યાં એક આંધળી વ્યક્તિ આવી. પછી ખબર પડી કે સતત સુરજની સામે જોવાથી તે આંધળો થઈ ગયો હતો.

આંધળો હોવાથી તે વધારે પ્રમાણમાં પોતાના મનમાં તર્ક કરવા લાગ્યો. વિચારતો કે સુર્યનો પ્રકાશ કોઈ તરલ પદાર્થ તો નથી. જો તરલ હોત તો તેને એક વાસણમાંથી બીજા વાસણમાં કરી શકાય છે. ન તે આગ છે. આગ હોત તો પાણીથી બુઝાવી શકાત ન તો તે આત્મા છે. કારણ કે આત્મા તો અદશ્ય છે. અને પ્રકાશ તો દેખાય છે. ન તો તે કોઈ એવી વસ્તુ છે જેને પકડી શકાય તો પછી એ સાબિત થયું કે તે છે જ નહીં તેથી તે અસત્ય છે.

એ આંધળા માણસ સાથે એક નોકર પણ હતો. તેણે પોતાના માલિકને નારિયેળના ઝાડના છાંયડામાં બેસાડી દીધો અને જમીન પરથી એક નારિયેળ ઉઠાવી રાત માટે રોશનીની વ્યવસ્થા કરવા લાગ્યો. પછી નારિયેળની જટાની તેણે વણીને વાટ બનાવી. ગીરીને કચડીને તેણે ખોલમાંથી તેલ કાઢી લીધું અને વાટને તેલમાં પલાળીને રાખી દીધી.

એ દાસ ત્યાં બેઠો જ્યારે એ કરી રહ્યો હતો તો તેના માલિકે તેને કહ્યું - "કેમ રે ! મેં તને સાચુ કહ્યું હતું. સુરજ છે જ નહીં જો ચારે બાજુ કેવું અંધારું છે. છતાં પણ કહે છે કે સુરજ નીકળેલો છે."

દાસે કહ્યું - "એ તો હું નથી જાણતો કે સુરજ કોને કહે છે. પરંતુ રોશની શું હોય છે, એ હું જાણું છું. તેના સહારે હું તમને એ પણ દેખાડી શકું છું અને પ્રકાશથી તમને ભોજન પકાવીને પણ આપી શકું છું.

આટલું કહીને તેણે પોતાના નારિયેળના દિપકને ઉપર ઉઠાવતા કહ્યું - એ જ મારો સુરજ છે."

ત્યાં એક લંગડો વ્યક્તિ પોતાની કાખઘોડી રાખીને બેઠો હતો એ સાંભળી તે હસતા હસતા આંધળા માણસ ને બોલ્યો - "લાગે છે કે તું જન્મથી આંધળો છે, તેથી તો તને ખબર નથી કે સુરજ શું છે ? હું તને બતાવું છું, તે કેવો હોય છે. તે એક આગનો ગોળો છે. સમુદ્રમાંથી નીકળે છે. સાંજે પહાડિયોમાં છુપાઈ જાય છે."

તેમની વાતો એક માછીમાર પણ સાંભળી રહ્યો હતો. તે લંગડી વ્યક્તિને બોલ્યો - "લાગે છે તું તારા ટાપુની બહાર ક્યારેય નીકળ્યો જ નથી. સુરજ તમારી ઝાડીઓમાં જઈને નથી છુપાતો પરંતુ જેવો તે સવારે નીકળે છે એવો જ તે સમુદ્રમાં ડુબી જાય છે. હું બિલકુલ સાચુ કહી રહ્યો છું. કારણ કે હું રોજ મારી આંખોથી જોઉં છું.

એ લોકોમાં એક હિન્દુસ્તાની પણ બેઠેલો હતો. તેમની વાતોને સાંભળીને તેણે કહ્યું - કોઈ સમજદાર આ રીતની વાત કરી શકે નહીં, જે તે કહીં તેના પર મને આશ્ચર્ય થઈ રહ્યું છે. જો આગનો ગોળો પાણીમાં જશે તો બુઝાઈ નહીં જાય. ખરેખર તે ગોળો નથી ન આગ છે. તે તો એક દેવતા છે. જે સાત ઘોડાના રથ પર બેસીને સોનાના પર્વત મેરુંની પ્રદક્ષિણા કરે છે. ત્યારે રાહુ અને કેતુ નામના બે અસુર દેવતા તેના પર ચઢાઈ કરે છે." ત્યારે આ દુનિયામાં અંધકાર છવાઈ જાય છે. પરંતુ પંડિતો પંડિતોની પુજાથી દેવતા મુક્ત થઈ જાય છે તથા ફરીથી પ્રકાશ આપવા લાગે છે. તમારા જેવા અજાણ્યા લોકો બસ તમારા દ્વિપની આજુ-બાજુ જ રહો છો અને આગળનું કંઈ જ જાણતા નથી.

એક મિશ્રની વ્યક્તિ પણ ત્યાં હાજર હતો. પહેલા તેનું પોતાનું એક જહાજ હતું. તે મોકો જોઈને બોલ્યો - "તમારી વાત પણ સાચી નથી. સુરજ કોઈ દેવતા

નથી અને ન તો એ હિન્દુસ્તાનના સુવર્ણ મંદિરની ચારે બાજુ ઘુમે છે. હું દુર દુર ફર્યો છું. સૂરજ હિન્દુસ્તાનને જ નહીં. આખી દુનિયાને રોશન કરે છે. તે એક પહાડીનું જ ચક્કર નથી કાપતો. તે તો પૂર્વમાં ક્યાંક જાપાનના ટાપુના પાર ઉગે છે. અને પશ્ચિમમાં તે તરફ ઈંગ્લિસ્તાનના દ્વિપની બીજી તરફ ઉગે છે."

એના પહેલા કે મિશ્રી વ્યક્તિ આગળ કંઈ કહે. પરંતુ અમારા જહાજના એક અંગ્રેજ નાવિક જે ત્યાં જ હતા. વચ્ચે બોલી પડ્યા - "વાસ્તવમાં અમારા ઈંગ્લેન્ડમાં રહેવાવાળા લોકો કરતા વધારે સુરજ વિશે કોઈ જાણતું નથી. સુરજ હંમેશા પૃથ્વીની ચારે બાજુ ફરે છે. એ વાતની પાકી ખાતરી એ છે કે અમે આખી પૃથ્વીનું ચક્કર લગાવ્યું છે. પરંતુ સુરજ સાથે હજી સુધી અમે ટકરાયા નથી. રોજ સવારે નીકળે છે અને સાંજે પાછો છુપાઈ જાય છે."

આટલું કહીને તે અંગ્રેજે લાકડી લઈને રેતીમાં નકશો બનાવ્યો અને એ સમજાવવા લાગ્યા કે સુરજ કેવી રીતે ચક્કર કાપે છે. પરંતુ તે ચોક્કસ સમજાવી શક્યા નહીં એથી જહાજના ઓફિસરને સમજાવતા બોલ્યા - "તમે આ લોકોને બરોબર સમજાવો."

તે સજ્જન સમજદાર લાગતા હતા. અત્યાર સુધી બધી વાતો તે ચુપચાપ સાંભળતા જતા હતા. બધાની વિનંતીથી તે બોલ્યા - "તમે લોકો એકબીજાને સમજાવી રહ્યા છો. અને પોતે પણ ધોખો ખાઈ રહ્યા છો. સુરજ ધરતીની ચારે તરફ નથી ઘુમતો. પરંતુ ધરતી તેની ચારે તરફ ઘુમે છે. આ સાગરમાં તે પોતે પણ પોતાની ધરી પર ફરે છે. એનું ચક્કર ચોવીસ કલાકમાં પુરું થાય છે. એટલા સમયમાં બધા દેશો યુરોપ, એશિયા, આફ્રિકા એની સામે આવી જાય છે.

સુરજ કોઈ પહાડ કે ટાપુ કે સમુદ્રને અથવા ધરતી માટે નથી. ચમકતો પરંતુ આપણી પૃથ્વી જેવા ગ્રહો છે તેમને પણ ચમકાવે છે. જો તમે લોકો ધરતી પર ઉભા રહીને આકાશની તરફ પણ જોશો તો તમે લોકો પણ એ વાતને સરળતાથી સમજી શકો છો, ત્યારે એ જાણવાની જરૂર તમને નહીં થાય કે સુરજ માત્ર તમારા માટે જ નિકળે છે."

તે ચીની મહાશય ઉપરની વાર્તા સાંભળી અંતમાં બોલ્યા - "આ રીતે મતના વિષયમાં અહંકાર સારો નથી. જે આપણી લોકોની વચ્ચે ફૂટ નાખે છે. અને આપણાથી અનેક પ્રકારની ભૂલ કરાવે છે. સૂરજની જેમ જ ઈશ્વરને પણ જાણી લો. બધા લોકો પોત-પોતાના પરમાત્મા બનાવવા ઈચ્છે છે. દરેક દેશ તથા જાતિના લોકો તે પરમાત્માને પોતાના મંદિર તથા ગિરજાઘરો અને મસ્જિદોમાં કેદ કરવા ઈચ્છે છે જે આખી દુનિયા કરતા મોટો છે અને તેનાથી કંઈ જ છુપાયેલું નથી.

શું માણસો દ્વારા બનાવેલા મંદિર, ગિરજા તે પરમાત્માની બરાબરી કરી શકે

છે ? પરમાત્મા એ જ આખા જગતની રચના કરી છે કે બધા લોકો અહીં હળીમળીને રહે.

માણસના બધા ધાર્મિક સ્થળ એની જ નકલ છે અને ભગવાનનો આલપ તો આ જગત છે. આકાશનો ચંદરવો જેવો કયા મંદિરનો કળશ છે ? સુરજ ચાંદ અને તારા કોના બનાવેલા છે. સજીવ ભક્તિથી ભીંજાયેલી ઉદાર સંતો જેવી સ્ફુર્તિદાયક ચિત્ર - મૂર્તિયો બીજે ક્યાં છે ?

અહીંયા દરેક સ્થાન પર તે દયાધામની દયાની અનુકંપાના સ્મૃતિ ચિહ્ન મળે છે અને ક્યાં તે નીતિશાસ્ત્ર છે જેના વચન માણસની અંદરની વાણી જેટલો સ્પષ્ટ અને અવરોધી છે. કઈ એવી પૂજા અને ક્યો એવો પુજારી તેનાથી વધીને છે ? અને કઈ એવી વેદી છે જે સત્યપુરુંષના હૃદયની વેદી ની ઉપમામાં ઉભી રહી શકે. જયાંનો ચઢેલો ઉપહાર પોતે ભગવાન ગ્રહણ કરે છે ?

ઈશ્વરની કલ્પના જેટલી વધારે વધી જાય છે, એટલું જ જ્ઞાન વધે છે. એ જ્ઞાન પ્રમાણે માણસ બનતો જશે પછી તે એ જ ઈશ્વરની જેમ કલ્યાણમય, દયામય તથા પ્રેમમય માત્રને એમની જેમ જ સ્નેહ કરશે.

એથી જ દરેક સ્થાન પર તેની જ મહિમા જોવા મળે છે. તે કોઈની ખામી કાઢતો નથી, કોઈને નુકસાન પહોંચાડતો નથી.

ન તો તે નાસ્તિકને હિન ભાવનાથી જોશે, જે દુર્દેથી જ આંધળો થઈને સુરજની રોશનીથી અકસ્માતે વંચિત રહી ગયો છે.

ચીનના આ મહાશય એ આ શબ્દોમાં પોતાની માન્યતાને પ્રગટ કરી એની વાત સાંભળી ત્યાં હાજર બધા લોકો ગંભીર થઈ ગયા હતા. તથા મત-મતાંતરોના વિષયમાં પોતાનો બધા ઝઘડો ભૂલી ગયા.

# માણસ અને જાનવર

એક વખત એક ખેડૂત પોતાના હળ-બળદ લઈને વહેલી સવારે જ પોતાના ખેતર તરફ ચાલી નીકળ્યો. પોતાની સાથે રોટલીઓ લઈ લીધી. ખેતરમાં ગયા પછી તેણે રોટલીને ચાદરમાં લપેટી ઝાડીની નીચે રાખી અને પોતાનું હળ સંભાળી લીધું. અને કામમાં લાગી ગયું. બપોર સુધી કામ કરતા કરતા બળદ થાકી ગયા. ખેડૂતને પણ ભૂખનો અહેસાસ થવા લાગ્યો. તેણે બળદને ચરવા માટે છોડી દીધા અને હળને એક તરફ ઉભુ કરી રોટલી લેવા માટે આગળ વધી ગયો.

તેણે ચાદર ઉઠાવી શું જુએ છે કે રોટલી ત્યાં નથી. તેણે ચાદરને સારી રીતે ખંખેરી, આમ-તેમ પોતાની નજર દોડાવી પરંતુ રોટલી ત્યાં ન હતી. તેની સમજમાં કંઈ જ આવતું ન હતું.

તે વિચારવા લાગ્યો - "ઘણા આશ્ચર્યની વાત છે કે મેં જોયું પણ નથી અને રોટલી ગાયબ થઈ ગઈ. કોઈને કોઈ તો અહીંયા જરૂર આવ્યું છે.

ખરેખર ત્યાં એક પાપદાનવ રહેતો હતો અને ખેડૂત ત્યાં જ કામ કરતો હતો. ત્યારે તેણે ત્યાંથી રોટલી ચોરી લીધી. હજી પણ તે ત્યાં ઝાડીની નીચે જ છુપાઈને બેઠો હતો એ આશામાં હતો કે ખેડૂત ગાળો દેશે, રડશે અને મને ખરાબ-ખરાબ બદ્દુઆઓ આપશે."

ખેડૂતને રોટલી ચાલ્યા જવાનું દુઃખ તો થયું. પરંતુ વિચાર્યં - "હવે કરી પણ શું શકાય છે ? કોઈ રોટલી ખાધા વગર હું મરી જઈશ તો નહીં અને જેણે રોટલી ખાધી છે તે પણ કોઈ ભુખ્યો જ હશે."

આવું વિચારી તે કુંવા પાસે પહોંચ્યો અને ભરપેટ પાણી પી લીધું પછી ત્યારબાદ થોડો આરામ કર્યો. આરામ પછી પોતાના બળદોને લઈને કામમાં લાગી ગયો.

આ જોઈને તે પાપદાનવ મનમાં ને મનમા ફીકો પડી ગયો. તેણે વિચાર્યું હતું કે ખેડૂત દુઃખી હશે, બદ્દુઆઓ આપશે. પરંતુ તેણે તો એક પણ શબ્દ ખરાબ કાઢ્યો નહીં.

એથી તેણે આ વાત જઈને પોતાના સ્વામી પાપદાનવ ને બતાવી તેણે કહ્યું - "મેં તે ખેડૂતની રોટલી ચોરી લીધી પરંતુ તેણે મને કંઈ જ કહ્યું નહીં અને તે કહી રહ્યો હતો કે તેનું ભલુ થાય."

આ વાત સાંભળી દાનવ ગુસ્સામાં બોલ્યો - "તારા માટે આ શરમની વાત છે કે માણસ તારાથી આગળ વધી જાય. તને તારું કાર્ય ખબર નથી ? જો આ ખેડૂત અને તેની પત્નીઓ આટલી નેક થવા લાગી તો આપણું શું થશે. જા અને તરત જઈને

બગડેલી વાતને સંભાળો, ત્રણ વર્ષની અંદર જો તે ખેડૂતની નેકી પર કાબુ નથી મેળવ્યો તો તને વૈતરણીમાં ફેંકી દેવામાં આવશે હવે જા અહીંથી.

પોતાના માલિકની આજ્ઞા લઈને તે આઘાતથી ડરેલો ધરતી પર પાછો આવી ગયો અને વિચારવા લાગ્યો - "કેવી રીતે કરું કે મારું કામ પુરું થઈ જાય." સારી રીતે સમજી વિચાર કર્યો તો તેને એક ઉપાય સુઝયો.

તેણે તરત જ એક મજુરનો વેશ ધારણ કર્યો અને જઈને એ જ ખેડૂત પાસે નૌકરી માં લાગી ગયો. પ્રથમ વર્ષે તેણે કહ્યું - "આ વખતે આ નીચી કાદવાવાળી જમીનમાં અનાજ વાવી દો." ખેડૂતે તેની વાત માની. એ પ્રમાણે કર્યું. ઈશ્વરનું કરવું એવું થયું કે આ વર્ષે બહુ દુષ્કાળ પડ્યો અને બધો જ પાક તડકામાં સુકાઈ ગયો, પરંતુ ખેડૂતની ખેતી સારી થઈ. છોડ પણ ઘણા થયા હતા અને દાણા પણ ઘણા મોટા આવ્યા હતા. આ ખેડૂત પાસે એટલું અનાજ થયું કે તેણે આગલા વરસ માટે પણ ઉઠાવીને મુકી દીધું.

બીજા વર્ષે નોકરે સલાહ આપી - "હવે આ બાબતે આપણે ઉંચાણવાળી જમીનમાં અનાજ વાવીશું" ખેડૂતો વાત માની એવું જ કર્યું. આ વર્ષે એટલો વરસાદ થયો કે રોકાયો જ નહીં બીજા ખેડૂતોની ખેતી પાણીમાં ડુબી ગઈ ગળી ગઈ અને દાણા પણ ન પડ્યા. પરંતુ ખેડૂતના ખેતર ઉંચાણ ઉપર વાળોની લટ જેમ લહેરાતા રહ્યા. તેનો વાળ પણ વાંકો નથયો. આ વખતે પહેલા કરતા વધારે અનાજ થયું. હવે તો ખેડૂતનું ગોદામ છેક ઉપર સુધી ભરાઈ ગયું કે તેની સમજમાં આવતું નથી કે તેનું શું કરું.

એ નોકરે એ કિસાનને સલાહ આપી - "આ રીતે અનાજમાંથી ખેંચીને દારું બનાવી શકાય છે. અને દારું એવી ચીજ હોય છે જેનો જવાબ જ નથી. તેની તુલના કોઈની સાથે ન કરી શકાય."

ખેડૂતે તેનું કહ્યું માની દારું તૈયાર કરાવી લીધો. પોતે અને મિત્રોને પણ પીવડાવ્યો.

આટલું કરીને દાનવ પોતાના સ્વામી દાનવની પાસે પહોંચ્યો - "માલક, મેં વિજય મેળવી લીધો છે અને તમારું કાર્ય પૂર્ણ થઈ ગયું છે."

દાનવ બોલ્યો - "ઠીક છે હું જાતે જઈને જોઈશ કે તે શું કર્યું છે ?"

દાનવ અને નોકર બંને ખેડૂતના ઘરે પહોંચ્યા. ત્યાં જઈને જોયું - આજુ બાજુના પડોશીઓ પણ ત્યાં એકઠા થયા છે અને દારુંની મહેફીલ થઈ રહી છે. ખેડૂતની પત્ની બધાને દારું પીરસી રહી હતી.

ત્યારે ખેડૂતની પત્ની કોઈની સાથે અથડાઈ અને ડગમગી ગઈ અને તેના હાથમાંથી દારું છુટીને નીચે પડી ગયો. ખેડૂત ગુસ્સે થઈ બોલ્યો - "અરે મુર્ખ ! તને

કંઈ દેખાતું નથી ! આટલી સારી વસ્તુને તે આ રીતે બે દર્દીથી ફેંકી દીધી. કમીની ક્યાંયની કુતરી નકામી !"

ત્યારે નોકરે પોતાના દાનવ માલિકને ઈશારો કર્યો - "જુઓ આ એ જ ખેડૂત છે. જેણે પોતાના મોં ની રોટલી છીનવાઈ જવા છતાં પણ ગુસ્સો કર્યો ન હતો."

ખેડૂત બરાબર પોતાની પત્નીને ખીંજાઈ રહ્યો હતો અને ખીજાતા-ખીજાતા બધાને દારું પણ આપતો જતો હતો. એટલામાં જ એક ગરીબ મહેનતુ માણસ પાછો આવતા ત્યાં આવી પહોંચ્યો. તે એ મિજબાની આમંત્રિત ન હતો, પરંતુ છતા પણ બધાને નમસ્તે કરતો ત્યાં આવીને બેસી ગયો. આખા દિવસનો થાકેલો હતો. બધાને પીતા જોઈને તેને પણ પીવાનું મન થયું. તે બેસી રહ્યો તેના મોંમાં પાણી આવી રહ્યું હતું. પરંતુ ખેડૂતે તેને ખોટા-ખોટા પણ પુછ્યું નહીં. અને કહેવા લાગ્યો - "ક્યાંયથી કોઈ પણ જેવો તેવો આવી જાયતો હું તેને ક્યાં સુધી પીવડાવતો રહું"

દાનવ આ બધું જોઈને ઘણો ખુશ થઈ રહ્યો હતો, પરંતુ નોકરે કહ્યું કે હજી વધારે જોતા જાવ શું શું થાય છે.

પહેલા દોરમાં તે લોકોએ એકબીજા સાથે સીધી-સાદી વાતો કરી. આ બધી માયાચારીની જ વાતો હતી.

દાનવ આ બધું જોઈને ઘણો ખુશ થયો અને પોતાના નોકરને શાબાશી આપવા લાગ્યો. તે બોલ્યો - "દારુંમાં ઘણી ચાલાકી છે, એનાથી લોકો એકબીજાને દગો દેવા ઈચ્છે છે. છળકપટ કરે છે અને પછી ચિંતા શી વાતની ! આપણી સફળતા આપણી સામે છે.

નોકર બોલ્યો - "હજી તમે તમાશો જોતા જાવ. હજી તો તે શિયાળની જેમ તંબુ નાખી રહ્યા છે. જો દારુંનો બીજો દોર વધારે ચાલી ગયો તો તે જંગલી વરું બની જશે."

દારુંનો બીજો તબક્કો શરું થયો. હવે તે સીધી-સાદી વાતોની જગ્યાએ એકબીજાને ગાળો આપવા લાગ્યા. એમની ગાળો સતત વધતી રહી હતી. જોત-જોતામાં વાત ઝઘડા સુધી પહોંચી ગઈ. ત્યાં હવે મેહમાન અને યજમાનનો કોઈ ફર્ક ન રહ્યો હતો.

દાનવને આ બધું જોઈ ખુશીનું કોઈ ઠેકાણું ન રહ્યું. નોકરે કહ્યું - "આ તારું એક નંબરનું કામ છે. હું તારાથી ખુશ છું."

નોકર બોલ્યો - "હજી તો જોતા જાવ. હજી ઘણું વધારે તમને જોવા મળશે. હજી તો એ લોકો ભુખ્યા વરુંની જેમ લડે છે. જો ત્રીજો જામ તેમણે પી લીધો તો તે સુવ્વર બની જશે.

ત્યારે જ ત્રીજો તબક્કો શરું થયો. ત્યાર પછી તો તેમનામાં અને સુવ્વરમાં કોઈ ફર્ક જ ક્યાં હતો. એ ખરાબ રીતે ચીસો પાડી રહ્યા હતા. ચિલ્લાઈ રહ્યા હતા. કોઈ-કોઈની વાત સાંભળવા તૈયાર ન હતું. તેમને સાંભળવા મુશ્કેલ હતા, તે એકબીજા પર પડતા જતા હતા.

પછી તો ઉજવણીની સમાપ્તિનો સમય આવી ગયો. લોકો પડતા આખડતા ડગમગતા પોતાના ઘરની તરફ જવા લાગ્યા. ઘરનો માલિક મહેમાનોને વિદાઈ કરીને અંદર આવ્યો તો તે પણ ઉંધા મોં એ કાદવમાં જઈને પડ્યો. માથાથી પગ સુધી કીચડમાં લથબથ બબડતો રહ્યો.

પાપદાનને આ બધું જોઈને સંતુષ્ટી મળી. તે બોલ્યો - "શાબાશ ! આ તો તે કમાલની ચીજ બનાવી છે. તારી બધી ભુલો ને મેં માફ કરી દીધી. પરંતુ મને તેના બનાવવાની રીત બતાવ. સૌ પ્રથમ તો તે તેની અંદર શિયાળનું લોહી નાખ્યું હશે. જેનાથી શિયાળ જેવી માયાચારી પીવાવાળામાં આવી ગઈ.

અને પછી. વરુંનું લોહી તેમાં ભેળવ્યું હશે. ત્યારે તો તે તેની જેમ લડી રહ્યા હતા. અને પછી છેલ્લે તે સુવ્વરનું લોહી નાખ્યું હશે. જેના કારણે તે સુવ્વરની જેમ ચિલ્લાવા લાગ્યા."

નોકર બોલ્યો - "ના, આ બધાની જરૂર જ ન પડી. મેં તો માત્ર એટલું કર્યું કે જેનાથી ખેડૂત પાસે જરૂર કરતા વધારે અનાજ થઈ જાય. જાનવરનું લોહી તો મનુષ્યની અંદર હોય છે જ. ખાવાલાયક અન્ન તેની પાસે રહે તો ક્યાં સુધી તે દબાયેલું રહે. એ જ ખેડૂતની સાથે થયું પહેલા તો મોં નો કોળિયો છિનાઈ જવા છતાં પણ તેનું મન દુઃખી ન થયું. પરંતુ જ્યારે તેની પાસે જરુંરિયાત કરતા વધારે અનાજ થઈ ગયું તો તેને મોજ મસ્તી સુઝી.

મેં પણ તેને એ જ રસ્તો બતાવ્યો - દારું ! ઈશ્વરની આપેલી વસ્તુઓમાંથી ખેંચીને પોતાના મજા માટે તે દારું બનાવવા લાગ્યો તો શિયાળ, વરું અને સુવ્વર બધાની તાસીર એની અંદરથી બહાર ફુટી પડી. માણસ બસ પીતો રહે, પછી તો જાનવર જ બની જાય છે. એમાં સંદેહ નથી."

દાનવે નોકરની પ્રશંસા કરી અને તેની પહેલી ભુલો માટે પણ તેને માફ કરી દીધો અને તેને ઉંચુ પદ પ્રદાન કર્યું.

# કરીમ

ઘણી જુની વાત છે. મધ્ય દેશમાં કરીમ નામનો એક કાશ્તકાર રહેતો હતો. તેના પિતા પોતાના પુત્રના લગ્ન કરીને એક વર્ષ પછી જ મરી ગયો હતો. તેની ધનસંપત્તિમાં વધારે તો કંઈ નહીં બસ કેટલીક જોડી બળદ, બે ગાય તથા બે ઘોડા જ હતાં.

કરીમ મહેનતુ હતો. તેથી ઉન્નતિ કરવા લાગ્યો. બંને પતિ-પત્ની સવાર-સવારથી જ કામમાં લાગી જતાં અને રાત સુધી કામ કરતા રહેતા. આ રીતે તેમની ધન-દોલતમાં દિવસે-ને-દિવસે વધારો થવા લાગ્યો. આ રીતે કરીમ પાસે ઘણું બધું ધન એકઠુ થઈ ગયું. ત્રીસ-પાંત્રીસ વર્ષમાં જ તેની પાસે બસોથી વધારે બળદ થઈ ગયા હતા. તબેલામાં અનેક ઘોડા, ઘેટા બકરાની તો ગણતરી જ નહતી.

તેના ઘરમાં કામ કરવા માટે નોકર-નોકરાણી લાગેલા હતા. એ જ બધું કામ સંભાળતા હતા. દુધ પણ તે કાઢતા અને તેમની સેવા પણ એ જ લોકો કર્યા કરતા હતા. બધાને પગાર આપવામાં આવતો હતો. કરીમની પાસે દરેક ચીજ ઉપલબ્ધ હતી. બધા લોકો તેની ઈર્ષ્યા કરવા લાગ્યા હતા, કહેતા હતા - "અરે કરીમ તો ઘણો કિસ્મત વાળો છે. તેની પાસે દુનિયાના દરેક એશોં આરામ છે. આ દુનિયામાં તેને મજા છે."

મોટા-મોટા ઓફિસર કરિમ સાથે ઓળખ બનાવવા માટે ઉત્સુક હતા. દુર-દુરથી લોકો તેને મળવા આવતા હતા, કરીમ બધાની સારી ઈજ્જત કરતો હતો અને સારું સ્વાગત પણ. આજો દિવસ તેને ત્યાં ભંડારો ચાલુ રહેતો, જે કંઈ ઇચ્છો ત્યાંથી મેળવી લો.

જયારે તેને ત્યાં મહેમાન આવતા તો ત્યાં ખાસ જમવાનો પ્રબંધ થતો હતો. જો મહેમાનની સંખ્યા વધારે જતી તો ત્યાં ઉજવણી જેવું થઈ જતું હતું.

કરીમના સંતાનોમાં બે છોકરા અને છોકરી હતી. બધાના લગ્ન કરી તેને છુટકારો મેળવી લીધો હતો. ત્યારે તેની હાલત એવી નહતી. તે મામૂલી હોસયતનો માણસ હતો. એ સમયે બાળકો પણ મા-બાપ સાથે મળીને કામ કર્યા કરતા હતા. પોતે જાતે બળદોની સાની તથા પાણીનો પ્રબંધ કરતા હતા. જેમ - જેમ તે અમીર થતા ગયા તે પણ બગડતા ગયા. એક બેટાને તો શરુંની લત લાગી ગઈ હતી. મોટો પુત્ર દરેક સાથે ઝઘડો કરતો ફરતો હતો. નાના પુત્રને એવી પત્ની મળી જે ખુબ જ તેજ હતી. બાપનું કહેલું પુત્ર જરાપણ સાંભળતા ન હતા અને બંને વધારે સમય એકબીજા સાથે વિતાવી શકાત ન હતા.

કરીમનો મોટો પુત્ર ઝઘડામાં માર્યો ગયો હતો. તેણે પાંનાના પુત્ર ને પોતાનાથી અલગ કરી દીધો. તે પુત્રને મકાનની સાથે-સાથે ઘણી મોટી સંખ્યામાં ગાય-બળદ પણ આપવામાં આવ્યા હતા. આ રીતે તેની ધનસંપત્તિ પણ થોડી ઓછી થઈ ગઈ હતી. ત્યારબાદ ખબર નહીં કેવી બીમારી આવી ઘેટાનો ટોળા ને ટોળા માર્યા ગયો. પછી જ્યાં તે વર્ષે ભયંકર દુષ્કળ પડ્યો, ઘણા જાનવર પછીના શિયાળામાં, બે મોત માર્યા ગયા. ત્યારે ત્યાં બંજારા એ હુમલો કરી દીધો અને કેટલા બધા ઘોડા ચોરી લઈ ગયા.

આ રીતે કરીમની ધન-સંપત્તિ ધીમે ધીમે ઓછી થતી જઈ રહી હતી અને તેની શારીરિક તાકાત પણ ઘટી રહી હતી. છેવટે સીતેર વર્ષનો થતાં થતાં તે વિસ પણ આવી ગયો કે ઘરનો બધો માલસામાન નીલામ-બોલી પર ચઢાવવાની નૌબત આવી ગઈ. હવે તો ખાવાના પણ સાં-સાં પડવા લાગ્યા. તેની સમજમાં આવતું નહતું કે કેવી રીતે શું થઈ ગયું. બધી ધનસંપત્તિ જોત-જોતામાં ઉડી ગઈ. એથી કરિમ અને તેની પત્નીને વૃદ્ધાવસ્થામાં બીજે નૌકરી કરવાનું સુઝ્યું.

કરીમની પાસે કંઈ જ ન હતું. બસ જે શરીર પર પહેરેલા કપડા હતાં એ જ તેના હતા. પુત્ર બીજે ગામ ગયો હતો અને પુત્રી મરી ગઈ હતી. તેથી હવે આ વૃદ્ધોને મદદ કરનાર કોઈ ન હતું. તે બિલકુલ બે સહારા હતા.

કરીમનો પડોશી મૌહમ્મદ શાહ હતો. મૌહમ્મદ શાહની હાલત એવી તો ન હતી કે ન બહુ મિલકત હતી, ન ગરીબી. ખાવા - પીવાનું સારું હતું અને દિલનો નેક હતો. કરીમના જુના દિવસોની મહેમાન નવાજીને તેણે યાદ કરી અને તેને તેની હાલત પર દયા આવી ગઈ. તેણે કહ્યું - "કરીમ તું અને તારી પત્ની બંને મારા ઘરે આવીને રહી શકે છે. ગરમીમાં મારા ખરબુજાની પલેજનું કામ જોઈ લેજે. શિયાળામાં જાનવરોની દેખભાળ કરજે.

તારી પત્ની ગાયોનું કામ સંભાળી લેશે. અને દુધ દોહી લીધા કરશે, તમારા બંનેના ખાવાનું, કપડા મારી જવાબદારી અને તમને લોકોને કોઈપણ ચીજની જરૂર પડે તો મને કહેજો તે તરત જ મળી જશે."

કરીમે તેનો આભાર માન્યો અને બંને પતિ-પત્ની મૌહમ્મદ શાહને ત્યાં નોકરી કરવા લાગ્યા. શરુંઆતમાં બંનેને મુશ્કેલી પડી. પરંતુ ધીમે ધીમે ટેવાઈ ગયા.

થોડા દિવસોમાં મૌહમ્મદ શાહને એ અહેસાસ થવા લાગ્યો કે તે બંને તેના કામના માણસો છે. હવે તેમના આવવાથી ઘણો આરામ થઈ ગયો હતો. એ લોકો આળસુ ન હતા અને ન તો કામથી ભાગતા હતા, પરંતુ તેમને જોઈને મોહમ્મદ શાહ ને ઘણું દુઃખ થતું હતું કે જુઓ, બિચારા કેવા એશ પર પહોંચી આજે આટલી ગરીબાઈનું જીવન ગુજારી રહ્યા છે.

એક દિવસ શાહના ઘરે મહેમાન આવ્યા. એક મુલ્લા પણ તેમની સાથે આવ્યા હતા. મૌહમ્મદ શાહે કરીમ ને કહ્યું - "એક સારું - એવુ ઘેટું લાવો અને આજે મહેમાનોના ખવા માટે બનાવો."

કરીમે ઘણી લગનથી બધી તૈયારી કરી કેટલાય પ્રકારના ખાવાના મહેમાનોની સામે રાખવામાં આવ્યા. બધા મેહમાન બેસી ને ખાવાનું ખાઈ રહ્યા હતા, ત્યારે ત્યાંથી કરીમ પસાર થયો.

તેના ગયા પછી મૌહમ્મદ શાહ એક મેહમાનને કહ્યું. - "તમે લોકોએ તે બુજુર્ગ ને જોયા જે હમણાં અહીંથી પસાર થયા છે ?"

મેહમાન બોલ્યા - "હાં એ નામ તો મેં સારી રીતે સાંભળ્યું છે. પહેલા ક્યારેય જોવાનો મોકો આવ્યો નથી. પરંતુ આ નામની પ્રસિદ્ધિ મેં દુર-દુર સુધી સાંભળી છે."

"જી હાં, પરંતુ હવે તેમની પાસે કંઈ જ બચ્યું નથી અને બિચારા મારે ત્યાં નોકરી કરે છે. તેમની વૃદ્ધપત્ની પણ મારે ત્યાં દુધ દોહે છે."

મેહમાનને સાંભળીને આશ્ચર્ય થયું. એ બોલ્યો - "નસીબ પણ કેવા-કેવા ખેલ ખેલે છે ? એક ઉપર ઉઠાવે છે તો બીજો નીચે આવી જાય છે. કેમ જનાબ, કરીમને પોતાના બદ્નસીબી પર દુઃખ તો થતું હશે ?"

"ખુદા જાણે અહીંયા તો શાંતિથી ચુપચાપ જ રહે છે અને બધુ કામ પણ હોંશિયારીથી કરે છે. દુઃખી તો લાગતા નથી"

મેહમાન બોલ્યા - "હું તેમની સાથે વાત કરવા ઇચ્છું છું તેમની જીંદગી વિશે પ્રશ્ન પુછવા ઇચ્છું છું."

"કેમ નહીં" કહીને મહમ્મદ શાહે કરીમને બોલાવ્યો. તે મહેમાને તેને કહ્યું - "બડે મિયા, જરા આમ આવો. આ શરબતમાં શિરકત ફરમાવો, તમારી સાથે તમારી પત્ની ને પણ લેતા આવો."

કરીમ પોતાની પત્નીને ત્યાં લાવ્યો. તેણે મેહમાન અને માલિકને સલામ કર્યા, પછી મોં માંથી કંઈક દુવાઓ દોહરાવતાં દરવાજાની પાસે નીચે બેસી ગયા. પત્ની એ બાજુ પરદા પાછળથી આવી અને માલિકણ પાસે જઈને બેસી ગઈ.

કરીમે શર્બતનો એક ગ્લાસ ઉઠાવીને આપી દીધો અને બદલામાં તેનો આભાર માન્યો. શર્બત પીને તેણે ગ્લાસ ત્યાં જ મુકી દીધો.

એ મેહમાનો એ કહ્યું - અમને એક વાત બતાવો કે તમને અમને જોઈને કંઈક તો રંજ થતો હશે, પોતાની આટલી ખુશાલી પછી આ ગરીબી તમને ખરાબ લાગતી હશે."

કરીમે હસતા હસતા બતાવ્યું - "જો હું તમને બતાવું કે ખરેખર ખુશી શું હોય છે અને સદ્નસીબ શું હોય છે તો તમે મારી વાત પર વિશ્વાસ નહીં કરો. એટલા

માટે એ જ વધારે સારું હશે કે આ સવાલ તમે મારી પત્નીને કરો, તે સ્ત્રી છે. જે તેના મનમાં હશે એ જ તે કહી દેશે. એ જ તમને હકીકતથી માહિતગાર કરી શકે છે."

આ સાંભળીને મેહમાને પરદાની તરફ જોયું - "બડી બી, પહેલા અમીરીના દિવસોનાં મુકાબલે આજની આ ગરીબી તમને કેવી રીતે સહન થતી હશે ?"

માનનીય સ્ત્રીએ જવાબ આપ્યો - "જુઓ જનાબ ! હકિકત બિલકુલ ઉલટી છે. અને હુંઅર્જ કરું છું. હું અને મારો પતિ અમે બંને પુરા પચાસ વર્ષ સુખની તલાશમાં રહ્યા. અત્યાર સુધી તે ક્યાંય ન મળ્યા. પરંતુ છેલ્લા બે વર્ષથી અમારી પાસે કંઈ જ ન રહ્યું તથા મહેનત કરીને અમે જીવીએ છીએ. ખબર પડી કે અસલી સુખ તો હવે મળ્યું છે."

મેહમાન સાંભળીને આશ્ચર્યમાં પડી ગયા અને મૌહમ્મદ શાહ પણ તાજ્જુબમાં પડી ગયો. તેમણે પર્દો ખેંચી વૃદ્ધા માનનીય સ્ત્રી તરફ જોયું.

તે કહેવા લાગી - "હું ખરેખર સાચુ કહું છું એને મજાક ન સમજતા પચાસ વર્ષ સુધી ખુશીની તલાશમાં ભટકતા રહ્યા. દોલત તો અમારી પાસે હતી પરંતુ ખુશી નસીબમાં ન હતી. હવે અમારી પાસે કંઈ જ ન રહ્યું અને આજે અમે મેહનત કરીને અમારું ભેટ ભરીએ છીએ. ત્યારે અમને ખુશી મળી શકી છે. જેની અમને ઘણા દિવસથી તલાશ હતી.

મેહમાને આશ્ચર્ય ચકિત થઈ માનનીય મહિલાને પુછ્યું - "પરંતુ તમારી ખુશીનું રહસ્ય શું છે ?"

"રહસ્ય એ છે" તેમણે બતાવ્યું - "જ્યારે અમારી પાસે દોલત હતી ત્યારે અમારી પાછળ ખબર નહીં કેટલી ચિંતાઓ લાગેલી હતી અમને બંનેને એકબીજા સાથે વાત કરવાનો મોકો પણ મળતો નહતો. ન તો ખુદાની ઈબાદત કરી શકતા હતા. ન પોતાની ભલાઈ વિશે વિચારી શકતા હતા. દરેક સમય મેહમાનોના સ્વાગતમાં લાગેલા રહેતા હતા. તેમનાથી છુટ્યા પછી નોકરોની ચિંતા લાગેલી રહે છે.

અમારે દરેક સમયે એ જ કોશિશ રહે છે કે નોકરો પાસેથી કામ વધારે લેવામાં આવે અને પગાર ઓછી આપવામાં આવે. હવે ઓછામાં ઓછા આ ગુનાથી તો બચી શકીએ છીએ. દરેક સમયે એ ડર રહેતો હતો કે, ક્યારેય જંગલી જાનવરનો ડર પણ રહેતો હતો. આખી રાત અમારી જાગતા જ પસાર થતી હતી. ક્યાંય કોઈ નુકસાન ન થતું હોય. રાતો ને રાતો જાગીને માલની સાચવણી કરવી પડતી હતી. એક ચિંતા ટળે તો બીજી આવી જતી હતી. હંમેશા અમારી વચ્ચે કોઈને કોઈ મામલે ઝઘડો થતો રહેતો હતો.

મારા પતિ કહેતા હતા કે વાત આમ થશે. હું કહેતી ના આમ જ થવું જોઈએ. આ રીતે ઝઘડા ઉત્પન્ન થતા હતા. પછી અમારા બંનેમાં સુલેહ પણ થઈ જતી હતી. મતલબ એ કે એક પરેશાની પછી બીજી પરેશાની અને ગુના પછી બીજો ગુનો... આ પ્રકાર નો ક્રમ ચાલુ જ રહેતો હતો.

"અને હવે ?"

"હવે જ્યારે સવારે અમે ઉઠીએ છીએ. તો અમારા મગજમાં કોઈ તણાવ રહેતો નથી. હવે અમારા દિલમાં પ્રેમ અને શાંતિ ભરેલી છે. ન તો અમને કોઈ ચિંતા રહે છે. જેટલું કામ રહે છે. એટલું કરીએ છીએ. અને અમારા ઈરાદા નેક રહે છે. હવે તો બસ એ જ ચિંતા રહે છે કે અમારા માલિકનું કંઈ નુકસાન ન થાય, ફાયદો ને ફાયદો જ થાય."

મેહમાન હસવા લાગ્યા.

પરંતુ કરીમે કહ્યું - "હસો નહીં આ કોઈ મજાક નથી પરંતુ હકિકત છે. અમે પણ પહેલા મુર્ખ હતા, ધન ચાલ્યા ગયા પછી દુઃખી થઈ ગયા હતા પરંતુ હવે અમને ખુદાએ સચ્ચાઈની જાણ કરી દીધી છે."

અને તેમની સાથે વાયજમુલ્લા એ વાતનો ખુલાસો કર્યો કહ્યું - "ચોક્કસ તમે સાચુ કહ્યું છે. કુરાન શરીફની અંદર અમારા પયંગબરે પણ આ જ ફરમાવ્યું છે."

એમની વાત સાંભળી બધાના ચહેરા પર ગંભીરતા છવાઈ ગઈ.

# ત્રણ જોગી

એકવાર એક ધર્માચાર્ય જહાજમાં બેસીને કલકત્તાથી જગન્નાથની યાત્રાએ જઈ રહ્યા હતા. એ જહાજમાં બીજા પણ ઘણા યાત્રી હતા. મૌસમ સારી હતી. હવા પણ ધીમે-ધીમે ચાલી રહી હતી. સમુદ્ર દુર સુધી શાંત પડ્યો હતો. યાત્રિકોમાં કોઈ વાતની ચિંતા ન હતી. બધા લોકો એકબીજા સાથે વાતચીત કરીને સમય પસાર કરી રહ્યા હતા.

તે આચાર્ય જહાજના ડેક પર એકવાર આવી ગયા. તે આમ-તેમ ફરી રહ્યા હતા કે ત્યારે તેમણે જોયું કે આગળ જહાજના આગળના ભાગમાં કેટલાક લોકો ભેગા થયા હતા. વચ્ચેમાં એક કેવટ સમુદ્ર તરફ ઈશારો કરીને તેમને કંઈક બતાવી રહ્યો હતો. જે તરફ માછીમારે આંગળીનો ઈશારો કર્યો હતો. છર્માચાર્ય પણ ઉભા રહીને ત્યાં જોવા લાગ્યા. પરંતુ તેમને ત્યાં કોઈ ખાસ વાત ન દેખાઈ. માત્ર તડકામાં સમુદ્ર જ દેખાતો હતો.

ત્યારબાદ કેવટની વાર્તા સાંભળવા તેની પાસે ગયા પરંતુ તે માણસે તેમને જોઈને પોતાની વાત બંધ કરી દીધી અને આદરપૂર્વક પ્રણામ કરવા લાગ્યો. યાત્રીઓ પણ પ્રણામ કરીને ચુપ થઈ ગયા. ધર્માચાર્યએ પુછ્યું - "ભાઈઓ હું તમને પરેશાન કરવા નથી આવ્યો. આ ભાઈ કંઈક દેખાડી રહ્યા હતા, તેથી મેં વિચાર્યું કે ખબર નહીં શું વાત છે અને સાંભળવા ચાલ્યો આવ્યો"

એમાંથી એક યાત્રીએ સાહસી દેખાતા હતાં તેમણે કહ્યું - "ત્રણ સાધુઓની વાત એ એમને કહી રહ્યા હતાં."

"કયા પ્રકારના ત્રણ સાધુ" ધર્માચાર્ય આવુ કહીને આગળ આવ્યા અને ત્યાં મુકેલા બોક્સ ઉપર બેસી ગયા.

"મને પણ બતાવી દો, કેવા સાધુ ? હું પણ જાણવા ઇચ્છું છું તું ઈશારાથી શું દેખાડી રહ્યો હતો ?"

કેવટે જમણી બાજુ ઈશારો કરીને બતાવ્યું - "ત્યાં નાનો ટાપુ દેખાય છે ને જી. જરા જમણી, ત્યાં ત્રણ જોગી રહે છે. જે હંમેશા આત્માના ઉધ્ધાર માટે જ લાગેલાં રહે છે.

'કયો ટાપુ ? મને તો દેખાતો નથી." ધર્માચાર્ય બોલ્યા.

"મારા હાથની તરફ જુઓ. તે નાનકડુ વાદળ દેખાય છે ને તેની નીચે જુઓ. એક પાતળી રેખા જેવું દેખાઈ રહ્યું છે તે ટાપુ છે."

ધર્માચાર્ય એ તરફ ધ્યાનથી જોવા લાગ્યા. આંખો ને આદત ન હતી. એટલે પાણી સિવાય કંઈ જ દેખાતું ન હતું. તે બોલ્યા - "મને તો દેખાયું નહીં, પરંતુ મને બતાવો તે કયા સાધુ છે."

કેવટે બતાવ્યું - "તે લોકો સંત છે. એમની બાબત તો ઘણા સમયથી સાંભળી રાખી હતી પરંતુ દર્શન વર્ષો સુધી પહેલા ન હોતા કર્યા પછી કેવટે પોતાની વાર્તા શરું કરી. - એક દિવસ હું મારી નાવને લઈને ક્યાંય દુર નીકળી ગયો હતો. એટલામાં રાત થઈ ગઈ. મને દિશાનું જ્ઞાન ન થયું. છેવટે તે ટાપુ પર જવા લાગ્યો. સવાર સવારનો સમય હતો. આમ-તેમ ભટકી રહ્યો હતો, એટલામાં માટીની બનેલી ઝૂંપડી મને દેખાઈ. ત્યાં એક વૃદ્ધ પુરુંષને ઉભેલા જોયા. ત્યારે જ અંદરથી બે પુરુંષ બીજાં ત્યાં આવી ગયા. બધાએ મળીને મને ત્યાં ભોજન કરાવ્યું અને મારી નાવ પણ ઠીક કરી દીધી."

ધર્માચાર્ય એ કહ્યું - "તે સાધુ કેવા દેખાતા હતા ?"

એક તો નાના કદના તેમની કમર ઝુકી ગઈ છે. તે એક કામવી જેવું પહેરીને રહે છે. તથા ઘણા વૃદ્ધ છે. મારા ખયાલથી તેમની ઉંમર સો વર્ષ ઉપરની હશે. તેમની એટલી ઉંમર થઈ ગઈ છે કે તેમની સફેદ દાઢી હરી થતી જઈ રહી છે. પરંતુ તેમના ચહેરા પર હંમેશા હાસ્ય રહે છે. તેમનો ચહેરો કોઈ દેવતા જેવો છે.

બીજા બંને જોગી તેનાથી ઉંચા છે. પરંતુ તેમની પણ ઉંમર ઘણી છે. તેમની પણ દાઢી છે અને તેમનો રંગ પીળા અને ભુરા રંગનો છે. તેમનું શરીર ઘણું મજબુત દેખાય છે. હું ભલા તેમની શી મદદ કરી શકું.... કે તેમણે તો મારી ડોંગીને એવી પલટી નાખી કે જેમને કોઈ ડોલચીને પલટી નાખે છે. ઘણા હસમુખા હતા. તેમના ચહેરા પર દયાભાવ સ્પષ્ટ દેખાય છે.

ત્રીજાનું શરીર ઘણું લાંબું છે અને તેમની દાઢી બરફની જેમ ઘુંટણ સુધી આવી રહી છે, ઘાટી ભ્રમર છે. આંખો ઉપર ઝુલતી હોય તેવું લાગે છે તથા તે બસ કમર સાથે એક ચટાઈનો ટુકડો લપેટી રહે છે.

"તેણે તારી સાથે કોઈ વાત કરી ?" ધર્માચાર્યએ પુછ્યું.

"મોટેભાગે તે બધુ કામ ચુપચાપ જ કરે છે. એકબીજા સાથે પણ ઓછું બોલે છે. એકબીજાને જોઈને જ એકબીજાને ઓળખી લે છે. જેમ કે આંખોથી વાતો કરી રહ્યા હોય. જે ભારેખમ શરીરવાળા છે. તેમને મેં પુછ્યું - "તમે અહીંયા ઘણા સમયથી રહેતા લાગો છો "સાંભળતા જ તેમના માથામાં સળ પડી ગયા અને ગુસ્સામાં કંઈક બડબડવા લાગ્યા. પરંતુ જે સૌથી વધારે વૃદ્ધ હતા. તેમણે તેમનો હાથ પોતાના હાથમાં લીધો અને હસવા લાગ્યા.

કેવટ આ વાર્તા સાંભળી રહ્યો હતો કે ટાપુ પાસે આવવા લાગ્યું.

તે સાહસી માણસે આંગળીથી બતાવીને કહ્યું - "હવે શ્રીમાન જુઓ ટાપુ તો સ્પષ્ટ દેખાઈ રહ્યો છે ?"

ધર્માચાર્ય એ જોયું ખરેખર જ એક કાળી રેખા જેવું દેખાતું હતું. થોડીવાર એ તરફ જોતા રહીને આચાર્યએ પાછુ આવી. જહાજના મોટા ચલાવનારાને પુછ્યુ - તે કયો ટાપુ છે ?"

તેણે બતાવ્યું - "તે ટાપુ.... તેનું તો કોઈ નામ નથી આ પ્રકારના અહીંયા ઘણા ટાપુ છે."

"શું આ વાત સાચી છે કે ત્યાં પોતાની આત્માના ઉધ્ધાર માટે ત્રણ જોગી રહે છે ?"

"મહારાજ, મેં પણ એવું જ સાંભળ્યું છે, પરંતુ ખબર નથી. સાચું શું છે ? મલ્લાહ બતાવે છે કે તેણે જોયું છે, પરંતુ કોણ જાણે છે કે એ કોઈ મનઘડત વાર્તા બનાવી રહ્યો હોય"

"હું એ ટાપુ પર જવા ઈચ્છું છું અને તે માણસોને જોવા ઈચ્છું છું ?" ધર્માચાર્ય એ કહ્યું.

તેમણે બતાવ્યું - "છેક ટાપુ સુધી અમારું જહાજ નહીં જઈ શકે. હાં નાવથી તમે ત્યાં જઈ શકો છો."

ધર્માચાર્યએ કપ્તાન પાસે આજ્ઞા માંગી - હું તે ટાપુવાળા ફકીરોને જોવા ઈચ્છું છું શું મને ત્યાં સુધી પહોંચાડી શકો છો ?"

કપ્તાન બોલ્યો - "જી હાં તમે ત્યાં જઈ શકો છો પરંતુ મોડુ થઈ શકે છે. જો તમે ખરાબ ન સમજો તો બતાવી દઉં કે તે લોકો એવા નથી જેના માટે તમે દુઃખ ઉઠાવો. સાંભળ્યું છે કે તે વૃદ્ધો એકદમ નાદાન છે. નથી કંઈ સમજતા. નથી જાણતા એવા છે જેમ કે પાણીમાં રહેનારી માછલી."

ધર્માચાર્ય એ કહ્યું - "પરંતુ હું છતા પણ જોવા ઈચ્છું છું તમે કષ્ટની ચિંતા ન કરો. ખર્ચની ભરપાઈ મારા હિસાબમાંથી કરી લેજો. બસ તમે મને એક નાવ અપાવી દો."

બસ પછી શું થઈ શકે છે. જહાજને ટાપુ તરફ વાળી દીધું. આગળ સામે ખુરશી લાવીને રાખી દીધી. ધર્માચાર્ય તેના પર બેસીને ટાપુ તરફ જોવા લાગ્યા અને બધા મુસાફર આજુબાજુ એકઠા થઈ ગયા અને ટાપુના કિનારાના ઝાડ અને પહાડિઓ જોવા લાગ્યા.

ત્યાં જ તેમને માટીની બનેલી ઝુંપડી દેખાઈ. એક વ્યક્તિ ને તે ફકીર પણ દેખાયા. કપ્તાને દુરબીન કાઢ્યું અને તેમાં જોયું જોઈને દુરબીન ધર્માચાર્યના હાથમાં પકડાવી દીધું. બોલ્યો ખરેખર, ત્રણ માણસ કિનારા પાસે ઉભા છે. એક લાંબો છે

બીજો ઠીક કદનો છે અને ત્રીજો નાના કદનો, તેની કમર ઝુકેલી હતી. ત્રણેયે એકબીજાનો હાથ પકડી રાખ્યો હતો.

કપ્તાને ધર્માચાર્યને કહ્યું - આનાથી આગળ જહાજ નહીં જઈ શકે. જો તમે કિનારા સુધી જવા ઇચ્છતા હો તો નાવથી જઈ શકો છો. ત્યાં સુધી અમે અહીં લંગર નાખીને રહીશું"

ધર્માચાર્યએ ઉતરીને નાવમાં બેસી ગયા. મલ્લા હો એ નાવને ચલાવવાનું શરું કર્યું અને નાવ કિનારા તરફ વધવા લાગી. થોડીવારમાં જ તે ત્રણેય લોકો સ્પષ્ટ દેખાવા લાગ્યા હતા.

મલ્લાહોએ નાવને કિનારા લગાવી અને ધર્માચાર્યના ઉતારવા સુધી નાવને પકડી રાખી ત્રણેય વૃદ્ધોએ આચાર્યને ઝુકીને નમસ્કાર કર્યા. ધર્માચાર્યએ આશીર્વાદ આપ્યા. આશીર્વાદ મળતા જ તે નીચે ઝુકી ગયા.

ધર્માચાર્ય બોલ્યા - મેં સાંભળ્યું છે કે તમે ત્રણેય મહાપુરુંષ પોતાના આત્માના ઉધ્ધાર માટે અહીં રહો છો. અને ભગવાનને બધાના કલ્યાણ માટે પ્રાર્થના કરો છો હું પણ ભગવાનનો તુચ્છ દાસ છું તેમની કૃપા અને આદેશથી જગતના પ્રાણીઓને સતમાર્ગ બતાવવાનું કાર્ય કરું છું. મારી ઇચ્છા થઈ કે તમે ભગવાનના સેવક છો તેથી તમારી પાસે આવીને તમારી સહાયતા કરવા ઇચ્છતો હતો. અને જે કંઈ હું જાણું છું તે બતાવવા ઇચ્છું છું." તે ત્રણેય હસીને એકબીજાને જોતા રહ્યા હતા.

ધર્માચાર્ય બોલ્યા - "મને બતાવો કે તમે લોકો પોતાના આત્માની રક્ષા માટે શું કરો છો ? અને આ દ્વિપ પર પરમાત્માની સેવા-સાધના તમે લોકો કેવી રીતે કરો છો ?"

આ સવાલ પર સુરા ફકિર મંદભાવથી પોતાના વૃદ્ધ સાથી તરફ જોવા લાગ્યા.

એના પર તે પુરાતન પુરુંષ હસીને બોલ્યા - "ઈશ્વરની સેવા તો તેમને ખબર જ નથી. ઈશ્વરના દેવદુત અમે બધા પોતાને પાળીએ છીએ અને પોતાની જ સેવા કરી રહ્યા છીએ."

"પરંતુ પરમાત્માની પ્રાર્થના કેવી રીતે કરો છો."

"અમે તો પ્રાર્થના એવી રીતે કરીએ છીએ. ત્રણ તમે છો ત્રણ અમે છીએ. અમારા પર દયા કરજે માલિક."

આટલું કહીને ત્રણેયે પ્રકાશની તરફ આંખ ઉઠાવી અને એક જ સ્વરમાં બોલ્યા "ત્રણ અમે ત્રણ તમે, અમારા પર દયા રાખજો માલિક"

ધર્માચાર્ય હસ્યા બોલ્યા - "મને લાગે છે કે તમને ત્રિમૂર્તિ તથા ત્રિગુણાત્મકની કોઈ વાત સાંભળી છે, પરંતુ તમારી પ્રાર્થના સાચી નથી. તમે મહાન પુરુંષો એ તો મારો પ્રેમ જીતી લીધો. તમે પરમાત્માની પ્રસન્નતા ઇચ્છો છો પરંતુ ઈશ્વરની સેવાનો માર્ગ તમને ખબર નથી.

પ્રાર્થનાની વિધિ આ નથી. જુઓ, હું તમને બતાવું છું શાસ્ત્રોમાં બધા પ્રાણીના મંગળ માટે પ્રાર્થનાની જે વિધિ નિહિત છે. એ જ વિધિ હું તમને લોકોને શિખવવા ઇચ્છું છું."

આટલું કહીને ધર્માચાર્ય એ એ ફકીરોને સમજાવવાનું શરું કરી દીધું કે કેવી રીતે પરમ પુરુંષ એક છે. એ જ દ્વિધા હોય છે. પછી કેવી રીતે પ્રકૃતિપુરુંષ અને આદિ બીજ-પુરુંષ આ વિચિત્ર પરમાત્માના સંપૂર્ણ સ્વરુંપ કહેવાય છે.

પૃથ્વી પર ઈશ્વરે અવતાર ધારણ કર્યા છે કે ધર્મની રક્ષા થાય, આ અવતારોની વાણીથી આપણને પ્રાપ્ત થયું છે કે ઈશ્વરને કેવી રીતે પ્રાર્થના કરવી જોઈએ. સાંભળો, મારી સાથે સાથે બોલો –

"હે પરમ પિતા !"

"હે પરમ પિતા !" પહેલા વૃદ્ધે દોહરાવ્યું.

"હે પરમ પિતા !" બીજા એ કહ્યું.

"હે પરમ પિતા !" ત્રીજાએ દોહરાવ્યું.

"જેનો આકાશમાં વાસ છે." - પહેલા સાધુએ દોહરાવ્યું.

પરંતુ બીજો ફકીર કહેતા કહેતા ભૂલી ગયો અને ત્રીજાએ તે શબ્દોના ઉચ્ચારણ જ ઠીક ન કરી શક્યો હતો. એના મોં પર વાળ ઘણા ઘાટા હતા. એથી અવાજ સ્પષ્ટ નીકળતો ન હતો. સૌથી વૃદ્ધ પુરાતન સંત પણ દાંત બરાબર ન હોવાના કારણોથી શબ્દોને પુરેપુરા અને સાચા બોલી શકતા ન હતા.

ધર્માચાર્ય એ પ્રાર્થના ને ફરી બીજીવાર દોહરાવી. પછી ફરી ફકિરોએ દોહરાવી આચાર્ય ત્યાં એક પથ્થર પર બેઠેલા હતા. સામે તે ત્રણેય જોગી ઉભેલા હતા. તે આચાર્યના મુખની હરકત ને જોતા બરોબર એમની જેમ જ પ્રાર્થના શબ્દોને ઠીક - ઠીક ઉચ્ચારણ કરવાની કોશિશ કરી રહ્યા હતા.

ધર્માચાર્ય એ આખો દિવસ કોશિષ કરી. એક - એક શબ્દ સો-સો વાર બોલાવ્યો. સાથે સાથે તે સાધુ પણ બોલતા. વારે-વારે તે અચકાતા હતા અને ભુલી જતા પછી ખોટુ કહેવા લાગતા પરંતુ દરેક વખતે ધર્માચાર્ય એને સુધારી દેતા અને ફરી નવી શરુંઆત કરતા હતા.

આચાર્યએ ઘણી મહેનત કરી. છેવટે એ બન્યું કે હવે તે પ્રાર્થના ત્રણેય જોગી આચાર્ય વગર પણ પુરી બોલી શકતા હતા. વચલા જોગીએ સૌથી પહેલા પ્રાર્થના શીખી હતી. જ્યારે તેને આખી પ્રાર્થના યાદ રહી ગઈ તો આચાર્યએ તેને વારે-વારે બોલ્યા કરવાનું કહ્યું. એટલે પ્રાર્થનાના બાકી શબ્દો પણ જોગીને યાદ રહી ગયા ત્યારે આચાર્યને શાંતિ મળી.

ચારે બાજુ અંધારું થવા લાગ્યું હતું. ચાંદ નીકળી આવ્યો હતો. હવે આચાર્યને જહાજમાં જવાનો ખ્યાલ આવ્યો એ સમયે ત્રણેય વૃદ્ધોએ આચાર્યને ઝુકીને દંડવત

કર્યા. આચાર્યએ ઘણા પ્રેમથી ત્રણેયને ઉઠાવીને ગળે લગાડ્યા. પછી બતાવ્યું કે તમે લોકો આ રીતે પ્રાર્થના કર્યા કરો. છેવટે તે નાવ પર સવાર થઈને જહાજ તરફ ચાલી નીકળ્યા.

જે સમયે તે પોતાની નાવને જહાજની તરફ લઈ જઈ રહ્યા હતા, એ સમયે પણ તેમના કાનોમાં એ ત્રણેય જોગીનો અવાજ પડી રહ્યો હતો. તેઓ આચાર્ય એ શિખવેલી પ્રાર્થનાને વારે-વારે દોહરાવી રહ્યા હતા. નાવ જહાજ પાસે ગઈ. એ સમયે તેમનો અવાજ તો સંભળાતો નહતો. પરંતુ ચાંદની ચાંદનીમાં તે એ રીતે ઉભેલા જોવા મળ્યા હતા.

આચાર્યના પહોંચવાથી જહાજનું લંગર ઉઠાવી લેવામાં આવ્યું. ઃલ ખુલી ગયો અને જહાજ ચાલવા લાગ્યું. આચાર્ય હજી પણ જહાજમાં બેસીને એ ટાપુ તરફ જ જોઈ રહ્યો હતા. થોડી વાર સુધી તો તે સાધુ નજરમાં રહ્યા પછી તે ઓઝલ થઈ ગયા. ટાપુનો કિનારો છતાં પણ દેખાતો હતો. પછી ધીરે - ધીરે તે પણ ઓઝલ થઈ ગયો. હવે તો માત્ર ચાંદની ચાંદનીમાં સમુદ્રની લહેરો જ ચમકી રહી હતી.

ચારે બાજુ શાંતિ હતી. બધા યાત્રી જહાજમાં સુઈ ચુક્યા હતા, પરંતુ આચાર્યની આંખોમાં નિંદર ન હતી. તે પોતાની જગ્યાએ બેસીને સમુદ્ર તરફ જોતા જઈ રહ્યા હતા. જે જગ્યાએ ટાપુ હતો, વારે વારે તેમને એ જ જોગીઓની વાત યાદ આવી રહી હતી. - કેવા પ્રાણી હતા અને ઈશ્વર પ્રાર્થના સીખીને કેટલા કૃતાર્થ લાગતા હતા. તેમણે ઈશ્વરને ધન્યવાદ કર્યો કે પરમાત્માની ઘણી કૃપા છે કે તેણે આવા મહાપુરુંષોની સહાયતાનો અવસર મને આપ્યો. અને મને તે સંતોને પ્રાર્થના સિખવવાનું સૌભાગ્ય પ્રાર્પ થયું.

આ રીતે આચાર્ય વિચારતા એકાએક સમુદ્રની સપાટી પર નજર કરતા તે ટાપુની દિશામાં મોં કરીને બેઠા હતા. ચાંદની ચમકી રહી હતી. લેહરો ત્યાં-અહીંયા હીલ્લોળા લઈને ક્યારેક ધીમા અવાજમાં ખીલખીલાટ હસી પડતી હતી. ત્યારે ત્યાં જુએ છે કે ચાંદની કિરણોથી સમુદ્રના પાણી પર જે ચમકતી રસ્તા જેવું બની ગયું છે. એ રસ્તા પર કોઈ સફેદ વસ્તુ ચાલી આવી રહી છે. શું છે ? આ કોઈ સમુદ્રી જાનવર છે કે કોઈ કરતી લાગેલી. ધાતુ ચમકી રહી છે.

આચાર્ય આશ્ચર્યથી તે વસ્તુ જોઈ રહ્યા હતા એ વિચારી રહ્યા હતા કે જરૂર કોઈ નવા આપણી પાછળ આવી રહી છે. પરંતુ આતો ખુબ ઝડપથી આગળ વધતી જતી હતી. એક પળ પહેલા તો કેટલી દુર હતી. અને હવે કેટલી નજીક આવી ગઈ છે. ના આ નાવ તો ન હોઈ શકે. કંઈ પણ હોય. આ વસ્તુ આપણો પીછો કરી રહી છે. અને આપણને પકડવા ઈચ્છે છે.

પરંતુ તે સમજી શક્યા ન હતા કે છેવટે આ ચીજ છે શું ? આ કોઈ સમુદ્રી જાનવર જ નથી . ન કોઈ પક્ષી છે ન તો નાવ ? પરંતુ માણસ આટલો મોટો નથી

હતો. પછી ત્યાં સમુદ્રની અંદર માણસ ક્યાંથી આવી શકે ? ધર્માચાર્યએ ત્યાંથી ઉઠીને માંગીને કહ્યું - "જો તો ભાઈ, આ શું ચીજ છે."

ત્યારે આચાર્યને દેખાયુ કે તે ત્રણેય સાધુ લાગે છે અને પાણી પર દોડતા ચાલતા આવી રહ્યા છે. તેમની દાઢી ચમકી રહી હતી અને તે પોતે ચાંદનીની જેમ ઉજ્જવળ દેખાઈ રહ્યા હતા.

પરંતુ આચાર્યએ પોતાની આંખો પર વિશ્વાસ થતો ન હતો. આચાર્યએ માંડીને પૂછ્યું - "શું ચીજ છે તે ?"

પરંતુ સાધુ તો એટલી ઝડપથી ચાલીને આવી રહ્યા હતા કે જાણે જહાજ તો ચાલુ જ ન રહ્યું હોય. તેની આગળ એકદમ સ્થિર થઈ ગયું હોય.

માંઝી તો આ જોગીઓને પાણી પર ચાલતા આવતા જોઈ બીકનો માર્યો બધુ ભુલી ગયો. તેણે બુમ પાડી - "બાબા રે ! આ જોગી તો આપણી પાછળ જ દોડીને ચાલી આવી રહ્યા છે. જાણે તેમના પગ તળે જમીન હોય.

માંજીની ચીસ સાંભળીને જહાજના મુસાફર જાગી ગયા અને બધા ત્યાં આવીને ભેગા થઈ ગયા. તેમણે પણ જોયું કે ત્રણેય સાધુ હાથમાં હાથ નાખી ચાલતા આવી રહ્યા અને તેમનામાં આગળના બે સાધુઓ જહાજને રોકવા માટે કહી રહ્યા છે. જહાજ હજી રોકાયુ પણ ન હતું કે તે ત્રણેય ત્યાં આવી પહોંચ્યા. માથુ ઉઠાવીને ત્રણેય એકજ અવાજમાં બોલ્યા - "હે ઈશ્વર ના સેવક ! અમને તમારી શિખવાડેલી પ્રાર્થના યાદ ન રહી, જ્યાં સુધી હવે બોલતા રહ્યા, તે યાદ રહી, થોડાક રોકાયા કે એક શબ્દ ધ્યાનમાંથી ઉતરી ગયો હે ગુરુંવર ! અમને પ્રાર્થથા ફરીથી શિખવાડવાની કૃપા કરો."

આચાર્યએ મનમાં જ રામના નામનું સ્મરણ કર્યું અને કહ્યું - "હે સંત મહાપુરુંષો ! તમારી પોતાની જ પ્રાર્થના ઈશ્વર સુધી પહોંચી જશે. હું તમને શિખવવા યોગ્ય નથી. મારી વિનંતી છે કે હું પાપી છું. મારા માટે પ્રાર્થના કરો."

આચાર્યએ આટલું કહીને તેમને ઝુકીને પ્રણામ કર્યા. પછી તે જોગી પાછા ફરીને સમુદ્રને પાર કરી ગયા અને જેવા આંખોથી ઓઝલ થયા, ત્યારે સવારની કિરણ ફુટી નીકળી હતી.

# દાન-પ્રતિદાન

એક ઘણો મોટો ઓરડો જે એકદમ ખાલી હતો ત્યાં મેં એક ડોશીને જોઈ તો તેને પુછ્યું - "અહીંયા કોઈ એવો માણસ છે જેની પાસે ખાવા માટે કંઈ જ ન હોય.

ડોશી કંઈક વિચારી ને બોલી - હાં, મારા ખ્યાલથી તો એક તો અહીંયા જ પડેલી છે. હું સમજુ છું કે તેની પાસે ખાવા માટે કંઈ જ નથી.

"સાચે ? કોણ છે ત્યાં"

"તે એક વેશ્યા છે પરંતુ હવે તેને કોઈ નથી પુછતું એટલે હવે તેની કોઈ આવક નથી. અત્યાર સુધી તો તેની માલિકણે તેને દયા ખાઈને રાખી હતી. પરંતુ હવે તે પણ તેને કાઢી મુકવા ઈચ્છે છે." ત્યારે ડોશીએ બુમ પાડી 'અગાફયા ઓ અગાફયા' અમે લોકો તેની પાસે ગયા તો એક સ્ત્રી ખાટલા પર સુતી હતી. ઉઠીને બેસી ગઈ.

તેના વાળ સફેદ અને વિખરાયેલા હતા. તેણે એક ફાટેલી કમીજ પહેરેલી હતી. તેણે અમારા તરફ જોયું અને ફાટેલી કમીજમાંથી દેખાતી છાતી ઢાંકતા તેણે પાસે પડેલું એક જેકેટ પોતાના હાથથી ઉઠાવી લીધું. પછી તે ચિલ્લાઈને બોલી - "શું વાત છે ?" મેં તેને પૂછ્યું - કેવી વિતી રહી છે."

તેને મારી વાત સમજતા ઘણી વાર લાગી. ત્યાર પછી તે બોલી - "મને પોતાને ખબર નથી. આ લોકો મને કાઢી મુકવા ઈચ્છે છે."

"શું એ વાત સાચી છે કે તારી પાસે ખાવા માટે કંઈ જ નથી ?"

એ લખતા ઘણી શરમ આવે છે કે મેં તેને આવો પ્રશ્ન કર્યો તેણે મારા તરફ જોયા વગર જ જવાબ આપ્યો - મેં કાલે પણ કંઈ ખાધુ ન હતું અને આજે પણ કંઈ જ નથી ખાધું.

આ સ્ત્રીની હાલત જોઈએ. મારા હ્રદયના તાર ગેણઝણી ઉઠ્યા, પરંતુ તેને જોઈને મારા પર એટલી ઊંડી અસર ન પડી, જેટલી લ્યાપિન - અનાથાલય ને જોઈને પડી હતી. ત્યાંના લોકોને જોઈને મને ઘણું દુઃખ થયું હતું. પરંતુ અહીંયા આવીને મને એ વાતની ખુશી થઈ હતી કે હું જે પ્રકારની ભુખી વ્યક્તિની શોધમાં હતો તે છેવટે મને મળી જ ગઈ.

તે વ્યક્તિને મેં એક રુંબલ આપ્યો. મને યાદ છે. એવું કરતા મને ઘણી પ્રસન્નતા થઈ હતી. મને રુંબલ આપતો જોઈને ડોશીએ પણ હાથ ફેલાવ્યો. એ સમયે મને દાન આપવું. એટલું સારું લાગતું હતું કે મેં ડોશીને પણ રુંપિયો આપી દીધો. તે મને ઓરડા સુધી પહોંચાડતા આવી. અને ઓસરીમાં ઉભેલા કેટલાક લોકોએ મને ધન્યવાદ આપતો સાંભળ્યો.

ગરીબી વીશે મેં તમને જે સવાલ કર્યા હતા, અને કદાચ એ લોકોમાં ઉમ્મીદનો સંચાર થવા લાગ્યો અને તે મારી સાથ-સાથ મારી પાછળ આવી રહ્યા હતા.

ઓસરીમાં પહોંચવાથી બીજા કેટલાક લોકો પણ મારી પાસે પૈસા માંગવા લાગ્યા હતા. એમાંના તો કેટલાક સ્પષ્ટ રીતે દારુંડિયા લાગતા હતા. મને તેમનું માંગવું ખરાબ લાગી રહ્યું હતું. પરંતુ ડોશીને આપ્યા પછી હું તેમને મનાઈ નહોતો કરી શકતો. તેથી મેં તેમને પણ પૈસા આપવા શરું કર્યા.

ત્યાં ઘણી ભીડ એકઠી થઈ ગઈ હતી. સીડીઓ અને ગેલેરીઓમાં આવી-આવીને લોકો મને જોઈ રહ્યા હતા. હું જેવો આંગણામાં પહોંચ્યો ત્યારે એક છોકરો ભીડને ચીરતો સીડિઓ ઘણી ઝડપથી ઉતર્યો તેણે મને જોયા વિના જ બુમ પાડી - "તેણે અગાફયાને એક રુંબલ આપ્યો છે" પછી તે છોકરો મારી પાછળ આવનારી ભીડ સાથે થઈ ગયો.

હું બાહરવાળી ગલીમાં પહોંચી ચુક્યો હતો. ત્યાં પણ ઘણા લોકો મારી પાછળ-પાછળ હતા અને વધારે પૈસા માંગી રહ્યા હતા. મારી પાસે જેટલી પણ પરચુરણ હતું. તે બધુ મેં વહેંચી દીધુ અને દુકાન પર જઈને મેં દસ રુંબલનું પરચુરણ વધારે લીધુ મેં બધાને પૈસા વહેંચ્યા અને તેમા વિશે થોડી પુછપરછ પણ કરી તથા મેં તેમના નામ ડાયરીમાં પણ નોટ કર્યા.

દુકાનદાર રુંવાંદાર ઓવરકોટ પહેરેલો પથ્થરની મૂર્તિ બની આ બધો તમાશો જોઈ રહ્યો હતો. વચ્ચે રહી-રહીને તે ક્યારેય મારા તરફ અને ક્યારેક ભીડ તરફ જોઈ રહ્યો હતો, તેના આ રીતે જોવાથી મને એવું લાગ્યું કે એ પણ બીજા લોકોની જેમ મને મુર્ખ સમજી રહ્યો છે.

ત્યાંથી પાછો આવીને હું આખો દિવસ બેચેન રહ્યો મને એવું લાગી રહ્યું હતું કે હું જે કંઈ પણ કરી રહ્યો છું તે મારી મુર્ખાઈ અને અનૈતિકતા જ છે. પોતાના દ્વારા શરું કરેલા આ કાર્ય અંગે હું આ રીતે વધારી-વધારી વાતો કરવા લાગ્યો. જેમ કે મને તેની સફળતામાં કોઈ શક જ ન હોય.

બીજા દિવસે હું એકલો જ નોટબુકમાં લખેલા એ લોકો ને મળવા ગયો, જેની હાલત મને સૌથી વધારે દયનીય લાગી. મેં કોઈને વાસ્તવિક સહાય કરી ન હતી. આ કામ મને ઉમ્મીદ કરતા વધારે મુશ્કેલ લાગી રહ્યું હતું. કાં તો મારી અસમર્થતાના કારણ કે પછી કાર્ય અસંમવ હોવાના કારણે હું બસ દુઃખીઓ ને ઉત્તેજિત જ કરી શક્યો હતો. પરંતુ સહાયતા ન કરી શક્યો.

દરેક માણસ કાંતો ખોટુ બોલતો હતો કે પછી બધી સચ્ચાઈ બતાવવાથી કતરાઈ રહ્યો હતો અને મને રુંપિયાની થેલી જાણી વધારે-ને-વધારે રુંપિયા પડાવવા ઈચ્છતા હતા. ક્યારેક ક્યારેક મને એવું પણ લાગતું હતું કે લોકો ખુશામત કરીને જે રુંપિયા લઈ લે છે. તેને લાભની જગ્યાએ નુકસાન પણ થઈ શકે છે.

આ વાતની ચર્ચા કરતા કંઈક શરમ લાગે છે. તથા તે રાતે પણ મારા મોંમાંથી એ વાત ન નીકળી શકી. મને એવું લાગ્યું કે જેમ કે લોકો મારી વાત શરમની સાથે સાંભળી રહ્યા છે.

તેમણે પોતાની સ્વીકૃતિ તો જાહેર રુંપમાં પ્રગટ કરી દીધી હતી પરંતુ સ્પષ્ટ જાહેર થઈ રહ્યું હતું કે તે મારી વાતને મુર્ખાઈ સમજી રહ્યા છે અને તેમનો ખ્યાલ હતો કે આ વાતનો કોઈ ઉકેલ આવવાનો નથી. એથી જ તે લોકો તરત જ બીજી વાતની ચર્ચા કરવા લાગ્યા. આ ક્રમ ત્યાં સુધી ચાલતો રહ્યો જ્યાં સુધી અમારા જવાનો સમય ન થઈ ગયો અને અમે લોકો ત્યાંથી ગાડીમાં બેસીને ચાલી ન નીકળ્યા.

અંધારી સરાપમાં પહોંચી અમે નોકરોને જગાડ્યા અને પોતાના કાગળો શોધવા લાગ્યા. જ્યારે અમે સાંભળ્યું કે અમારા સમાચાર જાણીને લોકો ઝડપથી આવી રહ્યા છે. ત્યારે અમે મકાન માલિક સાથે ગેટ બંધ કરી દેવા માટે કહી દીધુ અને પોતે આંગણામાં જઈને ભાગવાવાળાને એ વિશ્વાસ અપાવવાની કોશિશ કરી કે કોઈ તેને પાસ દેખાડવા માટે નહીં કહે. (એ સમયે રશિયામાં પાસપોર્ટ ન રાખવો સખત કાયદાકિય ગુનો માનવામાં આવતો હતો.)

આ ગભરાયેલા લોકોને જોઈને મને એક અજીબ જેવો અહસાસ થયો. મને આજે પણ સારી રીતે યાદ છે. ફાટેલા કપડા પહેરેલી વ્યક્તિ આંગણામાં ફાનસ પકડી. ઘણા લાંબા લાગી રહ્યા હતા, તેમણે અમારું આશ્વાસન સાંભળ્યું પરંતુ વિશ્વાસ ન કર્યો. સ્પષ્ટ જાહેર થઈ રહ્યું હતું કે આખેટ માટે ઘેરવામાં આવેલા જાનવરોની જેમ તે પોતાનો જીવ બચાવવા માટે બધુ જ કરવા માટે રાજી હતા. જે શરિફ લોકોએ પોલીસ ઓફિસર, મેજિસ્ટ્રેટ, જજો વગેરેના નાના વેશોમાં તેમને શહેરો, ગામોમાં, ગલિઓમાં તથા સરાપોમાં, અનાથાલયોમાં શોધ કરી હતી, ને આજે તેમના ઘરે આવી પડ્યા હતા અને તેમણે માત્ર ગણત્રી કરવા માટે તેમના મકાનની ફાટક બંધ કરી દીધી હતી.

અમારી વાત પર વિશ્વાસ કરવો તેમના માટે એટલો જ મુશ્કેલ હતો. જેટલો કે સસલા માટે એ વિશ્વાસ કરવો કે શિકારી કુતરા તેમને પકડવા નથી આવી રહ્યા પરંતુ ગણવા આવ્યા છે.

પરંતુ ફાટક બંધ થઈ ચુક્યા હતા. એટલે નિરાશ થઈને તે પોત-પોતાની ઓરડીમાં પાછા ચાલ્યા ગયા. મારી સાથે બે વિદ્યાર્થી પણ હતા. અમે અમારું કામ શરું કરી દીધું.

અમે તે ઓરડાઓમાં ગયા જ્યાં પહેલા જઈ ચુક્યા હતા. જેના રહેનારાથી પરિચિત હતા. છતાં પણ મોટા ભાગના લોકો નવા હતા. ત્યાં દ્રશ્ય પણ ભયાનક હતું. બધા ઓરડા ભરેલા હતા. ઓરડાઓમાં પુરુંષો અને સ્ત્રીઓ ખરાબ રીતે ભરેલા હતા. તે દ્રશ્ય ઘણું ભયાનક હતું. જે સ્ત્રીઓ દારું પીને ધુત્ત નહોતી થઈ, તે પુરુંષો સાથે સુઈ રહી હતી. ઘણી બધી સ્ત્રીઓ પોતાના બાળકો માટે સાંકડા ખાટલા પર

અજાણ્યા પુરુંષો સાથે સુઈ રહી હતી. સૌથી ભયાનક તો એ વાત હતી કે આ પ્રકારની દુર્દશા ભોગવનારાની સંખ્યા અગણિત હતી.

અગણિત લોકો જીર્ણ-શીર્ણ ઓરડીઓમાં રહેતા હતા. એમાં ઘણી જ દુર્ગંધ આવી રહી હતી, ચારેબાજુ સ્ત્રી-પુરુંષ એ રીતે મદહોશ પડ્યા હતા. તેમના ચહેરા પર એવો જ ડર, એવી જ ગરીબી અને એવી જ અપરાધની છાયા હતી.

આ બધું જોઈને મને ઘણી શરમ આવી અને મારી સમજણમાં આવી ગયું કે આ કાર્ય ખરેખર મુર્ખાઈ છે. એ વિચારી કે હવે કોશિશ કરવી નકામી છે. મેં કોઈને બીજો કોઈ પ્રશ્ન ન કર્યો તથા એ જ સમયે મેં મારી નોટબુક બંધ કરી દીધી.

મારા દિલને ઘણું દુઃખ થયું. ત્યાંનું દૃશ્ય જોઈને મારી હાલત એવી થઈ ગઈ હતી જેમ કે સંયોગવશ કોઈ માણસના શરીર પર ફોલ્લો જોઈને થઈ જાય છે. એ સમયે એ માણસ માટે દુઃખ થાય છે અને વાતની શરમ પણ ઉપજે છે કે અમે પહેલા તેની મદદ કેમ ન કરી.

પરંતુ આ સમયે મારી હાલત એ ડોક્ટર જેવી થઈ ગઈ હતી. જે પોતાની દવાઓ સાથે રોગી પાસે જાય છે. તેનો ઘા ખોલીને સાફ કરે છે. પરંતુ છેવટે તેને માનવું પડે છે કે તેની બધી કોશિશ બેકાર ગઈ અને તેના દ્વારા આપવામાં આવેલી દવાથી રોગીને આરામ ન થયો.

# જાદૂની થેલી

સૌપ્રથમ મારા માટે એ વિશ્વાસ કરવો મુશ્કેલ થઈ ગયો હતો કે હું એક ભ્રમજાળમાં ફસાઈ ગયો છું પરંતુ જ્યારે મને સચ્ચાઈની ખબર પડી તો આશ્ચર્ય ચકિત થઈ ગયો હતો પોતે ઉપરથી નીચે સુધી દળદળમાં ફસાયેલો હતો. પરંતુ છતાપણ હું એક વાતને વિચારી રહ્યો હતો કે હું બીજાને દળ-દળમાંથી કાઢી શકીશ.

હું લોકોનું ભલુ કરવા ઇચ્છું છું કંઈક એવા પ્રકારની વ્યવસ્થા કરવા ઇચ્છું છું કે જગતનો કોઈ એક પણ મનુષ્ય ઉઘાડો અને ભુખ્યો ન રહી શકે અને તે પણ દરેક મનુષ્યની જેમ જીવન વ્યતિત કરી શકે.

આવું કરવું હું જરૂર ઇચ્છું છું પરંતુ જોઉં છું કે હિંસા, બળપ્રયોગ વગેરે જે અનેક શોષણ ક્રિયાઓમાં ભાગ લઈ રહ્યો છું. એમાં એક તરફ તો મજુર પોતાની રોજની જરુરિયાતોની ચીજોથી વંચિત રહી જાય છે અને બીજી તરફ છે એ લોકો જે મહેનત કરવાનું જ જાણતા નથી જેમાંથી એક હું છું. મેહનત કરવાવાળાની મહેનતનો લાભ ઉઠાવે છે. અને પોતે કંઈ જ પણ કરતા નથી.

મોટા-મોટા પુંજીપતિ, મિલ-માલિક એવું જ કામ કરે છે. ત્યાર બાદ મોટા-મોટા મહાજનો, જમીનદારો, વેપારીઓનો નંબર આવે છે. ત્રીજા નંબર પર મધ્યમ વર્ગના મહાજન, વેપારી, ઓફિસર અને મારા જેવા જમીનદાર છે. ત્યાર પછી નાના વેપારી, સરાપોના માલિક વ્યાજખોર, પોલિસ ઓફિસર, સિપાહી, અધ્યાપક, પુરોહિત કલાર્ક આવી જાય છે.

આ બધાની નીચે આવે છે. ખાનસામે, દરવાન, ભિસ્તી, ગાડીવાન અને ખેડૂત જેની સંખ્યા અન્ય વર્ગ કરતા દસ ગણી વધારે છે. હું એ વાત વિચારીને દુઃખી થાઉં છું કે આ દસમાંથી નવ લોકો શ્રમજીવીઓનું જીવન કંઈક એવું જ છે કે તેમને કઠોર પરિશ્રમ કરવો જરૂરી છે. જેમ કે પ્રાકૃતિક જીવન માટે જરૂરી છે. પરંતુ કેટલીક શોષણ વિધિઓ દ્વારા સંજોગો દરરોજ બગડતા જ જઈ રહ્યા છે.

હું જાણું છું. આજકાલ મજુર લોકો જેમ કે વૃદ્ધ સ્ત્રી, પુરુષ તથા બાળકો વધારે મહેનતના કારણે કાળના કોળિયા થતા જાય છે. તમને જીવન જરૂરી ચીજોને પ્રાપ્ત કરવાની આશા પણ હોતી નથી. બીજી તરફ નકામા લોકો જેમ કે હું છું, દર વર્ષે સુખ તથા વિલાસની વસ્તુઓ વધારે સુરક્ષિત થતી જાય છે. ત્યાં સુધી કે એમાંના કેટલાક ભાગ્યશાળી વ્યક્તિઓની જીવન સુરક્ષાની એ હદ સુધી પહોંચી ગયા છે. જેની કલ્પના પ્રાચીનકાળમાં લોકો માત્ર પરિઓની વાર્તાઓમાં જ કર્યા કરતા હતા.

અમારા લોકોની હાલત એ મનુષ્ય જેવી થઈ ગઈ છે. જે જાદૂની કોઈ અક્ષય

થેલીના માલિક બની બેઠા છે. બીજા શબ્દોમાં અમે એ અવસ્થામાં આવી ગયા છીએ. જેના મનુષ્ય ન માત્ર જીવનની રક્ષા માટે પરિશ્રમ કરવાના નિયમમાંથી મુક્ત થઈ ગયો છે. પરંતુ એ લાયક પણ બની ગયો છે કે મહેનત વગર જ જીવનના બધા સુખોનો ઉપભોગ કરી શકે. પછી પોતાના પછી તે જાદૂની થેલી કાં તો પોતાના સંતાન કે પછી પોતાની ઈચ્છા પ્રમાણે કોઈ બીજા લોકોને આપી જાય છે.

વ્યક્તિની મહેનતનું ફળ મહેનત કરવાવાળાને ન મળતાં નકામાં લોકોને મળી રહ્યું છે. એવું મહેસુસ થાય છે કે સમાજના વિશાળ ભવનનું ફરીથી નિર્માણ કંઈક એવી રીતે થઈ રહ્યું છે કે પાયાના પથ્થર શિખર તરફ વધતા જઈ રહ્યા છે અને એ પરિવર્તન, રાત-દિવસ વધતુ જઈ રહ્યું છે.

હું એ વિચારીને દુઃખી થાઉં છું જે કંઈ બની રહ્યું છે. તે એવું છે. જેમ કે કોઈ બોળીની કીડીઓ પોતાના સામાન્ય નિયમોને ભુલીને અને તેમાંથી કેટલીક કીડીઓ માટીને ઉઠાવી-ઉઠાવી નીચેથી ઉપરની તરફ જવા લાગે. આ રીતે નીચેનો ભાગ નાનો થતો જશે. અને ઉપરનો ભાગ શિખર વધતું જશે.

ત્યાં સુધી કે બીજી કીડીઓ પણ લાચાર બનીને નીચેથી ઉપર ચાલી જાય હું જાણું છું કે પરિશ્રમી જીવનનું આદર્શ સ્થાન જાદૂવાળી થેલીના આદર્શે લઈ લીધુ છે. ધનવાનો એ પોતાની યુક્તિથી જાદૂની થેલી પડાવી લીધી છે અને તેનો ઉપભોગ કરવા માટે અમે શહેરોમાં આવીને વસ્યા છીએ. જ્યાં ઉત્પાદન એક પણ વસ્તુનું થતું નથી પરંતુ ઉપભોગ બધી વસ્તુઓનો થાય છે.

બિચારો તે મજુર જે જાદૂની થેલીને અમીર લોકો માટે સુલભ બનાવવા માટે લાગેલો રહે છે. ત્યાં પહોંચીને તેના માં પણ છળકપટ આવી જાય છે કે પછી તે પોતાના સંજોગો બનાવી લે છે કે થોડી મહેનત કરી ને તેને વધારે ફળ મળી જાય અને આ રીતે મજુરોનો ભાર વધારે વધતો જશે.

હું એ વર્ગમાં આવું છું. જે પોતાની યુક્તિઓ દ્વારા મજુરોની જીવન અંગેની જરૂર વસ્તુઓથી વંચિત કરી દઈએ છીએ અને એ જ યુક્તિઓના બળ પર તેમને તે જાદૂની થેલી પ્રાપ્ત થઈ છે. જેને તે બિચારા મજુરો લલચામણી નજરથી જુએ છે.

જો હું આ મજુરોને કોઈ મદદ કરવા ઈચ્છું છું તો એક વાત સ્પષ્ટ છે કે મારે આ લોકોને લુટવા ન જોઈએ. જો કે હું એ કરું છું. એના સિવાય મારે તેને પ્રલોભન પણ આપવા જોઈએ. મોં સદિઓથી પ્રચલિત જટિલ એવી કુટિલ અને ક્રુર-છળ-પ્રપંચની મદદથી પોતાના માટે એક એવી સ્થિતિ ઉત્પન્ન કરી લીધી છે કે જાદૂની થેલી રાખવાવાળી કોઈપણ વ્યક્તિની થઈ શકે છે. એ સ્થિતિ પર હું આવી ગયો છું જેમ કે પોતે કંઈ પણ કાર્ય કર્યા વગર જ સેંકડો માણસોને પોતાના માટે કામ કરવા માટે મજબુર કરી શકું.

પરંતુ છતા પણ હું વિચારું છું કે હું ગરીબોની સહાયતા કરું અને તેમને મજબુર

કરું છું કે તે મને ઉઠાવીને ચાલે અને બીજી તરફ પોતાની જાતને અને બીજાને લોકોને એ વાતનો વિશ્વાસ અપાવું છું કે મને તેની સાથે હમદર્દી છે અને હું દરેક કોશિશ કરવા છતાં તેનું ભાગ્ય સુધારવા ઇચ્છું છું બસ શર્ત એટલી એ હું તેની પીઠથી ઉતરું.

જો હું ઇચ્છું છું કે નિર્ધન ન રહે તો મારે તેને નિર્ધન ન બનાવવો જોઈએ. પરંતુ સચ્ચાઈ એ છે કે જે લોકો જીવન માર્ગથી વિચલીત થઈ ગયો છે. હું તેમને સેંકડો રુંબલ આપી દઉં છું પરંતુ જે લોકો વિચલીત નથી થયા, એની પાસેથી હું ઘણા રુંબલ વસુલ કરી લઉં છું.

વાત બિલકુલ સરળ છે. પરંતુ આખી સમજવી મુશ્કેલ છે. જ્યાં સુધી કે હું એવું કોઈ સમાધાન ન કરી લઉં જેનાથી મારા પક્ષ ને સમર્થન થઈ શકે છે. પરંતુ જેવો મેં મારા જુર્મનો સ્વીકાર કર્યો, એવી જ વાતો પહેલા વિચિત્ર અને જટિલ લાગતી હતી. તે એકદમ સરળ બની ગઈ.

હું લોકોની મદદ કરવા ઇચ્છું છું. છતાં પણ હું ચાર-ચાર મીણબત્તી સળગાવી. રાતના મોડે સુધી પત્તા રમુ છું અને પછી બપોર સુધી પડ્યો રહી સુઈ જાઉ છું. મને પોતાને સેંકડો માણસોની સહાયતા તથા સેવાની જરૂરત છે, છતાં પણ હું બીજાની સહાયતા કરવા ઇચ્છું છું પરંતુ કોની ? એની જે સવારે પાંચ વાગ્યે ઉઠી જાય છે. રોટલી અને કરમ કલ્લા ખાય છે અને પાટીયા પર સુઈ જાય છે ? જેનામાં લાકડા કાપવા, હળ ચલાવવા, રંધો ચલાવવા કપડા સિવવાની યોગ્યતા ભરી છે. દૃઢતા, શક્તિ, કાર્યકુશળતા તથા આત્મસંયમમાં એ લોકો મારા કરતા સેંકડો ગણા આગળ છે. છતાં પણ હું એ વિચારું છું કે આવા માણસોની મદદ કરું.

હું તો એવા લોકોની મદદ કરવા ઇચ્છું છું જે ગરીબ છે પરંણુ આ જમાનામાં ગરીબ કોણ છે. જેને હું મદદ કરી શકું છું ? પરંતુ તે વ્યક્તિમાંથી કોઈ પણ મારાથી વધારે ગરીબ નથી. હું એકદમ નકામો તથા પરાવલંબી છું. તથા વિશેષ અવસ્થામાં જ જીવતો રહી શકું છું. આ હાલત એ સમયે ઉત્પન્ન થાય છે. જ્યારે બધા લોકો એક નિતાંત નિરર્થક જીવનને જાળવી રાખવાની કોશિશ કરે છે. હું તે કીડો છું જે ઝાડના પાંદડાને ફલવા-ફુલવાની કામના તો કરું છું પરંતુ બરાબર આપ્તો રહું છું.

હું મારું આખુ જીવન આ રીતે પસાર કરું છું ખાઉં છું. વાતો કરું છું. સાંભળું છું, લખું છું, વાચું છું અને સુઈ જાઉં છું. દરરોજ આવુ જ ચાલે છે. ન તો હું કોઈ કામ કરું છું ન તો કરવાનું જાણું છું. મને આ રીતે જીવન વીતાવવામાં મદદ કરવા માટે એ જરૂરી છે કે ખેડૂત, દરવાન, રસોઈઓ અને ધોબિ સવારથી સાંજ સુધી કામ કરતા રહે.

એ લોકો દિવસ-રાત કઠોર પરિશ્રમ કરે છે. જેથી હું વાતો કરી શકું, ખાઈ શકું અને સુઈ શકું છતાં પણ હું નકામો એ વિચારું છું કે હું બીજાની મદદ કરું - એમની જ જે મારી મદદ કરે છે.

એમાં કોઈ આશ્ચર્યની વાત નથી કે હું કોઈની મદદ ન કરી શક્યો અને મને પોતાના પર ઘણી શરમ થઈ. આશ્ચર્ય જનક વાત તો એ છે કે મારા મગજમાં બીજાની મદદ કરવાનો મુર્ખાઈ ભર્યો વિચાર આવ્યો કેવી રીતે ? જે સ્ત્રી એ બીમાર વૃદ્ધની સેવા કરી. એણે જ તેની સહાયતા કરી હતી. જે ખેડૂત સ્ત્રીએ પોતાના મહેનતના ઉત્પન્ન કરેલા અનાજની રોટલીમાંથી એક ટુકડો કાપીને ભિખારીને આપી દીધો હતો, તેણે તેની મદદ કરી હતી. આ રીતે સેંમ્યોને પોતાના કમાયેલા ત્રણ કોપેક ભિખારીને આપીને તેની સહાયતા કરી તે ત્રણ કોપેક તેની મહેનતની કમાણી હતી. પરંતુ મેં કોઈની સહાયતા ન કરી. ન તો કોઈની સેવા કરી. કારણ કે હું સારી રીતે જાણું છું કે મારું ધન મહેનતથી કમાયેલું નથી.

એથી જ મને એ વાતનો અહેસાસ થયો કે પોતે રુંપિયામાં અને તેને પોતાની પાસે રાખવામાં કોઈ ખરાબી નથી. મેં એ વાતનો અનુભવ પણ કર્યો કે મારી ચારે તરફ બુરાઈઓ જ દેખાય છે, એનું કારણ જ રુંપિયા છે. જે આ જાદૂની થેલીમાં બધા છે મારી પાસે છે.

# વચ્ચેની દીવાલ

બીજા પર દોષ લગાવવો. ઘણું સ્વભાવિક હોય છે. પરંતુ પરંતુ એ દિવસોમાં મારી પાસે રોકાયેલા સુતા એફ (જે એક ખેડૂત હતો અને શહરેમાં નોકરી કરતો હતો) નામનો એક વિલક્ષણ પુરુંષના એક શબ્દએ બધી વાત સ્પષ્ટ કરી દીધી અને મને મારી નિષ્ફળતાનુંગુઢ કારણ સમજાવી દીધું.

સુતાએફની વાતની એ સમયે મારા પર ઉંડી અસર થઈ હતી. પરંતુ એનું આખુ મહત્ત્વ મારી સમજણમાં આવ્યું. આ એ સમયની વાત છે. આત્મ પ્રવંચના પોતાની પરમ સીમા પર પહોંચી હતી. હું મારી બહેનને ત્યાં બેઠો હતો. મારી સાથે સુતાએફ પણ ત્યાં હતો અને મારી બહેન મને મારી યોજના અંગે થોડી પુછપરછ કરી રહી હતી.

મેં તેને બતાવ્યું. જેમ કે કામ પુરા વિશ્વાસની સાથે થાય છે. હું તેની સામે મારા કામમાં અને તેના પરિણામોને ઘણી તન્મય અને ઉત્સાહની સાથે વધારી-ચઢાવી વખાણ કરવા લાગ્યો. મેં મારી બહેનને સમજાવી દીધું કે કેવી રીતે અમે વૃદ્ધો અને અનાથોની દેખભાળ કરીશું અને કેવી રીતે શહેરમાં ગુજારો ન કરી શકતા ખેડૂતોને તેમના ગામ પાછા મોકલી દેશું અને પછી આ રીતે અમારી યોજના સફળ થઈ ગઈ તો મોસ્કોમાં એક પણ વ્યક્તિ નિઃસહાય નહીં રહે. મારી બહેને મારી સાથે હમદર્દી બતાવી અને અમે આ વિષય પર વાતચીત કરતા રહ્યા.

ત્યારે મારી નજર સુતાએફ પર પડી. મને ખબર હતી કે તે પાક્કો ઈસાઈ છે અને દાનશીલતા ને ઘણું મહત્ત્વ આપે છે એટલે મને આશા હતી કે તે મારું સમર્થન કરશે, એ જ કારણે મેં વાતચીત એ રીતે કરી કે તે મારો મતલબ સમજી જાય. મેં બધી વાત મારી બહેનને સંબોધીને કરી હતી. વાસ્તવમાં મારી બધી વાત સુતાએફ માટે જ હતી. એ સમયે સુતાએફે ઘેટાના ચામડાનો કાળો કોટ પહેર્યો હતો.

એ સમયે તે પથ્થર જેવો અચળ બેઠો હતો એવું લાગતું હતું કે તે અમારી વાતો સાંભળતો નથી અને પોતાના વિચારોમાં જ મગ્ન છે. તેની નાની આંખો જોતા લાગે છે કે જેમ કે બંધ હોય.

પોતાની વાત પુરી કરી મેં તેને સંબોધિત કરીને પુછ્યું - ‘‘સુતાએફ, તારી શું ઈચ્છા છે.’’

‘‘બધુ નકામું છે.’’ તેણે કહ્યું.

‘‘કેમ ?’’

‘‘જે સભા તમે કરવા જઈ રહ્યા છો. તે એકદમ મુર્ખાઈ છે. તેનાથી કોઈ ફાયદો નહીં થાય’’ સુતાએફે વિશ્વાસથી કહ્યું.

"કેમ નહીં લાભ થાય ?" હજારોને નહીં સેંકડો અભાગિયાને જ સાચી સહાયતા કરવી બેકાર કેમ જશે ? શું ભુખ્યાને ભોજન નાગા ને કપડા આપવા બેકારની વાત છે ?"

"હું જાણું છું કે આ બાઈબલનો ઉપદેશ છે. પરંતુ તમારી કામ કરવાની રીત સાચી નથી. શું મદદ કરવાની આ જ રીત છે ? કોઈ તમારી પાસે પૈસા માંગે અને તમે કાઢીને આપી દો છો, શું આ દાન છે ? જો તમે આપવા જ ઇચ્છો છો તો તેને શિક્ષણનું દાન આપો. પરંતુ તમે તો આવું કરવાને બદલે પૈસા આપીને પીછો છોડાવી લો છો.

"ના અમે એ વાત નથી કરી રહ્યા. અમે તો ગરીબોની જરુંરિયાત જાણવા ઈચ્છીએ છીએ. જે જે જરુંરિયાતમંદ છે. તેમને ધન તથા કામ આપવા ઈચ્છીએ છીએ અને તેમને કામ પર પણ લગાવવા ઈચ્છીએ છીએ."

"આ રીતે તમે તેના માટે કંઈ જ નહીં કરી શકો"

"શું મતલબ ? શું તેને ભુખ અને ઠંડીથી મરવા દેવામાં આવે ?"

"એ કેમ મરશે. તેની સંખ્યા એટલી વધારે પણ નથી."

"છે કેમ નહીં ?" આ વાતને મેં એ વિચારીને કહી કે સુતાએફ ને કદાચ એ ખબર નથી કે રશિયામાં કંગાળોની સંખ્યા કેટલી વધારે છે. મેં કહ્યું - "શું તમે નથી જાણતા કે મોસ્કોમાં કેટલા ભુખ્યા-નાગા લોકો છે ? એ સિવાય બીજા શહેરો પણ જુઓ."

સુતાએફ હસીને બોલ્યો - "વીસ હજાર, અને જાણે છે રશિયામાં ઘર કેટલા છે ? દસ લાખ."

"સારું દસ લાખ માની લો. તો તેનાથી શું ?"

તે આવેશમાં બોલ્યો - "શા માટે આપણે લોકો તેને એકબીજામાં વહેંચી લઈએ. હું અમીર નથી. પરંતુ છતાં પણ બેનો ભાર અત્યારે ઉઠાવી શકું છું. તમારા કિચનમાં જે છોકરો કામ કરે છે. મેં તેને મારી સાથે આવવાનું કહ્યું હતું. પરંતુ તે તૈયાર નથી. હું તો એ જ કહીશ કે જો તેનાથી દસ ગણા કંગાળ હોય તો પણ આપણે તેને શરણ આપી શકીએ છીએ. એક તમે રાખી શકો છો, બીજાને હું રાખી શકું છું. આપણે બધા એક ટેબલ પર બેસીને ખાવાનું ખાઈ શું , તેને આપણામાંથી કોઈપણ ઉપદેશ નહીં આપે એ જ સાચુ દાન છે. તમારી યોજના બેકાર છે.

તેની વાત મારી સમજણમાં આવી ગઈ. મને લાગ્યું કે જો સુતાએફની વાત સાચી છે તો મેં જે કાર્ય શરું કર્યું છે તે પણ ઉપયોગી સાબિત થશે. પરંતુ જેમ-જેમ હું ગરીબ લોકોની નજીક આવતો ગયો. તેમ-તેમ મને સુતાએફની વાત યાદ આવવા લાગી એમાં કોઈ શક ન હતો કે જ્યારે હું ઘરમાંથી બહાર નીકળું છું તો એક કીંમતી કોટ પહેરી અને પોતાની ગાડીમાં નીકળું છું અને એક એવી વ્યક્તિ જેની પાસે જુતા પણ નથી. મારા બે હજાર રુંબલના મકાન પર નજર નાખે. હું કોઈ પણ શરમ વગર તેને પાંચ રુંબલ આપી દઉં છું તેનો મતલબ એ નથી કે મારી પાસે રુંબલ નકામો છે.

તેના સિવાય પણ તે માણસ મારા વિશે શું વિચારી શકે છે કે જે ધન મારી પાસે છે તે મેં તેનું પડાવી લીધું છે. આ રીતે મારા પ્રત્યે તેની ભાવના શું હોઈ શકે છે.

જો આપણે સ્વાદિષ્ટ વ્યંજન લઈને આવા લોકોની વચ્ચે ભોજન કરવા બેસી જઈએ તો જેને ખાવા માટે કંઈ જ નથી મળ્યું. માત્ર સુકી રોટલી જ ખાય છે. તો આપણે ભલે કેટલાય કઠોર હૃદયના કેમ ન જ હોય. આ શક્ય નથી કે આપણે પોતે તો ખાઈએ અને ભુખ્યા લોકો હોઠ ચાટતા રહી જાય.

એટલે જ ભુખ્યાની વચ્ચે રહીને પણ સ્વાદિષ્ટ ભોજન ખાવા માટે આપણે સૌથી પહેલી નજર એ વાતની છે કે આપણે આપણી જાતને તેનાથી છુપાવીને રાખીએ અને એવા સ્થાન પર બેસીને ભોજન કરીએ જ્યાં તેની નજર આપણા પર ન પડે. સાચુ પુછો તો આપણે એવું જ કરીએ છીએ.

હું એ નિષ્કર્ષ પર પહોંચ્યો છું કે ગરીબોના સંપર્કમાં આવવાથી આપણે લોકોને જે મુશ્કેલીઓ દેખાય છે. તે માત્ર સંયોગની વાત નથી. પરંતુ આપણે લોકો આપણા જીવનની વ્યવસ્થા એવી રીતે કરી લઈએ છીએ કે તેનાથી નિર્ધનોના સંપર્કમાં આવવું મુશ્કેલ બની જાય છે. મેં અમીરોના જીવન પર વિચાર કરી જોયું તો જાણ્યું કે આપણા જીવનમાં જે સુખ સમજવામાં આવે છે. તે ખરેખર તે વસ્તુ છે કે ઓછામાં ઓછું તે વસ્તુ સાથે અતુટ સંબંધ છે - જે આપણને ગરીબ લોકોથી વધારેને વધારે અલગ રાખે છે.

આપણે આપણા નોકરોને પણ ભરપેટ ભોજન કરાવીએ છીએ જેથી આપણા સ્વાદિષ્ટ ભોજનને જોઈને તેમના મોંમાં પાણી ન ભરાઈ આવે. આપણે પોતે અલગ ભોજન કરીએ છીએ. પરંતુ એકલા સારું ન લાગવાને કારણે ભોજનને સુધારવા તથા મેજને સજાવવા માટે જુદા-જુદા ઉપાયો અજમાવીએ છીએ. આપણો ભોજન કરવાનો ઢંગ આપણને બીજાથી અલગ કરવાનું એક સાધન બની જાય છે. કોઈ નિર્ધન વ્યક્તિને ભોજન માટે આશંક્તિ કરવો. અમીરો માટે કલ્પનાથી બહારની વાત છે.

જો કોઈ અમીર માણસ માત્ર ઠંડીથી શરીરનું રક્ષણ કરવા માટે કપડા પહેરે તો તેને ઘણા થોડા કપડાની જરૂર પડે. એક ઓવરકોટ, એક ઘેટાના ચામડીનો કોટ, એક જોડી ચામડાના જુતા અને ખેડૂતવાળો કોટ, પાયજામો અને ખમીસ-બસ, આટલું જ તેને પુરતુ રહેશે અને જો તેની પાસે ઘેટાના ચામડાના બે કોટ હશે. તો તેમાંથી એક કોટ બીજા કોઈ કોટ વગરના માણસને આપવામાં આનાકાની નહીં કરી શકે.

આ જ વાત આપણા મકાન અંગે સિદ્ધ થાય છે. આ ઓરડામાં તે એકલા રહેવા માટે એ જરૂરી છે કે એક ઓરડામાં દસ-દસની સંખ્યામાં રહેવાવાળા લોકો આ ઓરડાઓ જોઈ શકે.

માણસ જેટલો અમીર હોય છે. એટલું તેના સુધી પહોંચવાનું મુશ્કેલ હોય છે. સવારી અંગે પણ આ જ વાત છે. જો બળદગાળામાં બેસીને જતો ખેડૂત કોઈ પગપાળા જતી વ્યક્તિને બળદ ગાડામાં ચઢવાની ના પાડી દે તો તે ઘણો કઠોર દિલનો માનવામાં આવશે. તેની ગાડીમાં જગ્યા હોય છે અને તેને પગપાળા ચાલવાવાળાને બેસાડી લેવાનો મોકો પણ હોય છે. પરંતુ ગાડી જેટલી સારી હોય છે, એટલી જ એમાં કોઈ

બીજાને સ્થાન મળવાની સંભાવના ઓછી હોય છે. આ જ કારણે ગાડી સારી હોય છે. એમાંથી કેટલીક એક સવારીવાળી ગાડી કહેવાય છે.

આ વાત સ્વચ્છતા અંગે પણ કહી શકાય છે. એ લોકોને કોણ નહીં ઓળખે જે સ્વચ્છતાને એક મહાન ગુણ માને છે અને કોણ એવો હશે જે સફાઈથી અજાણ્યો હોય જે લોકો ધનવાન બની ગયા છે. એમાંથી કોણ એવું છે જે એ નથી જાણતુ કે સફાઈની આદત કેટલી મુશ્કેલી અને કષ્ટથી પડી છે ?

આજે સફાઈની આ વાતથી જાહેર છે કે રોજ કમીજ બદલવામાં આવે. કાલે કદાચ એવું પણ થાય કે દિવસમાં બે કમીજ બદલવામાં આવે. આ રીતે સફાઈએ વાતમાં સમજી જાય છે. રોજ હાથ મોં ધોયા કાલે એ વાત પણ સમજમાં આવશે કે દરરોજ પગ પણ ધોવામાં આવે અને પરમ દિવસે એ વાત માનવામાં આવે કે સ્નાન કરવામાં આવે.

આજે મેજપોશ બે દિવસ ચાલ્યો છે. કાલે રોજ બદલવામાં આવે અને પછી દિવસમાં બે વાર. આજના સમયમાં એટલું જ પુરતુ નથી કે દરવાનના હાથ ચોખ્ખા હોય. કાલે તેના માટે ચોખ્ખો મોજા પહેરવા જરૂરી બની જાય. આ રીતે સફાઈ જ્યારે બીજાના શરીરમાં કરવામાં આવે છે. ત્યારે તેની કોઈ સીમા નથી હોતી અને તેમાં કોઈ ફાયદો પણ થતો નથી. સિવાય એ કે આપણે બીજા સાથે સંપર્ક રાખવો અસંભવ બની જાય છે.

એટલું જ નહીં જ્યારે મેં આ સવાલ પર ગંભીરતાથી વિચાર કર્યો તો મને વિશ્વાસ થઈ ગયો કે આપણે જેને શિક્ષણ કહીએ છીએ તેના અંગે પણ આ વાત લાગુ પડે છે. ભાષા આપણને ધોખો નથી દેતી. જનતા જે વસ્તુનો જે અર્થ કરે છે. તે ભાષા પણ વ્યક્ત કરે છે. સાધારણ લોકો જે વસ્તુને શિક્ષણ કહે છે તે છે. ફેશનેબલ વેશભૂષા. શિષ્ટતાપૂર્ણ વાતચીત, ઉજળા હાથ અને એક ખાસ પ્રકારની સ્વચ્છતા. આ ગુણોથી સંપન્ન વ્યક્તિ બીજાની નજરમાં શિક્ષિત બની જાય છે.

શિક્ષણનો અર્થ તે આચાર-વ્યવહાર અને તે જ્ઞાન જે એક મનુષ્ય ને બીજાથી અલગ કરે છે. તેનો ઉદ્દેશ પણ હોય છે. સફાઈનો મતલબ આપણે ધનવાનોને નિર્ધનોથી અલગ રાખવો જેનાથી કે ભુખ્યા અને નાગા એ જોઈ શકે કે આપણે કેવી રીતે મોજ ઉડાવીએ છીએ પછી પણ અમારો રાગ-રંગ છુપાઈ શકતો નથી અને તે તેને જોઈ લે છે.

આ રીતે મને વિશ્વાસ થઈ ગયો કે આપણે અમીર લોકોનો, ગરીબ લોકોને સહાય ન કરવાનું કારણ એ પણ છે કે આપણે લોકો માટે તેના સંપર્કમા આવવું અસંભવ છે. મને એ વાત નો વિશ્વાસ છે કે આપણે ધનવાનો તથા ગરીબોની વચ્ચે સ્વચ્છતા અને શિક્ષણની એક દિવાલ છે. જેને આપણે પોતે આપણા ધનથી ઉભી કરી છે તથા મજબુત બનાવી છે. તેથી જ ગરીબોનો મદદ કરવા યોગ્ય બનાવવા માટે સૌથી પહેલા આ દિવાલ પાડવાની છે. જેથી આપણે એક-એક અનાથને શરણે આપવાની સુતાએફ દ્વારા આપવામાં આવેલી યુક્તિને કામમાં લાવી શકાય. પછી પણ હું આ વિચાર પર પહોંચ્યો છું કે શહેરી ગરીબાઈનું કારણ આપણી સંપત્તિ છે.

# બે સાથી

એક સમયની ઘટના છે. બે વૃદ્ધ વ્યક્તિની ઈચ્છા થઈ કે તે પરમ તિર્થ ધામ-યેરુંસલેમની યાત્રા પર જાય. એમાંથી એકનું નામ એફિમ શુએબ જોકે એક ખુશહાલ કારતકાર હતો અને બીજાનું નામ હતું. એલીશા પરંતુ એલીસાની હાલત વધારે સારી ન હતી.

એફિમ સરેરાશ રીતનો માણસ હતો. ઈરાદાનો મજબુત સંજીદા, આદતનો નેક તેણે જીવનમાં ક્યારેય દારું પીધો ન હતો. ન ક્યારેય બીડી પીતો હતો, અને ન તમાકુ- તેણે ક્યારેય ગાળ પણ બોલી ન હતી. બે વાર ગામમાં સરપંચ ચુંટાયો હતો તથા તેના સમયમાં હિસાબની પાઈ-પાઈ સચવાતી હતી. તેનું કંટુંબ મોટું હતું - બે પુત્ર હતા તથા એક નાતીની લગ્ન પણ થઈ ગયા છે અને હજીપણ લોકો સાથે રહે છે.

તે ઘણો મિલનસાર વ્યક્તિ હતો. આજે પણ તેનું શરીર હ્રષ્ટ-પુષ્ટ હતું. દાઢી નીચે સુધી આવતી હતી. જ્યારે તે સાંઈઠનો થઈ ગયો હતો ત્યારે તેની દાઢીમાં સફેદ વાળ આવવા શરું થયા હતા.

એલીશા ન ગરીબ હતો ન અમીર. તે બઢઈનું કામ કરતો હતો અને વસ્તીની બહાર જઈને મજુરી કરતો હતો. પરંતુ જ્યારે તે વૃદ્ધ થઈ ગયો તો તે બહાર જઈ શકતો ન હતો એટલે ઘરે જ મધમાખી પાળી લીધી.

એક પુત્ર તો તેનો કામની શોધમાં દુર દેશ ચાલ્યો ગયો હતો અને બીજો ઘરે રહેતો હતો. એલીશા ખુશ-મિજાજ હોવાની સાથે-સાથે દયાવાન પણ હતો. ક્યારેક ક્યારેક દારુંપણ પી લેતો હતો. તેને છીંકણીની પણ આદત પડી ગઈ હતી અને ગાવાનો પણ શોખ હતો. તે ઘરમાં અને આસ-પડોશ બધા સાથે મળીને રહેતો હતો. તેનું કદ થોડું નાનું હતું. રંગ કાળો, દાઢી ઘુંઘરાળી તથા ઘાટી પરંતુ તેનું માથું ટકલું હતું.

આ બંને વૃદ્ધો એ ઘણા સમય પહેલા યેરુંસલેમની જાત્રાએ જવાનો સંકલ્પ કર્યો હતો. પરંતુ એફિમને સમય મળતો ન હતો. તેની પાસે કામ વધારે હતું. એક પતાવતો તો બીજું તૈયાર થઈ જતું. પહેલા તો તેના નાતીના લગ્નની વાત નીકળી આવી. અને ત્યારપછી પોતાના નામ પુત્રની પાછા ફરવાની રાહ જોવા લાગ્યો. આ રીતે સમય પસાર થતો ગયો. પછી એક નવા - મકાન અંગે મદદ કરવી શરું થઈ ગઈ.

એક દિવસ બંને દોસ્તો ટકરાઈ ગયા. એફિમ એ સમયે પોતાના ઘરના નિર્માણમાં લાગેલો હતો. તે બલ્લિઓના ચટ્ટા પર બેસીને બંને વાતો કરવા લાગ્યા.

એતીશાએ કહ્યું - "હજી થોડી વધારે રાહ જુઓ. આ વર્ષ તો તું મને જો કેટલી મુશ્કેલી પડી છે. વિચારતો હતો કે બસો રુંપિયામાં ઘર ઉભું થઈ જશે. પરંતુ ચારસો વધારે લાગી ચુક્યા છે અને છતા પણ ઘણું બધું કામ બાકી રહી ગયું છે. ગરમી આવતા સુધી રોકાઈ જાવ."

એલીશાએ કહ્યું - "મારો તો મત છે કે આપણે લોકો જલ્દી-જલ્દી જઈએ વસંતની ઋતુ છે.

"સમય તો સારો છે પરંતુ આ મકાનનું શું કરું ?"

"તું તો એ રીતે કહી રહ્યા છો કે જેમ કે દેખભાળ કરવાવાળું કોઈ બીજું છે જ નહીં તારો પુત્ર તો છે જ."

"પુત્ર પર મને વિશ્વાસ નથી. તને ખબર નથી ક્યારેક ક્યારેક તો તે ખુબ જ દારું પી લે છે."

"દોસ્ત આપણા મર્યા પછી પણ બધા કામ ચાલશે તેથી બેટા ઉપર છોડો બધુ શીખી જશે.

"તારું કહેવું પણ સાચું છે. પરંતુ કામ વચ્ચમાં જ છેડાઈ ગયું છે તો વચ્ચે કેમ છોડું"

"દોસ્ત આ જન્મમાં બધું કંઈ પુરું થતું નથી. હમણાની જ વાત છે. અમારા ઘરમાં સફાઈ વગેરે થઈ રહી હતી. જે કંઈ અહીં થઈ રહ્યું છે. મારે ત્યાં પણ પતાવવાનું છે. પરંતુ મારા વહુ-દિરાએ કહ્યું - તહેવારના દિવસો આપણી રાહ નથી જોતા. આટલું જ પુરતુ છે. નહીં તો કેટલું કરીએ. આપણે તેના માટે ક્યારેય તૈયાર ન થઈ શકીએ તો ક્યારેય તહેવાર ન મનાવી શકાય.

આ સાંભળીને તે વિચારમાં પડી ગયો. બોલ્યો - "આ ઘરમાં મારા ઘણા બધા પૈસા ખર્ચ થઈ ચુક્યા છે. યાત્રા પર ખાલી હાથે જવાતું નથી. ઓછામાં ઓછા સો સો રુંપિયા તો હોવા જોઈએ. અને એ કોઈ નાની રકમ નથી."

એલીશા સાંભળીને હસતા હસતા બોલ્યો - "તું પણ કેવી વાત કરે છે. મારાથી દસગણું વધારે તો તારી પાસે છે. છતાં પણ પૈસાની વાત કરે છે. મને બતાવ ક્યાં જવાનું છે."

હસીને બોલ્યો - "ભાઈ મને ખબર ન હતી તું આટલો અમીર છે. આટલી જલ્દી આટલા રુંપિયાની વ્યવસ્થા કેવી રીતે કરીશ."

"ઘરમાં મળી-વહેંચીને કંઈક તો થઈ જશે. જો તે પણ પુરતા નહીં થાય તો કેટલાક મધમાખીઓના મધપૂડા એક પડોશીના હાથે ઉઠાવી દઈશ. તે ઘણા દિવસથી કહી રહ્યો છે."

"જો પછી ખુબ મધ થશે તો તને વેચ્યાનું દુઃખ થશે." એફિમે કહ્યું.

"ના, દોસ્ત અફસોસ હું જાણતો જ નથી શું છે પોતાના પાપ સિવાય કોઈ વાતનો હું અફસોસ કરતો નથી."

"ઠીક છે. પરંતુ કામ-ધામનું નુકસાન કરવું પણ ઠીક નથી લાગતું "

"પરંતુ આત્માનું તો નુકસાન થઈ રહ્યું છે. એ રીતે આ તો તેનાથી પણ ખરાબ વાત આપણે બંને એ તિર્થયાત્રા પર જવાનો સંકલ્પ કર્યો હતો, એટલે આપણે તેના માટે નીકળવું જ જોઈએ."

એલીશાએ છેવટે પોતાના મિત્રને મનાવી જ લીધો. ઘણું વિચાર્યા પછી. સવારે એફિમ એલિશા પાસે આવ્યો અને બોલ્યો - "દોસ્ત તારી વાત ઠીક છે. જીવન-મૃત્યુ તો પરમાત્માના હાથમાં છે. એથી જ્યાં સુધી શરીરમાં જીવ છે. ત્યારે જ ચાલી નીકળીએ તો સારું છે."

સાત દિવસની અંદર બંને રવાના થઈ ગયા. એફિમ પાસે રોકડા પૈસા પુરતા હતા. લગભગ સો રુંપિયા તેણે સાથે લીધા અને બસો રુંપિયા પોતાની પત્નીને આપી આવ્યો.

એલીશાએ પણ તૈયારી કરી લીધી હતી. દસ મધપૂડા પડોશીને આપી દીધા. જો નવો ફાલ તેના પર આવે તો તે પણ તેનો. આ કામમાં તેને સીત્તેર રુંપિયા મળ્યા. બાકીના પૈસા તેણે પોતાના બચત તથા મળવાવાળા પાસેથી પુરા કરી લીધા. તેની પત્નીએ જે કંઈ બચાવી રાખ્યું હતું. બધું તેને આપી દીધું. વહુએ પણ પોતાના પૈસા તેને આપી દીધા.

એલીમે પોતાના છોકરાને બધું સારી રીતે સમજાવી દીધું. ક્યાંથી કેટલું ઘાસ કાપવાનું છે. કેટલું ખાતર નાખવાનું છે. છત કેવી પડશે. પુરો બંદોબસ્ત સમજાવી દીધો.

બીજી તરફ એલીશાએ પોતાની પત્નીને કહ્યું કે જે મધપૂડા વેચી દીધા છે. આપણી માખી ન લાગવા દઈશ. ક્યાંય તેનું મધ ઓછું ન થઈ જાય. અને ધ્યાન રાખજે. પુરેપુરા મધપૂડા પડોશીને મળી જાય. ક્યાંય કોઈ ભુલ ન થાય. બાકી ઘરની વાતો તેણે ન સમજાવી અને બોલી - "જેવી જરૂર પડે તેવું તમારી જાતે કરી લેજો. તમે માલિક છો."

આ રીતે બંને મિત્રો તૈયાર થઈ ગયા. ખાવાનું બનાવી પોતાની સાથે બાંધી લીધું અને પગ માટે પટ્ટીઓ તૈયાર કરી આપી દીધી. પરિવારના લોકો ગામના પાદર સુધી મુકવા આવ્યા, ત્યાંથી તે પોતાની જાતે ચાલ્યા.

એલીશા ઘરેથી નીકળતા જ ઘરની બધી વાતો ભૂલી ગયો હતો. તેને હવે એક જ ચિંતા હતી કે પોતાના સાથીને કેવી રીતે ખુશ રાખું. કોઈને કંઈ જ કઠોર વચન ન બોલું અને પોતાની યાત્રા શાંતિપૂર્વક કરું. તેને રસ્તામાં કોઈ મળતું તો ઘણા વિનયથી વાત કરતો અને બધા સાથે મીઠુ બોલતો. આ રીતે તે પોતાની યાત્રા પર આગળ

વધતો રહ્યો. એક વાત તેનાથી છોડાઈ ન હતી. છીંકણી એના માટે તેને રસ્તામાં રોકાવું પડતું હતું અને પછી તે ઝડપથી આગળ વધી જતો.

એલીમ પણ દૃઢ ઈરાદાનો વ્યક્તિ હતો. તે પણ ખોટું કામ કરતો ન હતો. ન તો અહંકાર ભર્યો વચન બોલતો હતો, પરંતુ ઘરની ચિંતા તેને થતી હતી. ખબર નહીં કોણ શું કરી રહ્યું હશે.

આ રીત પાંચ અઠવાડિયા તે સતત ચાલતા રહ્યા. તેના જુતાના તળિયા ચાલતા ચાલતા ઘસાઈ ગયા. પછી તેમને બીજા જુતાની ચિંતા થઈ. રાતના રોકાવા અને ભોજન કરવામાં પણ તેને પૈસા આપવા પડતા હતા. અહીંયા સુધી પહોંચ્યા પછી બધા લોકો તેને રોકવા તથા સત્કાર કરવામાં લાગેલા હતા. તે લોકો તેમને ખવડાવતા પીવડાવતા અને બદલામાં એક પૈસો લેતા ન હતા અને એટલું જ નહીં આગળ રસ્તા માટે ખાવાનું પણ બાંધી દેતા.

કોઈ પાંચસો માઈલની યાત્રા તેમણે આ રીતે પુરી કરી ત્યારબાદ તે જયાં પહોંચ્યા. આ વર્ષ ત્યાં કારત સુકાઈ ગઈ હતી. ત્યાંના ખેડૂત લોકો રોકાવા તો મફત દેતા. પરંતુ ખાવાના પૈસા લેતા હતા. એના કારણે ક્યારેક તેમને રોટલી પણ મળતી ન હતી. પૈસા આપવા છતાં પણ નહીં લોકો કહેતા હતાં કે પાકનો સત્યાનાશ થઈ ગયો હતો. લોકો માંગી કરીને પોતાનો ગુજારો કરી રહ્યા હતા. ઝાડના પાંદડા તથા ચોકર ખાઈને ગુજારો કરતા હતા.

એક રાત બંને ક્યાંક નાના ગામમાં રોકાયા, અને બીજા દિવસે સવાર થતા પહેલા નીકળી ગયા. ત્યાંથી ઘણી રોટલીઓ લઈને રાખી દીધી. દિવસ-દિવસના જ ઘણો રસ્તો પસાર કરી લીધો હતો. કોઈ આઠ માઈલ દુર એક વિસામો આવ્યો ત્યાં બંને બેસી ગયા અને પાણી લઈને તે સાથે રોટલી ખાવા લાગ્યા. પછી થોડો આરામ કર્યો. પછી તેણે સુંઘવાની ડબ્બી કાઢી.

એ જોઈને એફિમે મોં બગાડતા કહ્યું - "આ શું છે ? આ ગંદી આદત તે છોડી નહીં."

આરામ કર્યા પછી તે ફરીથી આગળ વધી ગયા કોઈ એક માઈલ દુર એક મોટું ગામ આવ્યું. જેની અંદરથી બંને પસાર થયા. તડકો ઘણો તેજ હતો. એલીશા ને ઘણો થાક મહેસુસ થઈ રહ્યો હતો. તેણે વિચાર્યું થોડું પાણી પી લઈએ. પરંતુ એફિમ રોકાયા વગર ચાલ્યો જઈ રહ્યો હતો. બંનેમાં એફિમ સારું ચાલવાવાળો હતો અને તેને એલીશાની સાથે-સાથે રસ્તો પાર કરવામાં ઘણી પરેશાની થતી હતી.

એલીશાએ કહ્યું - "જો અહીંયા ક્યાંય પાણી મળી જાય તો સારું હતું. મને તરસ લાગી છે."

એફિમ બોલ્યો - "સારી વાત છે. તું પાણી પી. મને તરસ નથી."

એલીશા રોકાઈ ગયો - "તું આટલું જા. હું જરા ઝુંપડીમાં પાણી પીને આવું છું."

"ઠીક છે."

"એવું કહીને એફિમ રસ્તા પર એકલો જ આગળ વધી ગયો. એલીશા ઝૂંપડી તરફ વળી ગયો.

ઝુંપડી નાની તથા માટીની બનેલી હતી. ફર્શ કાળા રંગની અને ચિકણી હતી. ઉપરની સફેદ પોતેલી હતી. પરંતુ દિવાલોની માટી પડવા લાગી હતી. એવું લાગતું હતું કે માટી ઘણા સમયથી લાગેલી છે. દરવાજા આગળ એક આંગણું હતું. એલીશા આંગણામાં આવ્યા તો જોયું કે માટીના ડંડાનું ઘર ચારે બાજુ ખેંચાયેલું છે. તેની અંદર એક માણસ પડેલો છે. શરીરે મજબુત હતો પરંતુ દાઢી ન હતી અને કુર્તા પાયજામાની અંદર ઘુસેલો હતો.

એ માણસ ઉપર તડકો આવી ગયો હતો, તે સુતેલો ન હતો. છતાં પણ આડો પડેલો હતો. એલીશા એ તેની પાસે જઈને પાણી માંગ્યું. પરંતુ તે માણસે કંઈ જવાબ ન આપ્યો.

એલીશા એ વિચાર્યું કે આ માણસ કાં તો બીમાર છે કે જાણી જોઈને સાંભળતો નથી. દરવાજા પાસે ગયો તો એક બાળકના રડવાનો અવાજ તેના કાનમાં પડ્યો તેણે દરવાજો ખખડાવ્યો.

"કોઈ છે ?" એલીશાએ કહ્યું. પરંતુ કોઈ જવાબ ન મળ્યો. પોતાના ડંડાથી દરવાજાને ઠોકતા તેણે ફરી બુમ પાડી - "કોઈ અંદર છે જે મારો અવાજ સાંભળી રહ્યા છે" પરંતુ કોઈ જવાબ ન મળ્યો.

"એ ! સાંભળો કોઈ છે ?"

જવાબ ન મળ્યો.

એલીશા પાછો ફરી જવા ઇચ્છતો હતો પરંતુ ત્યારે જ તેણે કોઈના કણસવાનો અવાજ સાંભળ્યો.

આ લોકો પર કોઈ મુસિબત આવી પડી છે. ચાલ જઈને જોઉ તો" એમ વિચારી ઝૂંપડીમાં ઘુસી ગયો.

તેણે દરવાજો ખોલ્યો, અંદરથી સાંકળ મારેલીન હતી. એલીશા અંદર ઘુસી ગયો. એલીશા જે ઓરડામાં ઘુસ્યો, તેની ડાબી તરફ ચુલો હતો. સામે મસીહનો ક્રોસ ટાંગેલો હતો. પાસે જ એક બેન્ચ પડી હતી અને તેના પર એક સ્ત્રી બેઠી હતી. તેનાં વાળ ખુલ્લા હતાં, શરીર પર એક કપડું હતું. તે વૃદ્ધા હતી. તેણે પોતાનું માથુ મેજ પર ટકાવી રાખ્યું હતું.

પાસે જ એક દુબળું પાતળું બાળક જેનું પેટ આગળ નિકળેલું હતું. તે કંઈક માંસ ખાઈ રહ્યો હતો. અને જોર જોરથી રડીને ડોશીનો પાલવ ખેંચી રહ્યો હતો. એલીશાને ત્યાં દુર્ગંધ આવી રહી હતી. તેણે વળીને જોયું તો ચુલા પાસે એક સ્ત્રી ઉંધા મોંએ ઊભી હતી. તેની આંખો બંધ હતી અને ગળામાંથી કંઈક ઘર-ઘરનો અવાજ

થઈ રહ્યો હતો. તે સ્ત્રી ચત્તી પડી. આસમાનમાં રહી-રહીને ટાંગો ફેંકી રહી હતી. ક્યારેક પગ સંકોચતી, સમેટતી અને ફેંકવા લાગતી.

દુર્ગંધ ત્યાંથી જ આવી રહી હતી. એવું લાગતું હતું કે તે ઉઠી બેસી શકતી ન હતી. ન કોઈ તેની દેખભાળ કરવાવાળું હતું. ડોશીએ માથુ ઉઠાવી એલીશા તરફ જોયું અને બોલી - "શું વાત છે ? કંઈ જોઈએ છે ? અહીંયા તો કંઈ જ નથી."

તેની ભાષા અજીબ હતી. પરંતુ એલીશાની સમજમાં આવી ગઈ હતી. તે બોલ્યો - "તમારી ઘણી મહેરબાની થશે. જો થોડું - એવું પાણી મળી જાય. મને તરસ લાગી છે."

"અહીંયા પાણી લાવવાવાળું કોઈ નથી તું જા અહીંથી અને તારો રસ્તો જો"

એ સમયે એલીશાએ પૂછ્યું - "કોઈ અહીંયા એવું નથી જે આ બીમાર સ્ત્રીની દેખભાળ કરી શકે."

"ના કોઈ નથી. મારો છોકરો બાહર મરી રહ્યો છે અને અમે લાચાર અંદર મરી રહ્યા છીએ."

એલીશાએ જોઈને બાળકે રોવાનું બંધ કરી દીધું હતું પરંતુ ડોશીના બોલવાથી બાળકે ફરીથી તેનો પાલવ ખેંચતાં કહ્યું - "દાદી - રોટલી આપો"

એલીશા ડોશીને કંઈ પુછવાનો જ હતો કે તે બહાર વાળો માણસ ડગમગતો અંદર પહોંચ્યો. તે દિવાલના સહારે અંદર ચાલતો આવી રહ્યો હતો. ઓરડામાં ઘુસતા તે ધડામ કરતો પડ્યો. તેણે ફરી ઉઠવાની કોશિશ ન કરી. તે ત્યાંથી જ ડગમગતો અવાજમાં બોલ્યો - "મહામારીએ અમને જકડી લીધા છે... અને દુષ્કાળ તે ભુખે મરી રહ્યા છે...."

કહીને તેણે બાળક તરફ ઈશારો કર્યો અને પોતે મોટે-મોટેથી રડવા લાગ્યો.

એલીશાએ જલ્દીથી ખભા પર ટાંગેલો થેલો નીચે ઉતાર્યો પછી તેની અંદર રાખેલી ડબલ રોટી ને બહાર કાઢી ચાકુથી એક ટુકડો કાપી તે માણસ તરફ વધાર્યો. તે માણસે તે ટુકડો ન લીધો પરંતુ બાળક અને ચુલ્લાની પાસે પડેલી સ્ત્રીની તરફ ઈશારો કર્યો જેમ કે તે કહેવા ઇચ્છતો હોય. જો આપવું છે તો બાળકને આપો.

એલીશાએ તે બ્રેડનો ટુકડો બાળક તરફ વધારી દીધો. બાળકે એ ટુકડાને તરત જ ઝપટી લીધો અને નાના હાથે ખાવા લાગ્યો. પાછળથી છોકરી પણ ચાલતી ત્યાં આવી અને ધ્યાનપૂર્વક રોટલીને જોવા લાગી. એલીશાએ એક ટુકડો તેને પણ પકડાવી દીધો.

પછી તેણે એક ટુકડો ડોશીને આપી દીધો. ડોશી પણ પોતાના મોંમાં જલ્દી-જલ્દી તેને ખાવા લાગી.

પછી બોલી - "કાલે હું પાણી લેવા ગઈ હતી. આજે નથી ગઈ કારણ કે ભુખના માર્યા મારાથી કાલે ચલાતુ જ ન હતું અને હું વચમાં જ પડી ગઈ. પછી જવાની હિંમત ન થઈ. ડોલ ત્યાંજ પડી રહી હતી.. ખબર નહીં કોઈ ઉઠાવીને લઈ ગયું કે હજી ત્યાં પડી છે.

એલીશા એ કુવાનું ઠેકાણું પુછ્યું. ડોશીએ બતાવ્યું. એલીશા ડોલ લઈને પાણી લાવ્યો અને બધાને પીવડાવ્યું. પાણી આવી ગયા પછી ડોશી અને બાળકોને ફરી થોડી રોટલી તેની સાથે ખાધી પરંતુ તે માણસે કંઈ જ ખાધુ નહીં અને બોલ્યો - હું રોટલી નથી ખાઈ શકતો."

અત્યાર સુધી ત્યાં પડેલી બીજી સ્ત્રીને હોશ ન હતો. તે એમ જ ઉપર ટાંગો ચલાવી રહી હતી. એલીશા તરત જ ગામની દુકાને ગયો. ત્યાંથી જઈનું કંઈક ચુમ લીધું.

દાળ, મોઠું અને તેલ પણ લીધું. એક કુલડી પણ ક્યાંથી શોધી કાઢી અને લાડકીઓ કાપીને ભેગી કરી લીધી. પછી ચુલો સળગાવ્યો છોકરી પણ આવીને તેને મદદ કરવા લાગી ત્યારે તેમણે જઈને કંઈક ખાવાનું તૈયાર કર્યું અને તે ભુખ્યા લોકોને ખવડાવ્યું.

તે માણસે તો માત્ર નામનું જ ખાધું હતું. ડોશીએ પણ ઓછું જ ખાધું. પરંતુ બાળકોએ વાસણ પણ સાફ કરી નાખ્યા. ત્યાર પછી તે બંને બાળકો ગળામાં હાથ નાખીને સુઈ ગયા.

એ સમયે તે માણસ અને તે ડોશી એ એલીશાને પોતાની દુઃખ ભરી વાર્તા સંભળાવી કે તેની આ હાલત કેવી રીતે થઈ. તે બોલી - "ગરીબ તો અમે પહેલેથી જ હતા. પરંતુ આ વર્ષે દુષ્કાળે તો અમારી કમર જ તોડી નખી. જે કંઈ બચાવીને રાખ્યું હતું તે બધુ તો ઠંડીમાં જ પતી ગયું. ત્યાર પછી એવો સમય આવી ગયો કે પાડોશી કે બીજા લોકો પાસેથી માંગી માંગીને ગુજારો ચલાવવો પડ્યો.

પહેલા તો તેમણે આપ્યું હતું. પરંતુ પછી ના પાડી દીધી. તેમની પાસે પણ કંઈ બચ્યું ન હતું. જે અમને આપે. અમને પણ માંગતા માંગતા શરમ આવવા લાગી હતી. દેવામાં અમે લોકો માથાના ઉપર સુધી ડુબી ચુક્યા હતા. એક એક કરીને બધાનું કર્જ અમારા ઉપર વધતું જતું હતું. કોઈનું અમારા ઉપર અનાજ ચઢેલું હતું તો કોઈના પૈસા ઉધાર અને કોઈ ત્રીજાની તો બીજી ચીજ ઉધાર ચઢી ગઈ હતી."

"આવા હલ થઈ જવાથી.." માણસ બોલ્યો - "હું કામની શોધમાં નીકળી પડ્યો પરંતુ મને કામ ન મળ્યું. પેટ ભરવા જેટલું અનાજ ક્યાંયથી મળી જાય તો તેની મજુરી પર કામ કરવા માટે અસંખ્ય લોકો તૈયાર હતા અને આજે ક્યાંક કામ મળી જાય તો પણ બીજા દિવસે ફરી ખાલી. પછી બીજું કામ શોધો. આ ચક્કરમાં એક વર્ષ આખુ વિતી ગયું.

ડોશી અને છોકરીએ ક્યાંય બીજી જગ્યાએ જઈને ભીખ માંગવી શરું કરી દીધી. આ રીતે ક્યારેક અડધુ પેટ ક્યારેક ખાધા વગર અમે જીવતા રહ્યા. આશા બંધાયેલી હતી કે આવનારા પાકથી બધુ ઠીક થઈ જશે. પરંતુ પાનખર આવતા તો અમને ભીખમાં પણ કંઈ મળવાનું બંધ થઈ ગયું હતું. ઉપરથી બીમારીનો પ્રકોપ આવી પડ્યો.

હાલ-દિવસે ને દિવસે વધારે ખરાબ થતી ગઈ. જો આજે કંઈક મળી જાય તો આગલા બે દિવસ સુધી ફાંફા મારવા પડતા હતા. પછી ઘાસ ખાઈને અમે અમારું પેટ ભરવા લાગ્યા.

ખબર નહીં. ઘાસના કારણે જ કે પછી બીજું કંઈ મારી પત્ની બીમાર પડતી ગઈ. પગ પર ચલાતું નથી. ન તો તે ઉભી રહી શકે છે. હું પણ દિવસે ને દિવસે ઢીલો પડતો જઈ રહ્યો હતો. કોઈની મદદ મળવાની દુર દુર સુધી કોઈ આશા દેખાતી ન હતી.

"છતા પણ" ડોશીએ કહ્યું - "હું બચી હતી પરંતુ કંઈ પણ ખાધા વગર ક્યાં સુધી ચાલતી રહું છેવટે હું પણ દિવસે ને દિવસે નબળી થવા લાગી. આ છોકરી પણ કેટલી નબળી પડી ગઈ અને ડરેલી સહેમી સહેમી રહે છે. હું કહતી હતી જઈને પાડોશી પાસેથી માંગી લાવ. પરંતુ તે ઘરમાંથી બાહર જ નીકળતી નથી અને ખુણામાં જઈને ચુપચાપ બેસી જતી હતી. પરમ દિવસે જ પડોશણ અહીંયા આવી હતી. પરંતુ અહીંયાની સ્થિતિ જોઈને પાછી ચાલી ગઈ. તેણે જોયું કે અહીંયા તો બધા બીમાર અને ભુખ્યા પડ્યા છે. તેને પણ તેના પતિએ મોકલી હતી કે જઈને બાળકો માટે પાડોશી પાસેથી કંઈક માંગીને લઈ આવ. એ જ ઉમ્મીદ લઈ તે બિચારી અહીંયા આવી હતી. પરંતુ અમે અહીંયા પહેલેથી જ ભુખ્યા હતા.

એની આટલી દુઃખભરી દાસ્તાન સાંભળી એલીશાએ એ દિવસે જવાનો અને પોતાના સાથીનો સાથ પકડવાનો ખ્યાલ છોડી દીધો. એ રાત તેણે ત્યાં જ રોકાવાની યોજના બનાવી. બીજી સવારે અંધારામાં જ ઉઠીને તે ઘરનું કામ-ધામ કરવા લાગ્યો. કામમાં તે એવી રીતે લાગેલો હતો. જેમ કે પોતાના જ ઘરનું કામ હોય. પછી તેણે આગ સળગાવી. લોટ બાંધ્યો ડોશી પણ તેને કામમાં મદદ કરી રહી હતી. પછી તે છોકરીને લઈને પડોશમાં જરૂરી ચીજો લેવા ચાલ્યો ગયો. કારણ કે ઘરમાં કંઈ જ ન હતું. અનાજ મેળવવા તેમણે બધું જ વેચી નાખ્યું હતું.

તેના ઘરમાં ન તો વાસણ હતા ન તો કપડા તેની એલીશા જરૂરી સામાન ભેગો કરવા લાગ્યો. થોડું તેની પાસે હતું. થોડું ખરીદીને લાવ્યો હતો ત્યાં તે એક દિવસ રહ્યો હતો. આ રીતે તેના ત્રણ - ચાર દિવસ પસાર થઈ ગયા. નાના બાળકોમાં હવે કંઈક જીવ આવવા લાગ્યો હતો તે સરકતો આવીને એલીશાની ગોદમાં ચઢી જતો હતો.

છોકરીના ચહેરા પર પણ ઘણી રોનક આવી ગઈ હતી. તે પણ દોડી દોડીને સાથે કામ કરવા લાગી. જરાપણ કંઈ વાત હોય તો તે એલીશાની પાસે આવી જતી અને બોલતી "દાદા -દાદા"

ધીરે ધીરે ડોશીમાં પણ જીવ આવવા લાગ્યો હતો. હવે તે આસ-પડોશમાં ફરવા લાયક થઈ ગઈ હતી. તે માણસના શરીરમાં પણ તાકાત આવવી શરું થઈ ગઈ હતી.

હવે તે દિવાલનો સહારો લઈ ચાલી શકતો હતો. પરંતુ તેની પત્ની ઠીક થતી નહોતી. પરંતુ આજે તેને થોડો-થોડો હોશ આવ્યો અને તેણે ખાવાનું પણ માંગ્યું.

એલીશા વિચારવા લાગ્યો. રસ્તામાં આટલો સમય બર્બાદ થઈ ગયો એની શી ખબર હતી. હવે નીકળવું જોઈએ.

એ દિવસે ઈસ્ટરનાં વ્રત-પર્વનો છેલ્લો દિવસ હતો. તે દિવસે ઉપવાસના પારણાનો દિવસ હોય છે તથા લોકો ખાઈ-પીને ખુશી મનાવે છે. એલીશાએ વિચાર્યું - "આ દિવસ તો અહીં આ લોકોની સાથે જ વિતાવવો જોઈએ. જઈને દુકાનમાંથી તેમના માટે કંઈક લાવી દઈશ અને તહેવારના આનંદમાં સાથ દઈશ. પછી બધુ પતાવી અહીંથી નીકળીશ."

આટલુ વિચારી તે ગામમાં ગયો અને દુધ અને સેવૈયાની વ્યવસ્થા કરી તથા ઘરે પહોંચીને બીજા દિવસના તહેવારની તૈયારીમાં સહાયતા કરવા લાગ્યો. ઘરની અંદર ક્યાંક ક્યાંક રોકાઈ રહ્યું હતું. એ દિવસે એલીશા ગિરજા પણ ગયો. ત્યાંથી આવ્યા પછી તેણે બધા સાથે ઉપવાસ ખોલ્યો. એ દિવસે તે માણસની પત્ની પણ ઉઠીને ચાલવા લાગી હતી. તેણે પોતાના પતિની હજામત બનાવી અને ડોશીને પણ તેનુ કુરતુ ધોઈને આપ્યું જે તેણે પહેરી લીધું હતું. ત્યારે તે ગામના મહાજનની પાસે ક્ષમાવની માંગવા ગયો.

જમીન અને ચરાગાહ મહાજનની પાસે ગીરવી રાખેલા હતા. તેણે મનમાં વિચાર્યું - "હવે આ લોકો કેવી રીતે રહેશો ? શું વાવશે, શું કાપશે ? તેમની જમીન તો ગિરવી રાખેલી છે. જવ પકવવાનો સમય પણ નજીક આવી રહ્યો છે અને આ વર્ષ જુઓ ઈશ્વર કેવા પ્રકારનો પાક ઉત્પન્ન કરાવે છે. પરંતુ બીજા લોકો તો કાપતા હશે. અને આ લાચાર મજુર લોકો પાસે કંઈ જ નથી. તેની ત્રણ એકર જમીન મહાજનના કબ્જામાં છે, આ કારણે જ ક્યાંય તેની હાલત બીજીવાર એવી ન થઈ જાય. જેવી મેં જોઈ હતી ?

એલીશા ઘણી દુવિધામાં ફસાઈ ગયો હતો. છેવટે નિર્ણય કર્યો કે આજે ન જાઉં કાલ સુધી વધારે રોકાઈ જાઉં. આવો પાક્કો ઈરાદો કરીને તે ઓસરીમાં જઈ પોતાની પથારીમાં સુઈ ગયો. પરંતુ આખી રાત સુઈ ન શક્યો. એક તરફ તે વિચારી રહ્યો હતો કે હવે મારે અહીંથી જવું જોઈએ. અહીંયા મારો ઘણો સમય અને ઘણા પૈસા ખર્ચ થઈ ગયા છે અને બીજી તરફ આ લોકોને જોઈને દીલમાં કરુંણા ઉત્પન્ન થતી હતી.

તેણે મનમાં વિચાર્યું - આ નો તો કોઈ અંત દેખાતો જ નથી. પહેલા તો મેં જ વિચાર્યું હતું કે આ લોકોને લાવીને પાણી પીવડાવી દેવામાં આવે. અને મારી પાસે જે ડબલરોટી છે તે ખાવા માટે આપી દેવામાં આવે. પરંતુ મને શું ખબર વાત આટલી વધી જશે તો. હવે તો ખેતર અને જમીન ને ગીરવીમાંથી છોડાવી દેવાની વાત પણ સામે આવી ગઈ. જો હું

જમીન છોડાવી દઉં તો પછી મારે બળદ પણ લઈને આપવા પડશે. પછી સામાન ઉંચકવા માટે એક ઘોડો પણ જોઈએ. વાહ યાર એલીશા ! તે તો તારા ગળામાં જંજાળ નાખી દીધી. પોતાની પત્ની છોડીને તો તું બીજાની ઝંઝટમાં ફસાઈ ગયો.''

આટલું વિચારી એલીશાએ પાછળ રાખેલો પોતાનો કોટ ઉઠાવ્યો. એની જેમ જ તે ખોલીને સંઘવાની ડબી બહાર કાઢી અને તેને સુધી વિચાર્યું આનાથી સહાયતા મળશે અને વિચાર સરળતાથી કરી શકીશ.

ઘણીવાર વિચાર કર્યા પછી પણ કોઈ નિર્ણય લઈ શકતો ન હતો. એક દિલ હતું કે હવે ચાલ્યું જવું જોઈએ. પરંતુ દયાબાઈને ફરીથી રોકાઈ જતો. તેની સમજણમાં નહોતું આવી રહ્યું કે તે શું કરે કોટને ટેકો બનાવી. તેણે ફરીથી પોતાના માથા પાસે ચુકી દીધો. આ રીતે ઘણું મોડું થઈ ગયું. મુરગાના બાંગનો અવાજ તેના કાનમાં પડ્યો અને તેની આંખમાં નિંદર ઉતરવા લાગી, પરંતુ તે સુઈ ન શક્યો. તેને એવું લાગ્યું કે જેમ કે કોઈએ તેને જગાડી દીધો હોય.

તે ઉઠીને સફર માટે તૈયાર થઈ ગયો, હાથમાં લાઠી સંભાળી દરવાજો પણ થોડો ખુલેલો હતો. ત્યાંથી તે ચુપચાપ નીકળી શકતો હતો. તે જેવો જ નીકળીને ચાલ્યો ત્યારે તેના ઓરડાના બકુચાના બંધ એક તરફના તારમાં ઉલઝી ગયા. તે તેને છોડાવવામાં લાગ્યો. એટલામાં જમણા પગની પટ્ટી અટકી ગઈ અને ખેંચાઈને ખુલવા લાગી. તેણે ઉંચકીને બકુચો ઠીક કર્યો. પછી જુએ છે કે તેણે તાર ન હલાવ્યો, પરંતુ નાની છોકરી તેના પલ્લેથી પકડીને અને કહી રહી છે - ''દાદા - રોટલી આપો.''

પછી પાછા પગની તરફ તેની નજર પડી તો શું જુએ છે કે માનુ બાળક પગની પટ્ટી ને પકડેલો છે અને બરાબર બારીમાંથી ડોશી અને તેનો છોકરો તેને જતા જુએ છે.

એલીશા પોતાની જાતને જ બોલવા લાગ્યો કે બીજા પણ સાંભળી લે કહેવા લાગ્યો - ''કાલે હું એમનું ખેતર છોડાવી લઈશ અને એક ઘોડો પણ લઈ દઈશ. બાળકો માટે ગાય અને અનાજ પાકે ત્યાં સુધી ચાલે તેટલું અનાજ પણ ભરી દઈશ. નહીં તો હું એ તરફ સમુદ્ર પાર ભગવાનને મેળવવા જાઉં, અને એવું ન થાય કે અંદરના ભગવાનને ખોઈ બેસું.

એવું વિચારી તે ગાઢ નિંદ્રામાં સુઈ ગયા પછી સવાર થતાં ફરી જાગ્યો, પછી તે સીધો મહાજન પાસે જઈને તેની જમીન અને ખેતી છોડાવવાની વાત કરવા લાગ્યો. તેણે પૈસા આપી બંનેને છોડાવી લીધા.

ત્યાર પછી તેણે એક દાતરડુ લીધું અને તેને સાથે લઈ તે પાછો આવ્યો તેણે આવીને તે માણસને કાપણી કરવા માટે મોકલ્યો અને પછી ગામની તરફ નીકળી પડ્યો ત્યાં તેણે ચોપાલ પર એક ગાડી ઘોડો વેચાતો દેખાયો. ભાવ કરીને તેણે બંને ખરીદી લીધા અને પછી ત્યાંથી એક બોરી અનાજ પણ ખરીદી લીધું. પછી તે એક ગાયને શોધવા લાગ્યો. ત્યાં તેને બે સ્ત્રી દેખાઈ.

તે સ્ત્રીઓ એકબીજા સાથે વાત કરી રહી હતી. તેની ભાષા કંઈક અજીબ હતી. પરંતુ એલીશાની સમજમાં આવતી હતી. "અરી પહેલા તો તે સમજ્યા નહીં કે કોણ છે. વિચાર આવતાં-જતો હશે કોઈ ભલો વ્યક્તિ પીવાનું પાણી માંગવા આવ્યો હતો. પછી ત્યાં જ રહી ગયો. બહેન તે સાંભળ્યું નથી. તેણે તેના માટે શું શું સામાન લઈ નાખ્યો. અરે એક ઘોડો અને એક ગાડી તો આજે સવારે જ ખરિદ્દ છે. આવા માણસો દુનિયામાં મળવા મુશ્કેલ છે આવે છે, તે દેવતાના દર્શન કરી લઈએ..."

એલીશા સમજી ગયો કે તેના વખાણ થઈ રહ્યા છે. સાંભળી ને તે આગળ ગાય લેવા ન ગયો. પાછો ચોપાલ પર આવ્યો. કિંમત ચુકવી અને ગાડી જોડીને ઘરે આવ્યો.

ગાડીમાંથી ઉતર્યો તો ઘરના લોકોએ ઘોડાગાડી જોઈને ઘણું આશ્ચર્ય થયું તેમના મનમાં થયું કે આ બધું ક્યાંય તેમના માટ જ ન હોય. પરંતુ પુછવાની હિંમત ન થઈ. એટલામાં તે માણસ દરવાજો ખોલીને બાહર આવ્યો. બોલ્યો - "દાદા, તમે આ ઘોડો ક્યાંથી લાવ્યાં."

એલીશાએ બતાવ્યું - અજીબ પ્રશ્ન કરો છો. ખરીદી ને લાવ્યો છું નહીં તો સસ્તો વેચાઈ જાત. સારું ન અને નાદમાં થોડં ઘાસ કાપીને નાખી દે કે રાતનો તેના ખાવાનો પ્રબંધ થઈ જાય અને આ ભાર પણ ઉતારી નાખો."

તે માણસે ઘોડો ખોલી નાખ્યો અને અનાજની બોરી અંદર લઈ ગયો પછી ઘાસ કાપીને નાંદમાં નાખી દીધી. બધા કામમાંથી ફુરસદ કાઢીને બધા સુવા ચાલ્યા ગયા. એલીશા સુવા માટે બહાર રસ્તા સાથે જોડાયેલ ઓસરીમાં ચાલ્યો ગયો. એ સાંજે તેણે પોતાનો બકુચો પણ સાથે લઈ લીધો. બધા ઘરમાં ગાઢ નિંદરમાં સુઈ રહ્યા હતાં તે સમયે તે ઉઠ્યો તેણે પોતાનો બકુચો કમર પર કસ્યો અને પટ્ટીઓ પગમાં બાંધી દીધી. કોટ પહેર્યો અને એફિમને પકડવા ચાલી નીકળ્યો.

એલીશા લગભગ ત્રણ માઈલ ઉપર ચાલતા-ચાલતા ગયો હશે કે રોશની થવા લાગી ત્યારે એક ઝાડ નીચે બેસી પોતાનો બકુચો બોલ્યો અને પાસે રહેલા પૈસા ગણવા લાગ્યો કુલ સાત રુંપિયા પાંચ આના હતા.

વિચારવા લાગ્યો - "આટલા રુંપિયામાં સમુદ્ર પારની યાત્રા વિશે વિચારવું પણ બેકાર છે. જો બીજા પાસેથી માંગીને યાત્રા પુરી કરું તો તેનાથી તો ન જાવું વધારે સારું છે. એફિમ તો મારા વગર પણ યેરુંસલેમ જઈ શકે છે અને મંદિરમાં તે એક મારા નામનો દિવો પણ રાખી દેશે. રહી મારી વાત તો આ જન્મમાં તો હું મારી યાત્રા પુરી કરવાથી રહ્યો જે પ્રણ તથા સંકલ્પ મેં ઈશ્વરની સામે લીધો હતો, તે દયા સાગર છે. તે મારા જેવા પાપી ને જરૂર માફ કરી દેશે."

એલીશા ત્યાંથી ઉભો થયો, પછી પોતાનો બકુચો કમર પર કસી લીધો અને તે પાછો પોતાના ઘરે ગયો. તે ન હોતો ઈચ્છતો કે કોઈ તેને ઓળખી લે. તેથી ગામથી

બચીને તે એક લાંબા રસ્તે પોતના ગામની તરફ પાછો ચાલી નીકળ્યો. ઘરે પાછા જવામાં તેને એ જ રસ્તો સરળ લાગ્યો. જે પહેલા મુશ્કેલ લાગતો હતો. પહેલા તેને એફિમ સાથે મુશ્કેલી થતી હતી. હવે પરમાત્માની કૃપાથી તેને લાંબા રસ્તે ચાલવામાં કોઈ મુશ્કેલી આવતી ન હતી. ચાલવાનું બાળકની રમત લાગતી હતી. પોતાની લાઠી સંભાળતો એક દિવસમાં તે ચાલીસ-પચાસ માઈલની સફર સરળતાથી પાર કરતો હતો.

જ્યારે તે પોતાના દેશમાં પોતાના ઘરે પહોંચ્યો તો અનાજ પાકીને તૈયાર થઈ ચુક્યું હતું. તેના કસબાના લોકો તેના આવવાથી ઘણા ખુશ હતા. બધા તેના હાલચાલ પુછી રહ્યા હતા. કેવી રીતે તમે આટલા પાછળ રહી ગયા અને એકલા આવી રહ્યા છો. થેરુંસલેમ ગયા વગર કેમ પાછા આવી ગયા. પરંતુ એલીશા ચુપ રહ્યો. તેણે કોઈને કશું ન બતાવ્યું.

તેણે બસ એટલું જ કહ્યું - "પરમાત્માની મરજી ન હતી કે હું ત્યાં જાઉં તેથી રસ્તામાં જ મારા પૈસા ખલાસ થઈ ગયા અને સાથીનો સાથ છુટી જતા હું પાછળ રહી ગયો. ભગવાન મને માફ કરી દેશે અને હવે તમે લોકો પણ મને માફ કરી દો."

આટલું કહી તેણે બચેલા પૈસા પોતાની પત્નીને પાછા આપી દીધા. પછી તેણે ઘરના હાલ-ચાલ પુછ્યા. બધું ઠીક-ઠીક ચાલી રહ્યું હતું. બધાએ પોતાનું કામ પુરું કર્યું હતું. કોઈએ કંઈ જ કસર બાકી રાખી ન હતી અને બધા લોકો પ્રેમ અને શાંતિથી રહેતા હતા.

એ જ દિવસે એફિમના પરિવારવાળાને તેના પાછા આવવાના સમાચાર મળ્યા તે પણ તેના દાદાના ખબર લેવા આવ્યા, તેમને પણ એલીશાએ એ જ બતાવ્યું જે પોતાના ઘરવાળાને કહ્યું હતું.

કહ્યું - "એફિમ ઝડપથી ચાલે છે, સત પીટર પર્વના ત્રણ દિવસ પહેલા મારો અને તેનો સાથ છુટી ગયો. વિચારતો હતો કે ફરી તેનો હાથ પકડી લઈશ. પરંતુ જે પરમાત્મા ઇચ્છે એ જ થાય છે. મારા બદલ પૈસા રસ્તામાં જ ખતમ થઈ ગયા. એટલે હું અડધે રસ્તેથી જ પાછો આવ્યો. મારી સ્થિતિ એવી ન હતી કે હું આગળ જઈ શકું.

તેમની વાત સાંભળી લોકો આશ્ચર્યમાં પડી ગયા કે આટલા સમજદાર હોવા છતાં પણ તેમણે આટલી મુર્ખાઈ કેમ કરી. જવા માટે નીકળી પડ્યા, અને ત્યાં સુધી પહોંચ્યા નહીં. બધાં પૈસા રસ્તામાં જ ફુકી નાખ્યા.

થોડા દિવસો તો બધા લોકો આશ્ચર્યમાં રહ્યા પછી ધીરે-ધીરે બધા ભુલી ગયા. એલીશા પણ બધી વાતો ભુલી ચુક્યો હતો. તે પોતાના કામ ધંધામાં લાગી ગયો. પોતાના પુત્રની સહાયતાથી તેણે શિયાળા માટે લાકડા કાપીને ભરી લીધા. સ્ત્રીઓ અને બધાએ મળીને અનાજને કાપીને રાખી લીધું. તથા બાહરના છાપરાને પણ

ઠીક કરી લીધું. મધપૂડાઓને પણ બીછાવી દીધા અને પડોશીને જે દસ મધપૂડા વેચ્યા હતા.

એના પર જેટલું મધ આવ્યું હતું તે બધું પડોશીને આપી દીધું. એલીશા જાણતો હતો કે કયા મધપૂડા ફળેલા છે અને કયા ફળેલા નથી. એટલે દસની જગ્યાએ પડોશીને સતર મધપૂડા આપી દીધા. શિયાળાની તૈયારી પૂરી કર્યા પછી તેણે છોકરાને કામની શોધમાં મોકલી દીધો અને પોતે મધપૂડા તૈયાર કરવા અને લાકડાને ખડાઉ બનાવવામાં લાગી ગયો.

જ્યારે એલીશા ત્યાં પાછળ ગામમાં રહી ગયો હતો. તો તે દિવસ આખો એફિમે રસ્તામાં તેની રાહ જોઈ. થોડો આગળ જઈ તે રોકાઈ ગયો હતો. બેઠા-બેઠા તે ઘણીવાર સુધી રાહ જોતો રહ્યો. બેઠા બેઠા તેને ઉંઘ આવવા લાગી અને તે સુઈ ગયો. ઉઠીને ફરી રાહ જોવા લાગ્યો. પરંતુ એલીશા આવ્યો નહીં રાહ જોતા જોતા તેની આંખો થાકી ગઈ. સુરજ ડુબલા લાગ્યો પરંતુ એલીશા રસ્તા પર આવતો દેખાતો ન હતો.

એફિમે વિચાર્યું - "ક્યાંય એવું તો નથી કે રસ્તામાં તે આગળ નીકળી ગયો હોય. શી ખબર તેને કોઈએ પોતાની ગાડીમાં બેસાડી લીધો હોય. અને હું સુઈ રહ્યો હતો અને મને ન જોયો હોય. પરંતુ એવું કેવી રીતે બની શકે કે હું તેને ન જોઉં જો તે આગળ વધી ગયો હશે તો પછી અમે બંને વિખુટા જ પડી જઈશું અને કોઈ કોઈને નહીં મળે. એટલે એ જ સારું રહેશે કે હું આગળ વધુ કદાચ રાત ક્યાંક રોકાઈએ ત્યાં જ મળી જઈએ.

ચાલતા- ચાલતા એક ગામમાં પહોંચ્યા ત્યાં તેણે ચોકીદારને ચેલીશાનો હુલીયો બતાવી કહ્યું કે મારી ઉંમરનો ચાલતો એક માણસ આવેલો તેને એ જ ઓરડામાં લાવજે જ્યાં હું રોકાયો છું પરંતુ એલીશા આખી રાત ન આવ્યો.અ

એફીમ એકલો જ આગળ વધી ગયો. રસ્તામાં જે પણ મળતા તેને એલીશાનો હુલીયો બતાવી પુછતો, શું આવો કોઈ મુસાફર તમે જોયો છે ? પરંતુ કોઈએ પણ તેને જોયો ન હતો. એફિમને આશ્ચર્ય થતું અને તે એકલો જ આગળ વધી જતો. વિચારતો છેવટે આડેસા પહોંચી અમે બંને જરૂર મળીશું નહીં તો જહાજ પર મુલાકાત પાક્કી છે. એવું વિચારી તેણે એલીશાની ચિંતા છોડી દીધી.

ચાલતા-ચાલતા રસ્તામાં તેને એક મુસાફર મળ્યો. જે એક લાંબી કફની પહેરેલો હતો. તેના વાળ મોટા હતા અને માથા પર એક લાંબી ટોપી રાખેલી હતી. જેમ કે ઉપદેશક હોય. તે થૌસના તીરથની યાત્રાથી આવ્યો હતો. અને બીજી વાર યેરુંસલેમની યાત્રાએ જતો હતો. એ બંને રાતે એક જ જગ્યાએ રોકાયા હતા. પછી સાથે-સાથે ચાલવા લાગ્યા.

બંને કુશળતાપૂર્વક ઓડેશા પહોંચી ગયા. ત્યાં જહાજ માટે ત્રણ દિવસ રાહ જોઈ. જગ્યાએ જગ્યાએ તથા દુર-દુરના યાત્રી પણ એ રીતે જહાજની રાહ જોઈ રહ્યા હતા.

ત્યાં પણ એફિમે એલીશા વિશે પુછપરછ કરી પરંતુ ક્યાંયથી કોઈપણ ખબર ન મળી.

એફિમે જહાજ આવી જવાથી બધી કાર્યવાહી પૂરી કરી. ચાલીસ રુંપિયામાં પેરુંસલેમની પાછા ફરવાની ટિકીટ મેળવી. તેણે પોતાના સફર માટે ખાવા-પીવાનો સામાન પણ ખરીદી લીધો.

તેની સાથેના મુસાફરે તેને પૈસા વગર જહાજમાં જવાની તરકીબ બતવી. પરંતુ એફિમે તેની વાત પર ધ્યાન ન આપ્યું. બોલ્યો - મરી પાસે પૈસા છે, હું ટીકીટ લઈને જ જઈશ.

દિવસના મજા આવી પરંતુ રાતનાં હવા કંઈક તેજ થઈ ગઈ. પાણી પડવા લાગ્યું અને જહાજ ડગમગવા લાગ્યું. લોકો ભયભીત થઈ ગયા. સ્રીઓ ચિલ્લાવા લાગી અને જે નબળા હતા. તે પણ આમતેમ બચવા માટે ભાગવા લાગ્યા હતા. એફિમને પણ ડર લાગી રહ્યો હતો. પરંતુ તેણે જાહેર ન કર્યું. ડેક ઉપર જામીને બેસી ગયો. ત્યાં બાજુમાં જ ટાંબોના બીજા લોકો પણ બેઠેલા હતા. તેથી આખો દિવસ તે લોકો પોતાના સામાન સાથે ચિપકેલા ચુપચાપ બેઠા હતા. ત્રણ દિવસ પછી હવા રોકાઈ સમુદ્ર શાંત થયો અને પાંચમાં દિવસે જહાજ કુસ્તુનિયા જઈને લાગ્યું. કેટલાક લોકો ઉતરીને સંત, સુફિઓ અને ગિરજાધરોના દર્શન કરવા લાગ્યા. પરંતુ એફિમ જહાજ પર જ રહ્યો. તેણે તો બસ કિનારા પરથી રોટલી ખરીદી ને ખાઈ લીધી. જહાજ ત્યાં ચોવીસ કલાક રોકાયું અને પછી તે આગળ વધ્યું. પછી સમની બંદરે રોકાયું.

છેવટે બધા લોકો કુશળતાપૂર્વક જામા બંદરે પહોંચી ગયા. ત્યાં બધા લોકોએ ઉતરવાનું હતું. અહીંથી યેરુંસલેમનો રસ્તો કોઈ ચાલીસ માઈલ દુર હતો. જહાજમાંથી ઉતરત પણ લોકોને ડર લાગી રહ્યો હતો. જહાજ ઘણું ઉંચું હતું અને નાવ નીચી હતી. જે રીતે તેઓ નાવમાં ઉતારતા હતા. એવું લાગતું હતું જેમ કે ફેંકાઈ રહ્યા હોય. આ રીતે નીચે ઉભી નાવ ડગમગતી હતી. એ પણ ડર હતો કે જરા પણ ભૂલ થઈ જાય તો મણસ નવની જગ્યાએ સમુદ્રમાં જઈને પડે. બે એક વ્યક્તિ અ રીતે પડીને ભીંજાઈ પણ ગય હતા. છેવટે જેમ-તેમ બધા મુસાફર કુશળતાથી કિનારા પર ઉતર્યા.

અહીંથી બધા લોકો પગપાળા ચાલતા ત્રણ દિવસ પછી યેરુંસલેમ પહોંચ્યા. શહેરની બહાર રશિયાનાં લોકો માટે એક જગ્યા બનેલી હતી. ત્યાં બધા લોકો રોકાયા હતા. પછી ખાધા-પીધા પછી એફિમ પોતાના આ યાત્રીની સાથે તીર્થધામ જોવા નીકળ્યો. પરંતુ આ સમય મંદિર ખુલવાનો હતો. તેથી તે લોકો ધર્માચાર્યના રહેવાની જગ્યાએ ચાલ્યા ગયા. ત્યાં જ બધા યાત્રી ભેગા થયા હતા. સ્રી અલગ અને પુરુંષો અલગ હતા. બધા લોકોને બે ઘેરામાં બેસાડવામાં આવ્યા હતા. બધા લોકોએ પોતાના જુતા બાહર જ ઉતાર્યા હતા. ત્યાં બધા લોકો ઉઘાડા પગે હતા.

બેઠા પછી એક સાધુએ બધાના ચરણ સ્પર્શ કર્યા, ઘેરામાં બેઠેલા દરેક સ્ત્રી-પુરુષ સાથે તેણે એવું કર્યું હતું અને બીજા લોકોએ એફિમનાં પગ પણ ધોયા વહેલી સવારે એફિમ પ્રભુકિર્તનમાં જોડાયો. પ્રાર્થના કરી અને વેદી પર પોતાનો દીવો સળગાવી મુક્યો. પોતાના મા-બાપની લિપી લાપી. પુરોહિતને આપી અને તેમના નામની પ્રાર્થના પણ ધર્મ પ્રાર્થનામાં લેવામાં આવે. ધર્માચાર્ય એ અહીંયા બધા લોકોને ભોજન કરાવ્યું.

બીજા દિવસે બધા લોકો મિશ્રની માતા મરિયમની ગુહા જોવા ગયા. જ્યાં મરિયમ માતાએ તપસ્યા કરી હતી. એ જગ્યાએ પણ તેમણે દીવો પ્રગટાવ્યો અને પ્રાર્થના કરી ત્યાર પછી તે હજરત ઈબ્રાહીમના મઠે પહોંચ્યા અને તે સ્થાનના દર્શન કર્યા જ્યાં હજરત પરમાત્માની મુલાકાત પોતાના પુત્રને મારવા માટે તૈયાર થઈ ગયા હતા. પછી તે જગ્યા જોઈ જ્યાં મરિયમને પ્રભુ ઈસાના દર્શન થયા હતા. પછી ત્યાં તેમણે જેમ્સનું ચર્ચ જોયું.

આ રીતે સાથેના યાત્રીએ એફિમને આબછા સ્થાન બતાવ્યા. તે બધી વાત પણ બતાવતો જતો હતો. ક્યાં શું કરવું જોઈએ. બપોર પછી તે પોતાની જગ્યાએ પાછા આવ્યા અને ખાવાનું ખાધું. ત્યાર બાદ સુઈ જઈને આરામની તૈયારી કરવા લાગ્યા. ત્યારે સાથેવાળો યાત્રી ચિલ્લાવા લાગ્યો અને પોતાના કપડા ફેંકવા લાગ્યો - મારો બટવો કોઈએ ચોરી લીધો છે. તેની અંદર ત્રેવીસ રુંપિયા હતા બે દસ-દસની નોટ હતી. બાકી ખુલ્લા.''

તે યાત્રી ઘણી વાર સુધી રડતો બુમો પાડતો રહ્યો. પરંતુ આ રીતે દુઃખ કરવાથી શું મળી શકે તેમ હતું. તેથી બીજીવાર તે પોતાની જગ્યાએ જઈને સુઈ ગયો અને સુવાની કોશિષ કરવા લાગ્યો.

ત્યાં પાસે જ એફિમ પણ સુતેલો હતો. તેના મનમાં રહી-રહીને વિકાર ઉત્પન્ન થવા લાગ્યો.

તે વિચારી રહ્યો હતો. - ''મને લાગે છે કે પૈસા ચોરી થયા નથી, આ ખોટું બોલી રહ્યો છે. તેની પાસે કંઈ હતું જ નહીં. જુઓન, જ્યાં ક્યાંય પણ પૈસા ખર્ચ કરવાનો સમય આવતો. તે મને જ અપાવતો હતો. અને હાં, તેણે મારી પાસેથી એક રુંપિયો પણ ઉધાર લઈ રાખ્યો હતો.''

એનો ખ્યાલ આવતા જ એફિમ સાવચેત થઈ ગયો. તેણે બબડતા કહ્યું કે બીજા માણસનો દોષ કાઢવાનો મને શો હક છે ? આ તો ઘણું મોટું પાપ છે. ના ! હું હવે તેના વિશે ખરાબ નહીં વિચારું. પરંતુ જેવું તે પોતાના મનને આમ-તેમ લગાવતો પછી તે માણસ પાસે જ પહોંચી જતું. તેને વારે-વારે ખ્યાલ આવતો. - ''જુઓ, પૈસા પર તે કેવી રીતે જીવ રેડે છે અને કેવી રીતે ચીખતો ચીલ્લાતો રહ્યો છે. મારું

પર્સ ચોરાઈ ચાલ્યું ગયું. તેના અવાજમાં સચ્ચાઈ નહીં પરંતુ મને તો ખોટુ લાગી રહ્યું છે.

એથી તેણે ફરી વિચાર્યું - તેની પાસે પૈસા હતા જ નહીં તે કેવી ખોટી વાત કરી રહ્યો છે.

સાંજે બંને ઉઠ્યા અને મોટા મંદિરે જઈને સાંજની આરતીમાં જોડાઈ ગયા. સાથેનો યાત્રી એફિમ સાથે જોડે-જોડે ચાલી રહ્યો હતો. તેનો સાથ છોડવા તે તૈયાર જ ન હતો. મંદિરમાં ઘણા મુસાફરો આવેલા હતા. રશિયન લોકો હતા. એ રીતે ઘણા દેશના લોકો હતા. ગ્રીકના અલ્બીનીયાના, તુર્કિસ્તાનના, સિરિયાના એફિમ પણ તેમની સાથે મંદિરના તોરણ દ્વારમાં દાખલ થયો.

પુજારી તેમને તુર્કિ સંતરિયોની પાસેથી થઈને મંદિરના ઢાળમાં તે જગ્યાએ લઈ ગયો. જ્યાં ઈસુ મસીહને ક્રોસથી ઉતારવામાં આવ્યા હતા અને તેમના દેહનો અભિષેક થયો હતો. ત્યાં મોટી-મોટી મીણબત્તીઓ રાખેલી હતી, તે સળગી રહી હતી. પુજારીએ બધુ દેખાડતા બતાવ્યું. એફિમે પોતાના નામનો દિવો ત્યાં રાખ્યો. પછી પુજારી સીડિઓ ચઢીને તેમને તે જગ્યાએ લઈ ગયો જ્યાં મસીહનું સલીલ ઉભુ હતું. એફિમે ત્યાં ઝુકીને ઈબાદત કરી. પછી તે સ્થાન તેમને દેખાડ્યું. જ્યાં જમીન પાતાળ સુધી ફાટી ગઈ હતી.

પછી તેમણે તે જગ્યા જોઈ. જ્યાં મસીહના હાથ તથા પગ ખીલાથી ઠોકીને સલીબમાં જડેલા હતા. પછી તેમણે આદમની દરગાહ જોઈ, જ્યાં મસીહ બેઠા હતા અને તેમના માથા પર કાંટાનો તાજ પહેરાવવામાં આવ્યો હતો. પછી તે થાંભલો બતાવ્યો. જ્યાં ઈશુને બાંધીને લટકાવવામાં આવ્યા હતા. પછી પથ્થર પર મસીહના ચરણોના ચિહ્નનો સ્પર્શ કર્યો. તે આગળ પણ કંઈક જુએ કે તરત જ ભીડમાં હલચલ થઈ ગઈ અને મંદિરના અંદરના લોકો આંગણા તરફ વધવા લાગ્યા. ત્યાં એક પુજા થઈ ચુકી હતી અને બીજી પુજાની તૈયારી ચાલી રહી હતી. એફિમ પણ ભીડની સાથે પથ્થરની ચટ્ટામાં કપાયેલા મસીહના તાબુત તરફ વધવાની તૈયારીમાં હતો.

તે પોતાની સાથેવાળા યાત્રીથી કોઈપણ રીતે પીછો છોડાવવા ઇચ્છતો હતો. પરંતુ હવે તેવું બનવું અશક્ય હતું. તે બંને એકબીજાથી વિખુટા પડી ગયા હતા. ભીડ એટલી હતી કે ન આગળ વધી શકાતું હતું ન પાછળ ફરી શકાતું હતું. એફિમ સાથે નજર કરી પોતાના મનમાં દુઆઓ દોહરાવી રહ્યો હતો. રહી-રહીને તે પોતાનું પર્સ પણ સંભાળતો હતો. તેનું મન બે તરફ વહેંચાયેલું હતું. ક્યારેક વિચારતો એ યાત્રીએ તેની સાથે છળ કર્યું છે. પછી વિચારતો કોણ જાણે કે તે સાચું બોલી રહ્યો હોય અને ખરેખર તેનું પર્સ ચોરી થઈ ગયું હોય, મારી સાથે પણ તેવું બની શકતું હતું. પછી સંદેહ શા માટે કરું.

તાબુતની ઉપર છત્રીસ મીણબત્તીઓ સળગી રહી હતી. વેદી નાની હતી અને એફિમ એ તરફ જ નજર કરીને ઉભો હતો. અને તે માથાના ઉપરથી નજર કરી

સામે જોઈ રહ્યો હતો. ત્યારે તે ત્યાં કંઈક જોઈને આશ્ચર્યમાં પડી ગયો. તે શામાદાનોની નીચે જ્યાં અખંડ જ્યોત સળગી રહી હતી, સૌથી આગળની લાઈનમાં શું જુએ છે કે એક વૃદ્ધાવસ્થાનો વ્યક્તિ મોટો એવો કોટ પહેરી. ત્યાં ઉભો છે. માથા પર વાળ ન હતી. તે બિલકુલ એલીશા લાગતો હતો. જરા પણ ફર્ક લાગતો ન હતો.

એફિમે વિચાર્યું લાગી તો રહ્યું છે, પરંતુ એલીશા ન હોઈ શકે. મારા પહેલા તે અહીંયા કેવી રીતે પહોંચ શકે છે. અમારી પહેલાંનું જહાજ તો એક અઠવાડિયા પહેલા જ છુટી ચુક્યું હતું. એ તો એલીશાને કોઈપણ હાલતમાં ન મળી શકે અને અમારા જહાજમાં તો તે હતો જ નહીં મેં ત્યાં તેને શોધ્યો હતો.

એફિમ હજી પુરતુ વિચારી શક્યો ન હતો કે તે વૃદ્ધ વ્યક્તિ એ ઉઠીને ત્રણવાર ત્રણ દિશાઓમાં નમસ્કાર કર્યો. પહેલા તો સામે ઈશ્વરને નમસ્કાર કર્યા પછી ડાબે-જમણે બધા લોકોને.

જે સમયે તે જમણી તરફ પ્રણામ કરી રહ્યો હતો, તે સમયે એફિમે સ્પષ્ટ જોયું કે તે એલીશા જ છે એ જ દાઢી, ભ્રમર, આંખ, નાક, બિકલુલ એ જ હતા.

એફિમને પોતાના વિખુટા પડી ગયેલો સાથી મળતા ખુબ જ ખુશી થઈ. આશ્ચર્ય પણ થયું તે અહીંયા કેવી રીતે આવ્યો ?

પછી કહેવા લાગ્યો - શાબાશ એલીશા ? જુઓ કેવી રીતે વધીને આગળ પહોંચી ગયો છે. કોઈ ને કોઈ તેને પોતાની સાથે અહીંયા લઈને આવ્યો હશે. અહીંયાથી નીકળીને મારે તેની પાસે પહોંચી જવું જોઈએ. અને મારે હવે આનો સાથ છોડી એલીશાનો સાથ પકડી લેવો જોઈએ. એ રીતે બની શકે છે કે હું પણ તેની સાથે આગળ સુધી ચાલ્યો જાઉં.

એફિમ સતત સામેની તરફ જોઈ રહ્યો હતો કે ક્યાંય એલીશા આંખોથી ઓજલ ન થઈ જાય. પરંતુ જેવું કિર્તન પુરું થયું. ભીડમાં હલચલ મચી ગઈ અને બધા લોકો માથુ ટેકવવા આગળ વધવા લાગ્યા. આ ધક્કામાં એફિમેન ડર હતો કે ક્યાંય કોઈ તેનું પર્સ ન ચોરી લે.

હાથમાં પર્સ દબાવી, ભીડમાં કોણી મારતો, ને પાછળની તરફ વધવા લાગ્યો. હવે તો બસ કોઈ રીતે અહીંથી બાહર નીકળવું છે. તે જલ્દી બાહર આવ્યો અને ત્યાં ઘણીવાર સુધી એલીશાને શોધતો રહ્યો. પછી ગિરજાની અંદર જોયું. બાહર જોયું. ધર્મશાળામાં જોયું. તેણે ત્યાં અનેક લોકોને જોયા અને તેમને પુછ્યું પરંતુ એલીશા ક્યાંય દેખાયો નહી. એ સાંજે જે યાત્રી તેની સાથે હતા, તે પણ પાછો આવ્યો નહીં. ત્યાંના પૈસા ચુકવ્યા વગર જ ચાલ્યો ગયો હતો અને એફિમ એકલો રહી ગયો હતો.

બીજા દિવસે એફિમ દર્શન માટે ફરી ગિરજામાં ગયો. આ વખતે તેણે જહાજમાં મળેલા એક વૃદ્ધ વ્યક્તિને તેણે પોતાની સાથે લીધા હતા. ગિરજામાં જઈને આગળવાળી લાઈનમાં પહોંચવાની કોશિશ કરવા લાગ્યો. પરતુ ભીડનાં કારણે ત્યાં પહોંચી શક્યો નહીં.

છતા પણ તેણે ત્યાં એક થાંભલાનો સહારો લઈ પોતાની પ્રાર્થના પુરી કરી પરંતુ સામે જોયું તો અખંડ જ્યોતિની સામે વેદીની પાસે કોઈ ઉભું હતું. કોણ છે. એ એલીશા તેના હાથ પુજારીની જેમ વેદીની ચારેબાજુ ફેલાયેલી હતી. અને તેનું માથુ રોશનીની જેમ ચમકી રહ્યું હતું.

એફિમે વિચાર્યું - આ વખતે હું તેને જરૂર પકડીશ.

તે ભીડને ધકેલતો આગળ વધ્યો પરંતુ ત્યાં જઈને જોયું તો ત્યાં એલીશા ન હતો તેણે વિચાર્યું ચાલ્યો ગયો હશે.

ત્રીજા દિવસે એફિમ ફરી ત્યાં પહોંચ્યો અને જુએ છે કે મંદિરની વેદીથી લાગીને સૌથી વિશેષ અને આગળની જગ્યા પર બધાની નજરોની વચ્ચે વચ્ચ ઉભો છે. એલીશા તેના હાથ ફેલાયેલા હતા અને નજર આકાશ તરફ છે. જેમ કે ઉપરથી કોઈ પ્રકાશ દેખાઈ રહ્યો હોય અને તેનો સાફ ચમકતા માથુ હંમેશાની જેમ ચમકી રહ્યું છે.

એફિમે વિચાર્યું. આ વખતે તો હું કોઈને કોઈ રીતે તેને અલગ નહીં થવા દઉં હું જઈને દરવાજે ઉભો રહીશ. પછી તે મારાથી નહીં બચી શકે.

એફિમ જઈને દરવાજા પર ઊભો રહી ગયો. આ રીતે ઊભા-ઊભા બપોર થઈ ગઈ. ત્રીજો પ્રહર વીતી ગયો. બધા માણસો ત્યાંથી જઈ ચુક્યા હતા. પરંતુ એલીશા ક્યાંય દેખાયો નહીં.

છ અઠવાડિયા સુધી એફિમ યેરુંસલેમમાં રડ્યો. તેણે બધી જગ્યા જોઈ. બૈથલેતાના દર્શન કર્યા. જોર્ડન પણ જોયું. ગિરજામાં પોતાના નામનો દિપક છોડ્યો. જોર્ડનના પવિત્ર જળની શીશી ભરી. સાથે લઈને પછી તેણે ત્યાંની માટી પણ સાથે બાંધી લીધી અને થોડીક મીણબત્તી પણ લીધી. જેને અખંડ જ્યોતિને અડાડી એકવાર સળગાવી પણ લીધી. આઠ જગ્યાએ તેણે પોતાના નામની પ્રાર્થના માટે અર્થદાન કર્યું. બસ રસ્તાના ખર્ચ પુરતા તેણે પૈસા રાખ્યા. બાકી બધા દાન કરી દીધા. છેલ્લી તિર્થયાત્રા પુરી કરીને પોતાના ઘર તરફ પાછો નીકળ્યો. જાફા સુધી તેણે પગપાળા મુસાફરી કરી. ત્યાંથી ઓઢેસા સુધી જહાજમાં અને પછી આગળ પગપાળા ઘર તરફ ચાલી નીકળ્યો.

તે એ જ રસ્તે જઈ રહ્યો હતો. જ્યાંથી તે આવ્યો હતો. જેમ-જેમ ઘર પાસે આવતું, તેની ચિંતા વધી જતી હતી કે પાછળ ઘરના કામ-ધામની શું હાલત થઈ હશે. એક વર્ષમાં શું શું બદલાઈ જાય છે. બનાવવામાં આખું જીવન લાગી જાય છે અને બગડવામાં એક પલ પણ લાગતી નથી.

તે વિચારી રહ્યો હતો કે તેના છોકરાએ પાછળ ખબર નહીં શું કરીને રાખ્યું હશે. કેવા પ્રકારની મૌસમ ત્યાં ચાલી રહી હશે. ઠંડીની મોસમમાં જાનવરોની હાલત શું થઈ હશે. અને મકાન પણ બરોબર બન્યું હશે કે નહીં.

એફિમ ફરી એ ગામમાં પહોંચ્યો. જ્યાં ગયા વર્ષે એલીશા વિખોટો પડી ગયો હતો. ત્યાં તે જેવો ઘર પાસે પહોંચ્યો. ત્યારે એક છોકરી ભાગતી આવી તેણે સફેદ

ફ્રોક પહેરી રાખ્યું હતું - બોલી - "દાદા ઓ દાદા ! અમારા ઘરે-આવો"

એફિમ આગળ વધી જવા ઇચ્છતો હતો, પરંતુ તે નાની બાળકીને ખબર નહીં શું કર્યું, તેનો કોટનો છેડો પકડીને તેને પોતાના ઘરની તરફ ખેંચીને લઈ જવા લાગી. ત્યાં સામે એક નાનો છોકરો લઈ સ્ત્રી દેખાઈ. તેણે ઘણી વિનમ્રતાથી કહ્યું - "આવો દાદા. કંઈ ખાઈ-પી અહીં રાતના વિશ્રામ કરી લેજો, સવાર થાય ત્યાં સુધી રોકાઈ જાય"

તેના આટલા કહેવાથી એફિમ અંદર પહોંચ્યો તેણે વિચાર્યું. એલીશા અહીં પાણી પીવા આવ્યો હતો, આ લોકો ને જ તેના વીશે પુછી જોઉં છું. બની શકે છે કે કોઈ વાતની ખબર પડે.

સ્ત્રીએ જલ્દી તેમનો થેલો ઉતાર્યો. અને તેમના હાથ-મોં ધોવા માટે પાણી લાવી. પછી તેમને ટેબલ પર બેસાડી. સામે દુધ રાખ્યું. રોટલીઓ, દલિયા વગેરે લાવીને મુકી દીધો એફિમે હૃદય સાથે તેમનો આભાર માન્યો અને કહ્યું કે ચાલતા મુસાફર પર તમે આવી દયા દેખાડો છો એફિમે સત્કારની ઘણી પ્રશંસા કરી.

સ્ત્રીએ જેમ કે નામાં માથુ હલાવ્યું અને બોલી - "યાત્રિઓની સેવા કરવી એ તો અમારો ધર્મ છે. એનું એક કારણ પણ છે. વાત એ છે કે તમારી જેમ કે એક યાત્રિ હતા. જેમણે અમને જીવનમાં ધર્મનો રસ્તો બતાવ્યો. અમે તો ઈશ્વરનું ભુલીને રહ્યા કરતા હતા. તેથી ઈશ્વરે અમને એવી સજા કરી કે મરતા-મરતા બચ્યા.

પાછલી ગરમિઓની જ વાત છે કે અમને બધાને બીમારીએ જકડી લીધા હતા. અમે બિલકુલ લાચાર અને અસહાય થઈ ગયા હતા. અમારી પાસે ખાવા માટે એક દાણો પણ ન હતો. અમે તો મરી જ જાત કે પરમાત્માનો દુત બનીને એક વૃદ્ધ વ્યક્તિ અમારી સહાયતા માટે આવી પહોંચ્યો તે એકદમ તમારા જેવો જ હતો. તેમણે આવીને પીવા માટે પાણી માંગ્યું. પરંતુ જ્યારે તેમણે અમારી અસહાય હાલત જોઈ તો તેમને દયા આવી ગઈ. પછી તે અમારી સાથે થોડા દિવસ રહ્યા તેમણે અમને ખાવા માટે ભોજન આપ્યું, પીવાનું પાણી આપ્યું અને અમને પોતાના પગ પર ઉભા કરી દીધા. અમારી જમીન ગીરવે રાખી હતી. તે પણ છોડાવી અમને આપી ગયા.

ત્યારે એક વૃદ્ધ સ્ત્રી ત્યાં આવી અને વચમાં જ વાત કાપતા બોલી - "અરે અમે એ કેવી રીતે કહી શકીએ કે તે કોઈ માણસ હતા. તે તો ઈશ્વરના મોકલેલા દુત હતા. તેમણે અમને બધાને પ્રેમ કર્યો. અમારા પર દયા ખાધી. પછી જ્યારે અહીંથી ગયા તો પોતાનું નામ જ ન બતાવ્યું કે હવે જો અમે માળા ફેરવીએ તો કોના નામની ફેરવીએ.

તે દૃશ્ય મારી આંખોની સામે આવી જાય છે. હું મૃત્યુની રાહ જોતી હતી. ત્યાં અસહાય પડી હતી. કે ત્યારે જ એક વૃદ્ધ પુરુંષ આવ્યા. તેનું માથુ સાફ હતું. જોવામાં કોઈ વિશેષ લાગતા ન હતા. તેમણે આવીને પીવાનું પાણી માંગ્યું અને હું પાપીણી વિચારવા લાગી કે જાણે ક્યાંથી આ માણસ કયા તાકમાં અહીં આવ્યો છે.

"હું તો તેમના વિશે વિચારી રહી હતી અને તેમણે જોયુ અમારી સાથે કેવો વ્યવહાર કર્યો. જ્યાં બેઠો છો, એ જ જગ્યા એ તે બેઠેલા અમને જોઈને તેમણે પોતાનો સામાન ઉતારીને રાખી દીધો."

ત્યારે એક નાનકડી છોકરી વચ્ચે બોલી - "ના દાદી ! પહેલા તો તેમણે પોટલું અહીં વચ્ચમાં જ મુક્યું હતું. કોઈ બેચ પર થોડી જ રાખી હતી. પછી બાદમાં ઉઠાવીને ત્યાં રાખી હતી.

ત્યારબાદ તે બધા લોકો એ માણસને યાદ કરવા લાગ્યા અને અહીં જ ઘણીવાર સુધી વાતો કરતા રહ્યા. તેમના મોંએ તેમના વખાણમાં કયા કયા શબ્દો નહોતા નીકળતા. શું તેમણે આપ્યું. ક્યાં-ક્યાં તે બેસતા હતા. ક્યાં-ક્યાં સુઈ જતા હતા. અને કોની સાથે ક્યારે અને કેવા પ્રકારની વાતો કરતા હતા. કેવા પ્રકારનું ભોજન અમને આપતા હતા.

રાતે ઘોડા પર તે માણસ પણ આવી ગયો અને તેણે પણ એલીશા વિશે તેના વખાણ કરવા શરું કરી દીધા.

જો તે ન આવતા તો અમે પાપીઓ કયાસ્નાય મરી ખપી ગયા હોત. પોતાની જીંદગીથી તંગ આવીને તો અમારી મોતની રાહ જોઈ રહ્યા હતા. ઈશ્વરને પણ કોસતા હતા અને લોકોને પણ કોસતા હતા. પરંતુ તે દયાળુ અહીં આવ્યા અને અમને અમારા પગ પર ઉભા કરી દીધા. એની પાસેથી અમે પરમાત્માને જાણ્યા. તેનાથી જ અમને ખબર પડી કે માણસમાં નેકીનો વાસ હોય છે. ભગવાન તેમનું ભલુ કરે. અમે તો જાનવરની જેમ રહેતા હતા. તેમણે અમને બતાવ્યું કે માણસ કેવી રીતે રહે છે.

એફિમને તેમણે ખવડાવી-પીવડાવી, તેમની પથારી કરી દીધી અને પોતે પણ સુવા માટે ચાલવા ગયા.

એફિમ આડો તો પડ્યો પણ સુઈ ન શક્યો. એલીશા તેના મગજમાંથી નીકળી શકતો ન હતો. તેને યાદ આવ્યું કે યેરુંસલેમ તીર્થસ્થાનમાં ત્રણ વાર સૌથી આગળના સ્થાન પર તેણે એલીશાને જોયો હતો.

વિચાર્યું-એલીશા એ કારણે જ મારાથી આગળ નીકળી ગયો. ભગવાને મારી યાત્રાનો સ્વીકાર કર્યો હોય કે ન કર્યો હોય પરંતુ એલીશાની પાત્રાનો સ્વીકાર કરી લીધો.

બીજી સવારે એફિમે તે લોકોની રજા લીધી. પરિવારના લોકોએ રસ્તા માટે તેને ખાવાનું પણ બાંધી આપ્યું.

એફિમને યાત્રા પુરી કરવામાં એક વર્ષ લાગી ગયું હતું. ગરમીના દિવસો આવી ગયા હતા અને એ જ દિવસોમાં પાછો ફર્યો હતો. પરંતુ જે સાંજે તે પોતાના ઘરે પહોંચ્યો તો તેનો છોકરો ઘરે નમાવ્યો. તે દારુંના અડ્ડા પર ગયો હતો. પાછો આવ્યો તે તેને પોતાના હોશ ન હતા. એફિમે તેને ઘર વિશે પુછ્યું પરંતુ તેની હાલત જોઈને સ્પષ્ટ જાહેર થઈ રહ્યું હતું કે તેણે તેની પાછળ કંઈ જ કર્યું નથી. પૈસા આમ-તેમ

ખર્ચી નાખ્યા હતા અને કામ પણ બરોબર કર્યું ન હતું. તે પુત્રને ઘણું ખીજાયો.

છોકરાએ ખરાબ રીતે જવાબ આપ્યો - "તો પછી તમે અહીંયા રોકાઈને કામ જોતા પહેલા તો પૈસા લઈને પોતે તો ચાલ્યા ગયા તિર્થયાત્રા કરવા ! હવે કહે છે કે હું કમાઈને દેખાડું."

તેની વાત સાંભળીને એફિમને ઘણો ગુસ્સો આવતો હતો પરંતુ તે ચુપ થઈ ગયો.

સવારે ઉઠીને એફિમ ચૌધરીના ઘરે પોતાના પુત્રની ફરિયાદ કરવા ગયો. રસ્તામાં એલીશાનું ઘર આવતું હતું. ત્યાં તેની પત્નીએ તેમને જોતા જ કહ્યું - "અરે ભાઈ સાહેબ ! આવો શું હાલચાલ છે ? તમારી તિર્થયાત્રા કુશળતાથી પુરી થઈ ગઈ ?" એફિમ રોકાઈ ગયો અને બોલ્યો - હાં ઈશ્વરની કૃપા છે. તીરથ તો મારું પુરું થઈ ગયું પરંતુ એલીશા તો રસ્તામાં જ વિખુટો પડી ગયો. પછી મને દેખાયો જ નહીં તે કુશળતો છે ?"

સ્ત્રીએ કહ્યું - "હાં જી, ઠીક-ઠાક ઘરે પાછા ફર્યા. એમને આવ્યા ને તો ઘણા દિવસ થઈ ગયા, ભગવાનની કૃપા થઈ કે તેમને જલદી પાછા મોકલી દીધા. એમના વગર તો અહીંયા બધુ સુનુ થઈ ગયું હતું. કામ કરવાની તો તેમની ઉંમર રહી નથી. પરંતુ છતા પણ ઘરના મોટા છે.

અને અમારો છોકરો : તેની તો ખુશીનો પાર ન રહ્યો. કહેતો હતો જેમ સૂરજ છુપાઈ જાય છે, પિતાજી વગર તો એવી જ હાલત થઈ જાય છે. જેમકે સુરજ છુપાઈ ગયો હોય. ઘરમાં તેમના વગર બધી ખુશી. અધૂરી લાગતી હતી અમે લોકો તેનો પુરો ખ્યાલ રાખીએ છીએ. એક વાત માનીએ છીએ અને તે પણ જુઓ અમને કેટલો પ્રેમ કરે છે !"

"તે છે ક્યાં ?"

"તે તો ઘરે જ છે. હંમેશાં મધમાખીઓ પાસે જ રહે છે. કહેતા હતા કે આ વર્ષે ખુબ જ મધ થશે. ભગવાનની કૃપાથી, માળીઓ પણ ખુબ ફળી છે."

પછી એફિમ ત્યાંથી નીકળીને એલીશાની તરફ નીકળી પડ્યો. ત્યાં લાંબો ચોગો હતો. ન મોં ઢાંકવાની કોઈ જાળી હતી. ન હાથમાં કોઈ મોજા ઝાડની નીચે હાથ ફેલાવી ઉભો હતો. એફિમને યેરુંસલેમના મંદિરમાં જોયેલા ચિત્રની યાદ આવી ગઈ. આ રીતે તેનું માથુ ચમકી રહ્યું હતું. ઝાડની ઉપરથી ચબાઈને આવનારો તડકો પણ અખંડ જ્યોતિની જેમ લાગી રહ્યો હતો. અને મધમાખીઓ તેના માથાની આજુબાજુ ઉઠીને પોતાની સોનેરી પાંખોથી ત્યાંનાં જેવું જ ઉજ્જવળ પ્રભા મંડળ બનાવી રાખ્યું હતું. પ્રેમથી બધી ચારે બાજુ મંડરાઈ રહી હતી અને કોઈ કરડતી ન હતી.

એફિમ રોકાઈ ગયો અને દુરથી જ તે સ્ત્રી પોતાના પતિને જોઈ બુમ પાડતી. બોલી - "એ જી જુઓ... કોણ આવ્યું છે."

એલીશાએ વળીને જોયુ, તેનો ચહેરો ખુશ હતો. ધીમેથી દાઢીમાં ભરાયેલી બે-એક માખીઓને કાઢતા એફિમ વધીને પોતાના મિત્ર તરફ આવવા લાગ્યો.

"આવો ભાઈ આવો, તીર્થ યાત્રા કેવી રહી ?"

"હાં, હું તીર્થયાત્રા કરવા તો ગયો હતો, પરંતુ ખબર નથી ઈશ્વરે મારી યાત્રા સ્વીકારી કે નથી"

"અરે કેમ નહીં કરી હોય, ભગવાન તો બધાનો છે."

એફિમ થોડી વાર ચુપચાપ રહીને બોલ્યો - "મારું શરીર તો ત્યાં પહોંચ્યું. પરંતુ સાચુ પુછો તો આત્મા અહીં હતી."

"ભાઈ એ તો ભગવાનનું કામ છે." એલીશાએ કહ્યું - "ભગવાન બધાને જુએ છે."

એફિમે બતાવ્યું - "અને પાછા વળતા હું એ લોકોના ઘરે રોકાયો હતો. જ્યાંથી તું મારાથી વિખુટો પડ્યો હતો."

એલીશા જલ્દીથી વાત કાપી નાખી અને બોલ્યો - "ભગવાનનું કામ છે આવો અંદર જઈએ. અમારું મદ જો."

એલીશાએ પોતાની વાત બદલી નાખી. અને ઘરના કુશળ પુછવા લાગ્યો.

એફિમના મનની વાત મનમાં જ રહી ગઈ. પછી તેણે ઘરના લોકોની વાત તેને ન બતાવી. તેણે એ બતાવ્યું કે કયા રુપમાં પરમ તીર્થ પેરુંસલેમની ગિરજામાં ઠીક વેદીની સામે એલીશાને ત્રણ વાર જોયો હતો. પરંતુ તે સારી રીતે સમજી ગયો હતો કે ઈશ્વરની પ્રતિજ્ઞા અને તેનો આદર્શ માર્ગ શું છે - એ જ કે જ્યાં સુધી મનુષ્યનું જીવન છે. તે બીજાની ભલાઈ કરે અને તેની સાથે પ્રેમ ભર્યો વ્યવહાર કરે.

# મુરખ રાજ

એક દેશમાં એક ખેડૂત રહ્યા કરતો હતો. તેને ત્રણ પુત્ર અને એક પુત્રી હતી. મોટો પુત્ર બલજીતસિંહ એક ફૌજી હતો. વચલો પુત્ર ધનવીર કુશળ વેપારી વ્યક્તિ હતો તથા નાનો પ્યારા સિંહ મુરખ હતો. એટલે કે તેને મુરખરાજ ના નામથી બોલાવતા હતા. એક પુત્રી જેનું નામ પીતમકૌર હતું. જેના લગ્ન થવા સંભવ ન હતા. કારણ કે તે બિચારી કાનોથી બહેરી અને મોંએથી ગુંગી હતી.

બલજીતની ઉન્નતિની સાથે જ તેના લગ્ન એક સરદારની પુત્રી સાથે થયા. બલજીત ને કોઈ વાતનો અભાવ નહતો. છતાં પણ ખર્ચનાં સમયે તેનો હાથ તંગ થઈ જતો હતો. કારણ કે જે ઘરમાં લાવતો શ્રીમતીજી બધુ ઉડાવી દેતી હતી. એ કારણે જ હાથોમાં પૈસા બિલકુલ બચતા ન હતા.

આ બાજુ ધનવીરે પણ ઘણું ધન પ્રાપ્ત કર્યું અને એક મોટા વેપારીની પુત્રી સાથે લગ્ન કર્યા. પરંતુ મગજમાં સ્થિરતા પૈસાની બિલકુલ ન હતી. તે વધારે ધન પ્રાપ્ત કરવા ઈચ્છતો હતો.

પૈસાની લાલચે તેના મનમાં પોતાની જાયદાદનો હિસ્સો માંગવા પર વિવશ કરી દીધો. તેના પરિણામ સ્વરુંપ બંને જ પોતાના પિતા પાસે પહોંચી પોત-પોતાનો હિસ્સો મેળવી. પાછા ફર્યા. પ્યારેસિંહ કંઈ જ ન બોલ્યો, તે તો રહ્યો મુરખનો મુરખ જ. પરંતુ પાતાળમાં એક શૈતાન હતો. તેને આ બધું જોઈ ધુંધવાટ થઈ કે જુઓ. ત્રણેય ભાઈઓમાં ભાગલાનો કોઈ ઝઘડો પણ ન થયો. બધુ કામ આરામથી થઈ ગયું. તેથી તેણે પોતાના ચરોને બોલાવ્યા.

બોલ્યો - "જુઓ, આ ત્રણેય ભાઈઓ બલજીત ફૌજી, ધનવીર વેપારી અને પ્યારો મુરખ. જે અલગ-અલગ રહે છે. એ ત્રણેય વચ્ચે ઝઘડો થવો જોઈએ. જુઓ, તમે ત્રણેય જાવ અને એક એક કરી ત્રણેય ભાઈઓને પાઠ ભણાવો. એવી યુક્તિ ભિડાવો કે ત્રણેય એકબીજાને નુકસાન કરવા લાગે અને જાનના દુશ્મન થઈ જાય." ત્રેણેય એક સ્વરમાં કહ્યું - "ઠીક છે "

તે ત્રણેય ત્યાંથી નીકળ્યા અને એક ખાડામાં જઈને સલાહ કરવા લાગ્યા કે જો એકનું કાર્ય પહેલા સમાપ્ત થઈ જાય તો તે બીજાને મદદ કરશે. ત્રણેય ખાડામાંથી નીકળી. પોત-પોતાના કામ પર રવાના થયા.

છેવટે તે સમય પણ આવી ગયો જ્યારે ત્રણેય ચર ફરીથી પોતાની યોજના પ્રમાણે ખાડામાં આવીને ભેગા થયા. જેણે બલજીતની જવાબદારી લીધી હતી. તે

બોલ્યો - "ભાઈ મારું તો કામ ખુબ સારું ચાલી રહ્યું છે. કાલે જ બલજીત પોતાના બાપના ઘરે પહોંચી જશે."

બીજાને પૂછ્યું - "આ તમે કેવીરીતે કર્યું ?" બોલ્યો - મેં બલજીતની અંદર હિમ્મત અને ઘમંડનો સમાવેશ કર્યો. જેના પર તે પોતાના રાજાને બોલ્યો હું આખી દુનિયા જીતીને આપી શકું છું. રાજાએ કહ્યું - સારું હિન્દુસ્તાનને જીતી લાવો. તેથી બંનેની ફોજો એકબીજા સાથે ભીડાઈ. પરિણામે હિન્દુસ્તાનના રાજાનો વિજય થયો. અને બલજીતને બંદિ બનાવી દીધો. કારણ કે મેં તેમની છાવણીની બારુંદને ઠંડો કરી દીધો હતો. બસ ! હવે માત્ર તેને છોડાવવાનો છે. છુટતા જ તે સીધો પોતાના બાપના ઘરે પહોંચી જશે કારણ કે તેનો બધો વિસ્તાર છીનવાઈ ચુક્યો છે. તમારામાંથી જેને સહાયતાની જરૂર હોય તો તેને હું સહાયતા માટે તૈયાર છું.

ત્યાર પછી બીજો ચર જેણે ધનવીરની જવાબદારી લીધી હતી. પોતાની આપવીતી બતાવવા લાગ્યો. બોલ્યો - મારે તો ભાઈ કોઈની સહાયતાની જરૂર નથી. મારું કામ તો સરળતાપૂર્વક બની ગયું. મેં તેને એટલો લોભી બનાવી દીધો કે તેને જે પણ દેખાતું તેને રુંપિયાથી ખરીદી લેતો. પરિણામે તેણે દુનિયા આખીનો માલ ખરીદી-ખરીદીને ભરી લીધો છે. કરજ તેના ગળામાં પથ્થરની જેમ લટકી ગયું છે. અઠવાડિયામાં રુંપિયા ચુકવવાનો સમય આવવાનો છે. તે પહેલા જ જે માલ તેણે ભેગો કર્યો છે તે બધાનો સત્યાનાશ કરી રાખી દઉં છું. કરજથી ભાગતો સીધો તે પોતાના બાપના ઘરે પહોંચી જશે.

ત્યાર પછી મુશળરાજના ચરે પોતાની આપવીતી સંભળાવી તે બોલ્યો ભાઈ મારો મામલો તો મુશ્કેલ થતો જાય છે. જે પણ યુક્તિ દોડાવું છું તે તેને નિષ્ફળ કરવામાં સફળ થઈ જાય છે. ભાઈ મને સહાયની જરૂર છે. મને મદદ કરો નહીં તો મારી બધી મહેનત નકામી થઈ જશે."

બલજીતવાળા ચરે કહ્યું - "સારી વાત છે. તું ચિંતા ન કરો. હું કાલે તારી સહાયતા માટે જરૂર પહોંચી જઈશ. ત્યાર પછી ત્રણેય ચર પોત-પોતાના કાર્ય માટે ચાલ્યા ગયા.

પ્યારાસિંહે ખેતરની એક લીક પુરી કરી દીધી હતી. બીજી પર પાછો ફરી રહ્યો હતો. તો હળ લપસ્તુ હોય તેવું લાગ્યું. જેમ કે અંદરથી કોઈ જડ સાથે અટકી ગયું હોય. પરંતુ તે ખરેખર જડ હતી. પરંતુ ત્યાં બેઠેલો ચર હતો. તેણે હળના પૈડા પર પંગો લપેટી સીધી હતી અને તેને ચાલતા રોકતો હતો.

પ્યારે એ વિચાર્યું અહીંયા જડ કેવી રીતે આવી. તેથી તેણે હાથ નાખીને જમીનની અંદર ફંફોર્યું. અંદર કંઈક ભીની-ભીની અને ચીકણી ચીજ મહેસુસ થઈ. ખેંચી બહાર કાઢ્યું. ખરેખર માં તે એ ચરનું શરીર જ હતું. જોઈને પ્યારે બોલ્યો -

છિ ! શું ગંધ છે." તેને હળ મારવા ઈચ્છતો હતો કે ચરે બુમ પાડી

બોલ્યો મને ન મારો જે કહો તે કરવા માટે તૈયાર છું." પ્યારે એ માથુ ખંજવાળ્યું, બોલ્યો - "મારા પેટમાં દુઃખાવો થઈ રહ્યો છે તેને ઠીક કરી દે."

સાંભળીને તે ચર ત્યાં જમીનમાં ઘુસ્યો. એક જડ માંથી ત્રણ ડાળી બહાર કાઢી લાવ્યો. બોલ્યો - "જુઓ, આમાંથી જે કોઈ એક ખાશે, તે બધા રોગોથી મુક્ત થઈ જશે." તેની વાત સાંભળી પ્યારે તેમાંથી એક ડાળી લીધી તેથી પેટની પીડા જડ ખાતા જ સમાપ્ત થઈ ગઈ. ત્યાર પછી તેને ચરે કહ્યું - "હવે મને છોડી દો. હવે હું જમીનમાંથી થઈને સીધો પાતાળમાં ચાલ્યો જઈશ અને ફરી પાછો નહીં આવું" પ્યારે એ કહ્યું - "સારી વાત છે, જાઓ. ઈશ્વર તારું ભલુ કરે" ચર નીશાની તરીકે માત્ર એક સુશખ છોડી ગયો. પ્યારે એ બાકી વધેલી ડાળ ટોપીમાં ખોસી લીધી અને પોતાના હળમાં લાગી ગયો. કામ પુરું કરી તે પાછો ઘરે પહોંચ્યો અને જુએ છે કે બલજીત અને તેની પત્ની બીરાજમાન છે.

પ્યારે ને જોઈને બલજીતે કહ્યું - "પ્યારે અમે તમારે ત્યાં આવ્યા છીએ જ્યાં સુધી બીજી વ્યવસ્થા ન થાય, ત્યાં સુધી હું અને મારી પત્ની તારા ઉપર છીએ ધ્યાન રાખજે." પ્યારે એ સહમતિ આપી દીધી.

પોતાનું કામ સમાપ્ત કરી. વાયદા પ્રમાણે તે રાતે બલજીતનો ચર મુરખવાળા પોતાના સાથીને શોધતો આવ્યો. પરંતુ તે નિષ્ફળ રહ્યો. તે નમવ્યો તો જમીનમાં ખાડો જોઈને વિચાર્યું જરૂર મારા સાથી પર આપત્તિ આવી પડી છે. તેથી મારે તેની જગ્યા ભરવી જોઈએ. તેથી સંતાનના બચ્ચાએ ખેતરમાં પાણી પાણી ભરી દીધું. જેનાથી બધુ કીચડથી લથબથ થઈ ગયું.

સવાર પડતા જ ઘાસ કાપવા નીકળી પડ્યો. પરંતુ ઘાસ કપાતું નહોતું. વિચાર્યું ધાર તિક્ષ્ણ કરવી પડશે. પરંતુ હું પણ છોડીશ નહીં, ધાર તિક્ષ્ણ કરી લાવુ છું ભલે એક અઠવાડિયું કેમ ન લાગી જાય. ચરે આ સાંભળ્યું તો વિચાર્યું - "આ મુરખ તો લોઢાનો ચણો હોય એવું લાગે છે એટલે બીજી યુક્તિ વિચારવી પડશે."

તેથી પ્યારેને કામમાં ઘણી મુશ્કેલી આવી. પરંતુ લાગી પણ રહ્યું હતું કે આ કીચડવાળી. થોડી જગ્યા છોડી. બાકી નું બધું ઘાસ કાપી નાખ્યું. મુરખ છેવડે કીચડવાળી જમીન પર પહોંચ્યો. તેથી ચર એક ઝાડીમાં જઈ બેઠો. થતા થતા પ્યારે તે તરફ વધીને આવ્યો. પરંતુ ઝાડી ભારથી કાબુ બહાર થઈ રહી હતી. આ નિષ્ફળ પ્રયાસથી ચરની પુંછડી કપાઈ ગઈ હતી. પ્યારે એ વિચાર્યું આનાથી હવે કામ નહીં બને. ઘરે પાછા જઈને દાતરડુ લઈ આવ્યો. તેણે જઈ કાપી લીધી. પછી મનમાં બોલ્યો - "હવે ચાલો મકાઈ શરું કરીશુ." પુંછડી કપાયેલા ચરે વિચાર કર્યો - "કાલે જોઈશ."

પ્યારે ગાડી લઈને બહેનની સાથે જઈ ભરવા આવી પહોંચ્યો પૂળાના ઢગલા પર આવી એક-એક પૂળો કરી તેને પૂળાઓને ગાડીમાં ફૂંકવા શરું કરી દીધા એ કરતો

હતો કે જેલીની ધાર જઈને બરોબર ચરના શરીર પર પડી અને ચર તેની ધારમાં છેદાઈ ગયો. જેલીને ઉઠાવી જોયું તો તેની ધાર ઉપર કોઈ પુંછડી કપાયેલું જંતુ જેવું લિપટેલું છે.

"કેમરે ગંદકીના કીડા, તું ફરી અહીંયા ?"

ચર બોલ્યો - "જી હું બીજો નથી. પહેલા મારો સાથી હતો. અને ત્યારે હું તારા ભાઈ બલજીત પર લાગેલો હતો." સાંભળી પ્યારે ગાડીના પૈડાથી તેને મારવાનો જ હતો કે ચર બોલ્યો -"મને છોડી દો હું ફરી તમને હેરાન નહીં કરું. પરંતુ જે તમે કહેશો તે કરીશ.

"તું શું કરી શકે છે ?"

"જેટલા ઈચ્છો હું તમને સિપાહી આપી શકું છું, તમે જે કહેશો એ જ કરશે."

"ગાઈ વગાડી પણ શકશે ?"

"હાં" ચર બોલ્યો - "આ જુઓ, આવો જઈનો એક પ્રશ્નો લઈ લેજો. તેને જમીન પર જમાવી દો અને મંત્ર બોલો - "પૂલે, સાંભળ અને માન

મારી તને એ જ જીભ

જ્યાં જ્યાં હોય તારી સીંક

ત્યાં જ થઈ ઉઠે એક જુવાન"

મન પ્રમાણે બધા સિપાહીઓને જોઈને પ્યારે ખુશ થયો અને ખુબ હસ્યો પહેલાની જેમ તે ચર પણ પાછો જતો રહ્યો.

પ્યારે ઘરે આવીને જુએ છે કે વચલો ભાઈ દાનવીર પણ પોતાની પત્ની સાથે હાજર છે. મોટા ભાઈની જેમ લાચાર તે પણ ત્યાં રહેવા લાગ્યો. બંનેની પત્નીઓના નખરા ઘણા હતા. તેને તો મુરખ એ આંખે પણ ગમતો ન હતો. હંમેશા નાક ચઢાવીને જ વાતો કરતી હતી.

જો કે ધનવીરનો ચર પણ ખાલી થઈ ગયો હતો. તે પણ પોતાના સાથિઓની મદદ કરવા પહોંચ્યો પણ કોઈ મળ્યું નહીં. માત્ર સુરાબ અને તેના સાથીની પુંછડી. તે પણ કાપેલી પડી હતી. પછી જઈ વાળા ખેતરમાં પણ બીજો સુરાબ પણ તેને મળ્યો.

આ જોઈ તે ચર મુરખ પ્યારેને શોધવા નીકળી પડ્યો. પ્યારે એ અનાજ ગોદામમાં મુકી દીધું હતું અને હવે જંગલનું ઝાડ પાડી રહ્યો હતો. વાત એ હતી કે બંને ભાઈ બોલ્યા હતા. "અહીંયા ઘરમાં જગ્યા સાંકડી હોવાથી મુશ્કેલી થઈ રહી છે. જાવ પ્યારે થોડાક ઝાડ પાડી જગ્યા સાફ કરી નાખો અને અમારા માટે જવા મકાન બનાવી ઉભા કરો.

ચર દોડીને જંગલ પહોંચ્યો ત્યાં ઝાડની ડાળીઓમાં છુપાઈને પ્યારેના કામમાં વિઘ્ન

નાખવા લાગ્યો. લાખ કોશિષ કર્યા પછી પણ થાકી ગયો પરંતુ ઝાડ ન કાપી શક્યો. ચરે જોયુ કે પ્યારે કામથી હારીને બેઠો છે. તે ઘણો ખુશ થયો વિચાર્યું હવે તો પાકર્યો ! તો ચલો મને પણ આરામ કરવાનો અવસર મળી ગયો. તે ઝાડની ડાળી પર આરામથી સુઈ ગયો પરંતુ પ્યારે ઉભો થયો અને ઝાડની બીજી તરફ કુહાડી ઘુમાવીને વાર કર્યો તો ઝાડ એક ઝાટકાથી નીચે આવી પડ્યું. ચરને તો આવી આશા જ ન હતી. પ્યારે ઝાડની એકએક ડાળી કાપવા લાગ્યો. એટલામાં તે જુએ છે કે ઝાડને ચિપકી તે મહાશય જીવત-જાગતા ત્યાં લટકે છે. પ્યારે ને આશ્ચર્ય થયું - "કેમ જી, ફરી તું અહીં આવી ગયો ?" ચરે અન્ય સાથીઓની જેમ જવાબ આપ્યો - "એ હું નથી. હું ત્રીજો છું."

"તું શું કરી શકે છે ?"

"હુ અશર્ફી બનાવી શકું છું જેટલી તું ઇચ્છે."

"સારી વાત છે. અશર્ફી બનાવવાની તરકીબ બતાવ"

તે ચર અશર્ફી બનાવવાની તરકીબ બતાવવા લાગ્યો. પછી બોલ્યો - "હવે તું અશર્ફી બનાવી શકે છે. મને જવા દો" તે પણ પોતાના અન્ય સાથીની જેમ જમીનમાં ખાડો કરી ગાયબ થઈ ગયો.

થોડા દિવસોમાં બંને ભાઈઓની હવેલી ઉભી થઈ ગઈ અને તે અલગ અલગ મકાનમાં રહેવા લાગ્યા. પ્યારે એ ખેતરની કાપડી-લણણી નિપટાવી તૈયારી કરી અને એક તહેવાર પર પોતાના ભાઈઓને ભોજનનું આમંત્રણ આપી આવ્યો. પરંતુ પત્નિઓના કારણે બંનેમાંથી એક પણ ન આવ્યો. પરંતુ તેણે ગામવાળાને જ બધુ ખવડાવી શાંતિ મેળવી જ્યારે બાહર આવ્યો તો સ્ત્રિઓ ખુશીથી નાચી - ગાઈ રહી હતી. તેણે કહ્યું - "એક ગીત અમારા માટે પણ થઈ જાય. અમે તમને સારી ભેટ આપીશું" સ્ત્રીઓ મુરખની હાંસી ઉડાવતી. તેના વખાણમાં નાચવા ગાવા લાગી પછી બોલી - "લાવો જોઈએ તારી ભેટ" તે ઘરેથી જંગલ તરફ રવાના થયો, પાછો આવીને બોલ્યો - "લો તારું ઈનામ" એક મુઠ્ઠી અશર્ફી લીધી અને લુટાવવા લાગ્યો. સ્ત્રીઓ પહેલાની જેમ જ નાચવા ગાવા લાગી. પ્યારે બોલ્યો - "નહીં જી આ તો તમારું ગીત કંઈ ખાસ નથી. જુઓ હું બતાવું છું." કહીને ગોદામ તરફ વધ્યો અને પાછા આવતા સમયે ચર દ્વારા બતાવેલા મંત્રથી સિપાહીઓને ગાતા-વગાડતા પ્રસ્તુત કર્યા.

છેવટે પ્યારે એ કહ્યું - "હવે કોઈ સાથે ન આવતા" કહીને સિપાહીઓને અલગ-અલગ એક તરફ લઈ ગયો અને બધાને એક સિંક બનાવી પૂણમાં બાંધી પોતાની જગ્યાએ નાખી દીધા.

આ રીતે હસી-ખુશીથી બધાનો દિવસ વીતી ગયો. આ બધી વાતની સુચના બીજા દિવસે બલજીતના કાનમાં પડી. તે પોતાના નાના ભાઈ મુરખરાજ પાસે આવ્યો અને કહેવા લાગ્યો - "જો મારી પાસે સિપાહી હોય તો હું રાજ્યનું રાજ્ય જીતી શકું છું.

પ્યારે આશ્ચર્યથી બોલ્યો - સારું સાચે જ ! પહેલા તે કેમ ન બતાવ્યું ! લો જેટલા જોઈએ એટલા સિપાહી હું તમને બનાવી દઉં છું. જો કેટલોય ભુસો છોડ્યો છે. તેથી સિપાહીઓનો શો અભાવ ?"

પછી પ્યારે સિપાહી બનાવવા લાગ્યો. એક પૂળો જમીન પર રાખ્યો કે ફોજની ટુકડી તૈયાર થઈ ગઈ. આ રીતે તો તે મેદાન તેનાથી ભરાઈ ગયું.

જંગી બલજીતના જતા જ વેપારી ધનવીર આવી પહોંચ્યો તેને પણ કાલની ખબર પડી ગઈ હતી. તેથી જઈને ભાઈને કહ્યું - "મારી પાસે થોડુ શરું કરવા માટે પણ ધન હોય તો હું આખી દુનિયાનો પૈસા ખેંચીને બતાવી દેત"

પ્યારે આશ્ચર્યથી બોલ્યો - "અરે તું મને પહેલા કેમ ન બતાવ્યું ! લો જોઈએ તેટલી અશર્ફી હું તને બનાવી દઉ છું ધનવીર પણ પોતાનો ઉલ્લુ સીધો કરી ત્યાંથી નીકળી ગયો.

પછી બંને ભાઈ એકબીજા સાથે વાતચીત કરતા પોતાની વાર્તા કહેવા લાગ્યા. બલજીતે પોતાના ભાઈને કહ્યું - "ધનવીર રાજ્ય તો મેં જીતી લીધુ છે. અને ઠાઠ-માઠથી રહું છું પરંતુ સિપાહીઓને રાખવા માટે મારી પાસે પુરતા પૈસા નથી."

જંગી બલજીતે કહ્યું - "એક કામ કરીએ છીએ. મુરખની પાસે જઈએ છીએ, તું સિપાહી લઈ લે હું અશર્ફી લઈ લઈશ.

બંનેએ પોત-પોતાના પ્રસ્તાવ મુક્યા પરંતુ આ વખતે મુરખરાજ રાજી ન થયો. તેણે કારણ બતાવતા કહ્યું - "બલજીત, તારા સિપાહીઓએ એક વ્યક્તિનો જીવ લીધો. મેં સાંભળ્યું એક સ્ત્રીના પતિની હત્યા બલજીતના સિપાહીઓએ લડાઈમાં કરી છે. હું સમજતો હતો સિપાહી પોતાનું ગાવા-વગાડવાનું કરશે અને લોકોનું મનોરંજન કરશે. આથી હું સિપાહી બનાવીને નહીં આપું. અને ધનવીર તે હરીચંદની ગાય આ અશર્ફિઓના ત્રણ સિક્કામાં લઈ લીધી. જે બિચારા હવે ટીપા-ટીપાના મોહતાજ છે. હું વિચારતો હતો કે તે સોનાની મહોરો લઈને પોતાનું અને બીજાનું મન ખુશ કરીશ. પરંતુ તે તો બાળકોનું દુધ છીનવી લીધું. ના, હું હવે મોહર બનાવી ને નહીં આપું.

પ્યારેની વાત સાંભળી બંને ભાઈઓએ એકબીજા સાથે ધન અને તેના બદલામાં સિપાહીઓનું આદાન-પ્રદાન કર્યું. બંનેની પાસે રજવાડા થઈ ગયા અને કોઈની પાસે ધનનો અભાવ ન રહ્યો.

પ્યારે પોતાના ગામના ઘરમાં જ રહ્યો. ગુંગી બહેનની સાથે ખેતરમાં કામ કરતો અને માતા-પિતા ને પાળતો.

એક દિવસ એક કુતરો ખંજવાળના રોગથી ગ્રસ્ત હતો. તે પ્યારેના ઘરમાં ઘુસી ગયો. પ્યારેની નજર પડી. તેણે એક જડીનું મૂળિયુ રોટલીના ટુકડામાં લપેટી તેના

તરફ ઉછાળ્યું. કુતરો રોટલીની સાથે મુળિયાને પણ ગળી ગયું. એ જડી ખાઈને તે એકદમ સાથે થઈ ગયો. મા-બાપને આ જોઈ ઘણું આશ્ચર્ય થયું. પુછવા લાગ્યા. "કુતરાનો રોગ તે કેવી રીતે ઠીક કર્યો." તેણે આ જડી અંગે તેમને સમજાવ્યું. ત્યારે તેમનો ભ્રમ તુટ્યો.

એકવાર રાજાની બેટી ખુબ બીમાર પડી ગઈ. તો રાજાએ ગામ અને શહેરમાં એલાન કરાવ્યું જે મારી પુત્રીને ઠીક કરી દેશે. તેને ખુબ ઈનામ મળશે અને જો તે કુંવારો હશે તો તેને મારી પુત્રી પરણાવીશ.

મા-બાપે આ સમાચાર સાંભળી પ્યારેને રાજાના એલાન તથા જડીની બાબતે ઠીક કરવા માટે તેમની પુત્રીનો ઉપકાર કરવાનો આગ્રહ કર્યો તો મુરખ પ્યારે બોલ્યો - "સારી વાત છે."

તે રાજમહેલ જવાની તૈયારી કરી ઘરની બાહર નીકળ્યો તો તેણે એક કાઢી ભિખારણ મળી ગઈ. તે બોલી - "એ જી મેં સાંભળ્યું છે કે તું રોગોને સારો કરી દે છે. ઘણી દયા થશે. જો તું મારી કાયાને આરામ કરાવી દઈશ."

તેના કહેવાની વાર હતી કે તેણે જડી લાવીને ભિખારણ ને ખવડાવી દીધી. જડી ગળા નીચે ઉતરી કે ભિખારણ સારી થઈ ગઈ.

મુરખ આગળ વધી ગયો. ચાલતા-ચાલતા રાજમહેલ પહોંચ્યો. રાજમહેલના ઉબરા પર પગ પડ્યા જ હતો કે રાજકન્યાને તરત જ આરામ થઈ ગયો. પરિણામે પ્યારાના લગ્ન રાજાની પુત્રી સાથે થયા. તેના થોડા સમયમાં જ રાજા મૃત્યુ પામ્યો અને ત્યારપછી મુરખ જ રાજા બન્યો.

આ રીતે હવે ત્રણેય ભાઈ એશ કરવા લાગ્યા.

પરંતુ પ્યારે સિંહનું રાજ-પાટમાં મન ન લાગ્યું, તેથી તે મા-બાપ અને ગુંગી બહેન પાસે આવી ગયો અને પહેલાની જેમ જ રાજ-પાટનો ત્યાગ કરી ખેતી કામ કરવા લાગ્યો.

આ બાજુ પાતાળ લોકમાં શૈતાન ખોલ્યો - "ખેર હવે હું તેના પર મારો હાથ અજમાવી જોઉં છું." પહેલા તેણે બલજીતનો સર્વનાશ કરવાનો નિશ્ચય કર્યો. તેનો સેનાપતિ બની તેને નવા -નવા હથિયારો વિશે જાણકારી આપી. યુદ્ધ કરવા માટે ઉશ્કેર્યો. પરંતુ હિન્દુસ્તાનનો રાજા પણ ઓછો ન હતો. તેણે બલજીત પર પોતાના નવા-નવા આધુનિક પ્રકારના હથિયારો દ્વારા યુદ્ધ કરી વિજય મેળવી લીધો અને બલજીતે જેમ-તેમ ભાગી પોતાનો જીવ બચાવ્યો.

આ રીતે સૌથી મોટાને પતાવી શૈતાન હવે રાજા ધનવીરની પાસે પહોંચ્યો. આ વખતે વેપારીનો વેશ ધારણ કરી ધનવીરની રાજધાનીમાં પોતાની ફર્મ ઓલી નાખી. દરેક ચીજ ઉંચા દામમાં ખરીદી. તેને વેપારી દૃષ્ટિકોણથી હરાવ્યો ત્યાં સુધી કે તેને પેટ ભરવા માટે મોહતાજ કરી દીધો. ધનવીર ને કંઈ જ સમજણ ન પડી કે શું થયું.

એ સમયે બલજીત તેની પાસે આવ્યો. બોલ્યો - "હિન્દુસ્તાનના રાજાએ મને હરાવી દીધો છે. મને કંઈક મદદ કરો."

પરંતુ અહિંયા ધનવીર જ ગળા સુધી પોતાની મુસિબતોમાં ડુબેલો હતો. બોલ્યો - "અહીં મને જ બે દિવસથી ખાવાનું નથી મળ્યું. ભાઈ, તું પોતાની કહે છે."

આ રીતે બંને ભાઈઓને ઠેકાણે લગાવી, હવે શૈતાન મુરખરાજા તરફ વળ્યો. તેણે ફૌજી જનરલનો વેશ ધારણ કર્યો અને રાજા મુરખને સમજાવ્યું કે રાજાની પાસે એક મોટી ફોજ હોવી ખુબ જ જરૂરી છે. બોલ્યો - "ફોજ વગર રાજાની શોભા શું છે બસ મને આદેશ આપી દો અને હું તમારા રાજ્યમાંથી જ સિપાહી કાઢી લઈશ અને સેના ઉભી થઈ જશ.

મુરબ પ્યારે એ તેની વાત સાંભળી. બોલ્યો - સારી વાત છે. બનાવો સેના અને તેને સારા સારા ગીત શીખવાડો ગાતી-વગાડતી સેના જરૂર મોટી ભલી હશે." તેથી રાજાની આજ્ઞા લઈને તે પ્રજાને ખુશ કરવા ક્યારેક દારુંની લાલચ આપતો ક્યારેક પોશાકની.

લોકો સાંભળીને હસતા હતા. કહેતા હતા. દારું તો ઘરે ઇચ્છીએ એટલી ખેંચી શકીએ છીએ અને રહી પોશાકની વાત તો તે અમારી પત્ની -બહેન જેવી ક્યાંય રંગબેરંગી પોશાક અમે તૈયાર કરી શકે છે. તેથી કોઈ ભરતી ન થયું.

શેતાને જોયું કે અહીં દાળ ગળતી નથી. ફતેહિસ્તાનના શાહ પાસે જઈને સાંઠ-ગાંઠ શરું કરી. પરિણામે ફતેહિસ્તાનના શાહે યુદ્ધ કરવાની તૈયારી શરું કરી દીધ. દારું ગોળો, તોપ અને બંદુકો જમા કરી અને દુશ્મન રાજ્ય પર ચઢાઈ શરું કરી દીધી. પરંતુ ત્યાં યુદ્ધના બદલે તેમનો આદર સત્કાર થયો જેના કારણે ફતેહિસ્તાનનો સિપાહીઓએ હથિયાર નીચે મુકી દીધા.

લોકો કહે છે - "ભાઈ તારે ત્યાં મુશ્કેલી છે અને ધરતી પર ખાવા માટે અનાજ વધારે નથી તો સારી વાત છે, બધા આવીને અહીં અમારી સાથે કેમ રહેવા લાગતા નથી ?"

શેતાનની આ યોજના નિષ્ફળ રહી. તેથી હવે તેની વચલાની જેમ મુરખનો સર્વનાશ કરવા માટે સોદાગરનો વેશ ધારણ કર્યો. રાજાને કહ્યું - "હું તમારું ભલુ ઇચ્છું છું. મારો ઈરાદો છે કે તમારા રાજ્યમાં એક મોટી ફર્મ ખોલુ અને વેપારનું સંગઠન કરું ?"

પ્યારે બોલ્યો - "સારી વાત છે ઇચ્છા હોય તો આવો, આવો અને અમારી લોકો સાથે રહો.

પછી ચોકમાં ઉભો રહી બોલ્યો - "ભાઈઓ આ નકશા પ્રમાણે મારે કામ કરાવવાનું છે અને તેના બદલે આ સોનાની મોહર દઈશ.

ત્યારે પોતાનો દરેક માલ લાવીને આપવા લાગ્યા અને કામ કરવાને બદલે સોનાની મહેર. પરંતુ મોહર એટલી થઈ ગઈ કે ઘરની સ્રિઓ ચૂડી-કંગન જુડા બનાવવા લાગી. બાળકો ગલી-મોહલ્લામાં સોના મહોરોથી રમવા લાગ્યા. હવે તેમને કોઈ લાલચ ન હતી.

પાસા ઉલટા પડ્યા. તેને જ ખાવાના સાસા થઈ ગયા. તે દર-દર ભટકતો. એક રોટલી આપો, બે સોનાની મહોરો લઈ લો. એના પર જવાબ મળતો. આમેય અમારાં ઘરમાં ઘણી પડી છે. પરંતુ જો રામના નામ પર કંઈક માંગતા હો તો ઉભા રહો. હું ઘરમાં કહી દઉં છું કે બે મુઠ્ઠિ લોટ આપી દે."

રામનું નામ સાંભળ્યું કે મો બિચકેલો શેતાન ત્યાંથી ભાગ્યો. બોલ્યો - "કેવા લોકો અહીંયા મુરખ છે. પૈસા આપુ છું તે પણ લેતા નથી. કહે છે. અમારે કોઈનું લેવુ-દેવું નથી. મારે ભુખ્યુ જ વિચારવું પડશે.

વાત રાજા સુધી પહોંચી. તે મુરખ રાજાએ કહ્યું - "સારી વાત છે તેનું પેટ પાળવાની વ્યવસ્થા આપણે કરવી જોઈએ. એવું કરો કે તેનો વારો બાંધી લો. તેને ગામના ચોરે ખાવાનું આપવામાં આવે અને એક દિવસે એક-એક ઘરેથી તેને ખાવાનું મળ્યા કરે." એક વાર પ્યારા મુરખના ઘરનો વારો આવ્યો. શેતાનના હાથ પ્યારેની ગુંગી બહેને ઓળખી લીધા. તેના હાથ ખરબચડા કામ કરવાવાળા ન હતા. તો તેને બધા પછી વધેલું ખાવાનું પીરસવામાં આવ્યું.

શેતાનને ઘણો ઘુંઘવાટ થયો. બોલ્યો - "તારા રાજ્યમાં આ શું ? મુરખોના કાયદા છે કે બધાને હાથથી કામ કરવા પડે. તમે બધા મુરખ છો. શું લોકો હાથેથી જ કામ કરે છે ? બુદ્ધિશાળી લોકો શેનાથી કામ કરે છે. કંઈ જાણો છો ?"

પ્યારે બોલ્યો - "અમે લોકો મુરખ છીએ. એ કેવી રીતે જાણીએ ? અમે લોકો મોટા ભાગે હાથથી અને શરીરથી કામ કરીએ છીએ."

"ત્યારે તો તમે લોકો મુરખ છો. પરંતુ હું બતાવીશ કે મગજથી કેવી રીતે કામ કરવામાં આવે છે. ત્યારે તમને ખબર પડશે કે હાથથી કામ કરવાને બદલે માથાથી કામ કરવાથી વધારે ફાયદો છે."

પ્યારે આશ્ચર્યથી બોલ્યો - "જરૂર સિખવો."

પ્યારે મુરખનગરમાં ઉંચી મીખાર હતી. ત્યાં ફાનસ લાગેલું હતું. તેથી ભલા માનસને મીનાર પર લઈ ગયો. તેથી બધા પ્રજાજન સરળતાપૂર્વક માથાથી કામ કરવાનું જોઈ શીખી લે. તે બાબા ઉંચાઈથી ભાષણ આપવા લાગ્યા. પ્રજાજન તેનો ઉપદેશ આ કાનથી સંભાળી બીજા કાનથી કાઢી નાખતી હતી. પરંતુ એક જ રાહ જોતા હતા કે માથાથી કામ ક્યારે શરું થશે. છેવટે એકબીજાનું મોં તાકતા પોત-પોતાના કામે ચાલ્યા ગયા. મુરખ લોકોને તેના ખાવા વિશે કોઈ ચિંતા ન હતી. વિચારતા હતા કે માથાથી કામ કરીને પેટતો ભરી જ લેશે.

તેથી ત્રીજો દિવસ થયો. બુઢાબાબા બનેલો શેતાન એ જ જગ્યાએ હતો. બરાબર ઉપદેશ આપતો, લોકો રોકાતા, સાંભળતા પોતાના રસ્તે જતા રહેતા એમ જ મીનારની ટોચ પર ઉભા બોલતા-બોલતા એક દિવસ વધારે વીત્યો. પરંતુ દુર્બળતા છવાઈ રહી હતી. તેથી અંતમાં તે ડગમગ્યો અને તેનું માથું ફાનસના થાંભલાથી જઈને વાગ્યું. નીચે ઉભેલી વ્યક્તિએ આ બધુ જોઈ રાણીને સમાચાર આપ્યા. રાણી દોડતી. રાજાની પાસે ગઈ, તે ખેતરમાં કામ કરી રહ્યો હતો !

બોલી - "અરે આવો તો જુઓ કહે છે બાબાના માથાએ કામ કરવું શરું કરી દીધું છે."

પ્યારેને આશ્ચર્ય થયું બોલ્યા - "તું સાચુ કહી રહી છો ?"

તેથી તે પણ દોડ્યો મીનાર સુધી પહોંચ્યો તે બુઢા બાબા ભુખથી બેહાલ અને ડગમગતા પડી રહ્યા હતા. વારે વારે થાંભલા સાથે તેનું માથુ અથડાતું હતું. પ્યારેનું ત્યાં પહોંચવું કે શેતાન ઢગલો થઈને દામ-ધન સીડીઓ પરથી પડતો - આખડતો નીચે આવવા લાગ્યો.

મુરખરાજ બોલ્યા - "ભાઈ તેનું કહેવું સાચુ હતું. માથાના કામથી ક્યારેક-ક્યારેક તે ફાટવા જેવું થઈ જાય છે. છાલા -ગુમડા તો ભલા એમાં શું ચીજ છે ? આશ્ચર્ય નથી માથાના આવા સખ્ત કામ પછી મલમ-પાટાની જરૂર પડે."

પરંતુ ત્યારે જ ધરતી ફાટી અને આ કાયાનો જીવ ત્યાં જ ખબર નહીં ક્યાં પાતાળમાં જઈ સમાયો.

બસ માત્ર એક સુરાખ જ ત્યાં બાકી રહી ગયો.

આ જોઈ પ્યારે બોલ્યો - "છિ ! આ તો એ જ નરકની ગંધ છે. એ જ યોનીનો કોઈ જીવ લાગે છે. પરંતુ રામ-રામ, આ તો એનો પણ બાપ નીકળ્યો."

મુરખરાજનું રાજ્ય હજી પણ સ્થિર છે અને ઘણા બધા લોકો ત્યાં રહેવા આવે છે. એના બંને મોટાભાઈ પણ ત્યાં હળી-મળીને રહે છે. તે તેનો પણ પાલનહાર છે. જે કોઈ પણ પરદેશી આવે. બધાને રાજાનું પ્યાર ભર્યું નિમંત્રણ છે. આવો ભાઈ, બધા આવો, અહીં રહો અમારે ત્યાં કોઈને કોઈ અભાવ નથી. કંઈ રહે કે ન રહે પરંતુ અમારા હૃદયનું દ્વાર હંમેશા ખુલ્લુ છે. કોઈ પણ પ્રકારની મુશ્કેલી નથી.

બસ રાજ્યમાં એક નિયમ છે - એ જ કે જેના હાથ કામથી ખરબચડા હશે. તેને તો માન-સન્માનનું ભોજન પ્રાપ્ત થશે. બાકીએ તો વધ્યા-ઘટ્યા પર જ નિભાવ કરવો પડશે.

***